പേൾ എസ്. ബക്ക്

അമേരിക്കയിൽ പശ്ചിമ വിർജീനിയയിലെ ഹിൻസ്ബറോയിൽ 1893 ജൂൺ 28 നു ജനിച്ച് വെർമണ്ടിലെ ഡാൽബിയിൽ 1973 മാർച്ച് 6ന് നിര്യാതയായ പ്രശസ്ത എഴുത്തുകാരിയാണ് പേൾ എസ് ബക്ക്. നോബൽ സമ്മാനം നേടിയ ആദ്യത്തെ അമേരിക്കൻ വനിത കൂടിയാണ് അവർ. അച്ഛനും അമ്മയും ചൈനയിൽ മിഷനറിമാരായതിനാൽ ആറുമാസം പ്രായമായപ്പോൾ പേൾ എസ് ബക്കും അവർക്കൊപ്പം ചൈനയിലേക്കു പോയി. 1934 വരെ അവർ അവിടെ സെൻജിയാങ്ങിലാണ് ജീവിച്ചത്. അതിനാൽ മാതൃഭാഷയായ ഇംഗ്ലീഷിനും മുന്നേ തന്നെ പേൾ എസ് ബക്ക് ചൈനീസ് ഭാഷ പഠിച്ചു. ചൈനയിൽ സായ് തെൻസുങ് എന്ന പേരിലാണ് ബക്ക് അറിയപ്പെടുന്നത്. അതവർ സ്വീകരിച്ച ചൈനീസ് പേരാണ്. ചൈനയിലെ ജീവിതവും ദർശനങ്ങളും അവരിൽ വളരെ ആഴത്തിൽത്തന്നെ പതിഞ്ഞിരുന്നു എന്നതിന് അവരുടെ ജനപ്രിയകൃതികൾ തെളിവാണ്.

ദ് ഗുഡ് എർത്ത് (1931), സൺസ് (1932) തുടങ്ങി നൂറിലധികം പുസ്തകങ്ങളുമായി വ്യാപകമായി വായിക്കപ്പെട്ട, അറുപത്തിയൊൻപത് വിദേശഭാഷകളിലേക്ക് വിവർത്തനം ചെയ്യപ്പെട്ടിട്ടുള്ള, എഴുത്തുകാരി.

AF759445

സിന്ധു. കെ.വി.

പുതുതലമുറയിലെ ശ്രദ്ധേയയായ കവി. മാടായി കോപ്പറേറ്റീവ് ആർട്സ് ആന്റ് സയൻസ് കോളേജ് മലയാളവിഭാഗത്തിൽ അസിസ്റ്റന്റ് പ്രൊഫസർ. 'സൈബർസംസ്കാരവും മലയാളകവിതയും' എന്ന വിഷയത്തിൽ മലയാളത്തിൽ ഡോക്ടറൽ ബിരുദം. കാപ്പിത്തോട്ടങ്ങളുടെ സൂക്ഷിപ്പുകാരി (2012), പാതിരാസൂര്യൻ (2016), തൊട്ടു നോക്കിയിട്ടില്ലേ പുഴകളെ(2018), ഏതോ കാലത്തിൽ നമ്മൾ നമ്മളെ കണ്ടു പോകുന്നതു പോലെ (2018), എന്നീ കവിതാസമാഹാരങ്ങൾ പ്രസിദ്ധീകരിച്ചിട്ടുണ്ട്.

വിലാസം: ആതിര, കണിയാർവയൽ, ശ്രീകണ്ഠാപുരം - 670 631
ഫോൺ: 8111822962
ഇ മെയിൽ: sindhkv@gmail.com

Malayalam Language
Peekkingil Ninnulla Kathu
(Novel)
Original Title
Letter from Peking
by
Pearl S. Buck
Malayalam Translated by
Sindhu K V

♦

Published in September 2022
by Kairali Books Private Limited
Thalikkavu Road, Kannur.
Ph : 0497-2761200
E-Mail : kairalibooksknr@gmail.com

♦

Cover Design
Prasanth Mangad

36/22-23/SI.No.1341/500/NS 18.6
ISBN 978-93-49727-88-5

പേൾ എസ്. ബക്ക്

പീക്കിങ്ങിൽ നിന്നുള്ള കത്ത്

പരിഭാഷ

സിന്ധു കെ.വി.

കൈരളി ബുക്സ്

ആമുഖം

1957 ൽ പേൾ എസ് ബക്ക് എഴുതിയ പീക്കിങ്ങിൽ നിന്നുള്ള കത്ത് (ലെറ്റർ ഫ്രം പീക്കിങ്ങ്) എന്ന നോവൽ എന്റെ ജീവിതത്തെ എപ്രകാരമെല്ലാമാണ് ബാധിച്ചത് എന്ന് പറയാൻ എനിക്ക് അറിയില്ല. ആ പുസ്തകം പുറത്തിറങ്ങി ഏകദേശം മുപ്പത്തിയെട്ടു വർഷം കഴിഞ്ഞ് എന്റെ പതിനെട്ടാമത്തെ വയസ്സിലാണ് ഞാൻ കാണുന്നത്. ആദ്യ വായനയിൽ തന്നെ അതിലാണ്ടു പോയതു പോലെ ആയിരുന്നു. പറഞ്ഞല്ലോ, എനിക്കന്ന് പതിനെട്ടു വയസ്സായിരുന്നു പ്രായം. പെൺകുട്ടികളിൽ പ്രണയസങ്കല്പങ്ങൾ രൂപമെടുക്കാൻ തുടങ്ങുന്ന കാലം എന്ന് കവികൾ പാടുന്ന ആ കാലത്താണ് എനിക്ക് തീർത്തും അപരിചിതമായ പശ്ചാത്തലത്തിൽ എഴുതപ്പെട്ട ഒരു പ്രണയകഥയിൽ ഞാൻ അപ്രകാരം വീണുപോകുന്നത്. എക്കാലത്തേക്കുമായി മനസ്സിൽ വരച്ചിട്ടു പോകുന്ന അനേകം ജീവിതസന്ദർഭങ്ങൾ, അതിമനോഹരവും വിസ്തൃതവുമായ ഭൂഭാഗഭംഗി, കഥാപാത്രങ്ങളുടെ മനസ്സിനകത്തുനിന്ന് ഇറങ്ങി വരുന്ന സംഭാഷണങ്ങൾ, വ്യക്തിത്വമുള്ള കഥാപാത്രങ്ങൾ, രാഷ്ട്രീയ ഗതിമാറ്റങ്ങൾ എന്നിങ്ങനെ പല അടരുകളുമുള്ള നോവൽ. നോവലിന്റെ രസച്ചരടാവട്ടെ പീക്കിങ്ങിൽ നിന്നുള്ള ആ കത്താണ്. നോവലിൽ പലവട്ടം ഒരു കഥാപാത്രമായിത്തന്നെ ആ കത്ത് രംഗപ്രവേശം ചെയ്യുന്നുണ്ട്.

പക്ഷേ, എന്നെ അതിൽ ബാധിച്ചത് എലിസബത്ത് എന്ന നായികയായിരുന്നു. ഈവ് എന്ന് ജെറാൾഡ് പ്രേമപൂർവ്വം വിളിക്കുന്ന അമേരിക്കക്കാരിയായ ആ സ്ത്രീ യൗവ്വനത്തിലേക്ക് കടക്കുന്ന എന്നിലെ സ്ത്രീസങ്കല്പങ്ങളെ രൂപപ്പെടുത്തുന്നതിൽ ഒരു വലിയ പങ്ക് വഹിച്ചിട്ടുണ്ട്. ആദ്യകാഴ്ചയിൽ തന്നെ തന്റെ പുരുഷനാണ് എന്ന് തിരിച്ചറിഞ്ഞ ജെറാൾഡ് മാകില്ലിയോൾഡ് എന്ന യുവാവിൽ അവൾ നിറച്ച ആത്മവിശ്വാസവും അഭിമാനബോധവും അത്ര വലുതായിരുന്നു. ചൈനീസ് കലർപ്പുള്ള തന്റെ രക്തത്തെ ഒരു അമേരിക്കൻ പെൺകുട്ടിക്ക് ഇഷ്ടപ്പെടാനാകില്ല എന്ന ജെറാൾഡിന്റെ ആശങ്കകളെ സമ്പൂർണ്ണമായ സമർപ്പണം കൊണ്ട് കീഴ്പ്പെടുത്തുന്ന, സങ്കീർണ്ണമായ ഏത് സാഹചര്യത്തേയും അനായാസമായി നേരിടുന്ന എലിസബത്ത്.

മനോഹരമായ ഒരു പ്രണയകാവ്യവും അതേസമയം ശക്തമായ ഒരു സ്ത്രീപക്ഷ നോവലും കാമ്പുറ്റ ഒരു രാഷ്ട്രീയ നോവലും ആകുന്നു ഈ കൃതി. എലിസബത്തിന്റെയും ജെറാൾഡിന്റെയും പ്രണയം സമാനതക

ളില്ലാത്തതാണ്. വായനക്കാരുമായി ആത്മാവു തൊട്ട് സംവദിക്കാൻ എലിസബത്തിന്റെ ഡയറിക്കുറിപ്പിനു കഴിയുന്നു.

ജീവിതത്തിന്റെ പല വളവുകളിലും പിന്നീടെനിക്ക് എലിസബത്തിനെ ഓർക്കേണ്ടി വന്നിട്ടുണ്ട്. പലപ്പോഴും അവരായിത്തന്നെ ജീവിക്കും പോലെ തോന്നിയിട്ടുണ്ട്. ഒരു വിശുദ്ധഗ്രന്ഥം പോലെ പലയാവർത്തി നിവർത്തി വായിച്ച ആ താളുകൾ എന്റെ മനസ്സിന്റെ ഭാഷയിൽ പകർത്താൻ ശ്രമിച്ചതാണ്. സദയം വായിക്കുമല്ലോ.

സിന്ധു.കെ.വി.

1950 സപ്തംബർ 25. വെർമോണ്ടിലെ മലകളുടെ താഴ്‌വാരം, ഞാൻ ജനിച്ച, കുട്ടിക്കാലം ചെലവഴിച്ച സ്ഥലം. കടലുകൾ കടന്നുപോയി ഞാനെന്റെ പ്രിയപ്പെട്ടവന്റെ നാടിനെ എന്റെ സ്വന്തം നാടായി കാണാൻ തുടങ്ങിയതായിരുന്നു. അതിനിടയിലാണ് യുദ്ധം ഉണ്ടായത്. പിന്നീട് എന്റെ സ്നേഹത്തിൽ നിന്നും എനിക്ക് മാറിനിൽക്കേണ്ടതായി വന്നു. ഞാൻ ഈ താഴ്‌വരയിൽതന്നെ തിരിച്ചെത്തി.

ചുവന്നതും സ്വർണ്ണനിറമാർന്നതുമായ ഇലകൾ തിങ്ങിയ മേപ്പിൾ മരങ്ങൾക്കിടയിലൂടെ അല്പം മുമ്പാണ് ഞാൻ പോസ്റ്റുമാനെ കാണാൻ ചെന്നത്. അധികം പരിഷ്കാരമൊന്നും എത്തിയിട്ടില്ലാത്ത വെർമോണ്ടിലെ ഈ ഗ്രാമത്തിലേക്ക് ആഴ്ചയിൽ മൂന്നുതവണയേ അയാൾ വരാറുള്ളൂ. ആ മൂന്നു ദിവസങ്ങളിലും ഞാൻ അതിരാവിലെ ഉണരുകയും അസ്വസ്ഥയാവുകയും ചെയ്യുമായിരുന്നു. പീക്കിംഗിൽ നിന്നും ജെറാൾഡിൽ നിന്നും ഏതുസമയത്തും ഒരു കത്ത് വരാനുള്ള സാദ്ധ്യതയുണ്ടായിരുന്നു. മാസങ്ങളായി കത്തുകളൊന്നും വന്നിട്ടില്ല. പക്ഷേ, ഇന്ന് രാവിലെ ഒരു കത്തുകിട്ടി. പോസ്റ്റുമാൻ അത് തെരഞ്ഞുപിടിച്ച് എനിക്ക് എടുത്തുതന്നു.

“ഇതാ, നിങ്ങൾ കാത്തിരുന്നത്.”

അയാൾ പോകുന്നതുവരെ ഞാനതു തുറന്നതേയില്ല. ആളൊഴിഞ്ഞ ആ വഴിയിൽ ശരത്കാലം തീപ്പിടിപ്പിച്ച മേപ്പിൾ മരത്തിന്റെ ചുവട്ടിൽ വച്ച് ഞാനതു തുറന്നു. അതുവായിക്കുമ്പോൾ, ഞാനാ കത്ത് പ്രതീക്ഷിക്കുകയായിരന്നു എന്ന് എനിക്ക് അറിയാമായിരുന്നു. കുറച്ചുകൂടി വ്യക്തമായി പറഞ്ഞാൽ അതെന്നെ അതിശയിപ്പിക്കില്ലെന്നും എനിക്കറിയാമായിരുന്നു. ജെറാൾഡ് ചെയ്യുന്ന ഒന്നിനും എന്നെ അത്ഭുതപ്പെടുത്താനാവില്ല, ഞെട്ടിപ്പിക്കാനാവില്ല, എന്നെ മുറിപ്പെടുത്താനാവില്ല. ഞാനദ്ദേഹത്തെ സ്നേഹിക്കുന്നു, പ്രണയിക്കുന്നു എന്നും സ്നേഹിക്കുകയും ചെയ്യും.

ഞാനാ കത്തുവായിച്ചു. പിന്നെയും പിന്നെയും പലവട്ടം. ശരത്കാലത്തിന്റെ നിശ്ശബ്ദമായ അന്തരീക്ഷം. ഇലപൊഴിക്കാനായി ഒരു കാറ്റു

പോലും അതുവഴി കടന്നുവന്നില്ല. എനിക്കപ്പോൾ ജെറാൾഡ് എഴുതിയ വരികൾ അദ്ദേഹത്തിന്റെ ശബ്ദത്തിൽ തന്നെ കേൾക്കാമായിരുന്നു.

"എന്റെ പ്രിയപ്പെട്ടവളേ,

പറയാൻ പോകുന്ന മറ്റെന്തിനും മുന്നേ, നിന്നെ മാത്രമാണ് ഞാൻ സ്നേഹിക്കുന്നത് എന്നു പറയാൻ എന്നെ അനുവദിക്കൂ. ഇപ്പോൾ ഞാൻ ചെയ്യുന്ന എന്തിലുമപ്പുറം നിന്നെയാണ് ഞാൻ സ്നേഹിച്ചത്. എന്നിൽനിന്നും ഇനിയുമൊരു കത്ത് നിന്നിലേക്കെത്തിയില്ലങ്കിൽ, അറിയുക, ഞാനെന്റെ ഹൃദയത്തിൽ എന്നും നിനക്കായി കത്തുകൾ എഴുതുന്നുണ്ട്."

ഇതാണ് ആ കത്തിലെ ആദ്യവാചകങ്ങൾ. അതു വായിക്കുമ്പോഴും എന്താണ് ഞാൻ ചെയ്യേണ്ടത് എന്നെനിക്ക് അറിയാമായിരുന്നു. ഞാനാ കത്ത് അവസാനംവരെ വായിച്ചു. ജെറാൾഡിന്റെ ശബ്ദം കാതുകളിൽ മുഴങ്ങിക്കൊണ്ടിരുന്നു. ഞാൻ വീട്ടിലേക്ക് തിരികെ നടന്നു.

റെനി സ്കൂളിലേക്ക് പോയതിനാൽ വീട് ശൂന്യമായിരുന്നു. ആ ഏകാന്തത അപ്പോൾ എനിക്ക് ആശ്വാസമായിരുന്നു. ഇപ്പോൾ, എന്റെ മുറിയിൽ, ഞാൻ എഴുതുകയാണ്. ആ കത്ത് എന്റെ പെട്ടിയിൽ പൂട്ടിവച്ചിരിക്കുന്നു. ഞാനത് മറക്കും. ഹൃദയത്തിൽനിന്നും ഈയൊരു മരവിപ്പ് മാറുന്നതുവരെ അൽപ്പകാലം അത് മറക്കാൻ എന്നെ അനുവദിക്കൂ. മറ്റൊരാളോടും മിണ്ടാനാകാത്തപ്പോൾ, എന്റെ അവസ്ഥകൾ ഇതുപോലെ എഴുതുന്നത് എത്ര ആശ്വാസമാണ്!

ഈ ദിവസത്തെയും മറ്റെല്ലാ ദിവസത്തെയുംപോലെതന്നെ കടന്നുപോകാൻ അനുവദിക്കേണ്ടതുണ്ട്. ഈയിടെയായി ഞാൻ വളരെ നേരത്തെ എഴുന്നേൽക്കുന്നുണ്ട്. ചൈനക്കാരായ കൃഷിക്കാരെപ്പോലെ തന്നെ എന്റെ ഈ അയൽക്കാരും നാലുമണിക്കുമുന്നേ ഉറക്കമുണരുകയും പാതിരാകഴിയുമ്പോൾ ഉറങ്ങുകയും ചെയ്യും. മറ്റുള്ളവർ ഉറങ്ങുമ്പോഴുള്ള നിശ്ശബ്ദത ജെറാൾഡിന് ഇഷ്ടമായിരുന്നു. അതിനാൽ വിവാഹത്തിനുശേഷം വൈകിമാത്രം ഉറങ്ങാൻ ഞാൻ ശീലിച്ചിരുന്നു. ചൈനയിലെ ഞങ്ങളുടെ കൊച്ചുവീട്ടിലെ രാത്രികൾ എത്ര മധുരമുള്ളതായിരുന്നു! പകലിനുശേഷം തെരുവ് ശാന്തമാണ്. അപ്പോൾ അവിടെയൊരു സംഗീതം കേൾക്കാനാകുന്നുണ്ടെങ്കിൽ അത് മതിലിനപ്പുറത്തുനിന്നും അയൽക്കാരനായ ഹുവയുടെ രണ്ടു സ്ട്രിംഗുള്ള വയലിൻ കമ്പികളുടെ സംഗീതമാണ്.

പകൽസമയങ്ങളിൽ അയാൾ ഒരു പട്ടുവ്യാപാരിയാണ്. വേനൽക്കാലത്ത് പൈൻമരങ്ങൾക്കടുത്ത് സ്വർണ്ണമത്സ്യക്കുളത്തിനരികിൽ കുഞ്ഞായ റെനിയെയും കിടത്തി അവന്റെ കുട്ടിക്കാലം മുഴുവൻ ഞാനും

ജെറാൾഡും ഇരിക്കുമായിരുന്നു. തീരെ കുഞ്ഞായിരുന്നപ്പോൾ ഞങ്ങൾക്ക് ഞങ്ങളുടെ മകളെ നഷ്ടമായി. രാവിലെവരെ പ്രസരിപ്പോടെ ചിരിച്ചുകൊണ്ടിരുന്ന അവൾ രാത്രിയായപ്പോഴേക്കും മരിച്ചുപോയി. എന്തുകൊണ്ടാണ് അവൾ മരിച്ചുപോയത് എന്നെനിക്കറിയില്ല. ഒരുപക്ഷേ ജെറാൾഡിനെ സ്നേഹിച്ചതിനും കൂടെ പോയതിനും എനിക്കു കൊടുക്കേണ്ടിവന്ന വിലയാകാം ആ ദുഃഖം.

വളരെക്കാലം, വർഷങ്ങളോളം, ഞങ്ങൾ കുട്ടികളില്ലാത്തവരായിരുന്നു. ഞാൻ അതിൽ അതീവദുഃഖിതയാവുകയും ആ ദുഃഖത്തിൽനിന്നും മോചിതയാവുകയും ചെയ്തു. എന്നാൽ കുഞ്ഞിനെയോർത്തുള്ള ദുഃഖം ഇല്ലാതാക്കാൻ അദ്ദേഹത്തിനു കഴിഞ്ഞില്ല. മാസങ്ങളോളം ജെറാൾഡിന് ഉറക്കം നഷ്ടപ്പെട്ടു. വളരെ കുറച്ചുമാത്രം ഭക്ഷണം കഴിച്ചു. സ്വതവേ നേർത്ത ആ ശരീരം അസ്ഥികൂടം പോലെയായി. ഞാനെന്റെ ദുഃഖങ്ങളെ അദ്ദേഹത്തിനുവേണ്ടി അടക്കിവെക്കാൻ ശീലിച്ചു.

"ഞാൻ നിന്റെ രാജ്യത്ത് തങ്ങണമായിരുന്നു." അദ്ദേഹം പറഞ്ഞുകൊണ്ടേയിരുന്നു. "ഞാൻ അമേരിക്കയിൽ താമസിച്ചിരുന്നെങ്കിൽ നമ്മുടെ മകൾ മരിക്കില്ലായിരുന്നു നിന്നിൽനിന്നും ഞാൻ എന്തെല്ലാമാണ് കവർന്നെടുത്തത്."

ഞാനെന്റെ ശിരസ്സ് ആ നെഞ്ചിലേയ്ക്ക് ചായ്ച്ചു. "ജെറാൾഡ്, നിങ്ങളെവിടെ പോകുന്നുവോ അവിടെ ഞാനുമുണ്ടാകും. അവിടെ ഒരു താരതമ്യത്തിന് അർത്ഥമില്ല."

അദ്ദേഹമെന്നെ അത്ഭുതത്തോടെ നോക്കി. "ഇതാണ് ചൈനീസ് സ്ത്രീകളിൽനിന്നും അമേരിക്കൻ സ്ത്രീകൾക്കുള്ള വ്യത്യാസം. നീ ഒരമ്മയേക്കാൾ ഭാര്യയാണ്!"

"ഞാൻ നിങ്ങളോടൊപ്പമായിരിക്കുമ്പോൾ പൂർണ്ണമായും ഭാര്യയായിരിക്കാൻ ആഗ്രഹിക്കുന്നു. മാത്രവുമല്ല, അമേരിക്കയിൽ നിങ്ങളൊരിക്കലും സന്തുഷ്ടനായിരിക്കില്ല." ഞാൻ മറുപടിയായി പറഞ്ഞു.

അദ്ദേഹം അവിടെ സന്തോഷവാനായിരിക്കില്ല. അത് എനിക്ക് അപ്പോഴും അറിയാമായിരുന്നു. ഇപ്പോഴും അറിയാനാകുന്നു. എന്നാൽ പീക്കിങ്ങിൽ ശാന്തസുന്ദരമായ വെർമോണ്ട് താഴ്വാരത്തിന്റെ ഓർമ്മകൾ എന്നിൽ ഗൃഹാതുരത ഉണ്ടാക്കാറുണ്ടെങ്കിലും, ഞാൻ സന്തുഷ്ടയായിരുന്നു. പീക്കിങ്ങ് ശ്രദ്ധേയമായ ഒരു നഗരം തന്നെയായിരുന്നു. സമൃദ്ധമായി ക്രമീകരിക്കപ്പെട്ടിട്ടുള്ളതും കാലത്തിന്റെയും ചരിത്രത്തിന്റെയും കടന്നുപോകലുകൾ അറിയുന്നതുമായ ഒരിടം. തുറന്ന സ്വഭാവക്കാരായ ആളുകൾ. എന്റെ മുന്നോട്ടുള്ള ജീവിതം ശാന്തവും സൗന്ദര്യമാർന്നതു

മായിരിക്കുമെന്ന് ഞാനറിഞ്ഞു. എന്നെയും ജെറാൾഡിനരികിൽ അവിടെത്തന്നെ അടക്കം ചെയ്യുമെന്ന് എനിക്ക് തോന്നി. നന്നായി വൃദ്ധരായ ഞങ്ങൾ രണ്ടുപേർ ദീർഘകാലം ജീവിച്ചുതീർത്തവസ്തുക്കളെപ്പോലെ, അദ്ദേഹവും ഞാനും.

എന്നിട്ടും ഞാനെവിടെയാണ്, വെർമോണ്ടിലെ റാലി എന്ന ഗ്രാമത്തിലെ ഏകാന്തമായ ഫാം ഹൗസിൽ. പതിനേഴുകാരനായ ഞങ്ങളുടെ മകൻ റെനിയോടൊപ്പം. ഇപ്പോൾ, ഈ കത്തിനുശേഷം ഇനിയുമൊരിക്കൽക്കൂടി ഞാൻ ജെറാൾഡിനെ കാണുമെന്നുതന്നെ എനിക്ക് തോന്നുന്നില്ല.

ഈ ദിവസവും ഞാൻ പറഞ്ഞതുപോലെ, മറ്റുദിവസങ്ങൾ പോലെ തന്നെ ആരംഭിച്ചു. പാൽപ്പാത്രങ്ങൾ പാൽവണ്ടിയിലേക്ക് കയറ്റാനായി തയ്യാറാക്കി. റെനിക്കുവേണ്ടി മറ്റൊരു പാത്രത്തിൽ പാൽ മാറ്റിവെച്ചു. അവനു പ്രഭാതഭക്ഷണമുണ്ടാക്കാനായി അടുക്കളയിലേക്കു പോയി. റെനിയും ജെറാൾഡിനപ്പോലെതന്നെ കാലത്ത് എഴുന്നേൽക്കുന്നത് ഇഷ്ടമില്ലാത്ത കൂട്ടത്തിലാണ്. എന്നാൽ രാത്രി വൈകുംവരെ ഇരുന്ന് അനായാസമായി പണികൾ ചെയ്യുകയും ചെയ്യും.

ഏകാന്തതയിൽ എനിക്ക് എന്റെ കുട്ടിക്കാലം ഓർമ്മവരും. ഈ സ്ഥലം എന്റെ മുത്തച്ഛന്റേതായിരുന്നു. പിന്നീട് എന്റെ അച്ഛന്റേത്. പിന്നെ എന്റേത്. എന്റെ അച്ഛൻ ചെറിയതോതിലൊരു കണ്ടുപിടുത്തക്കാരനായിരുന്നു. മുട്ട കഴുകൽ യന്ത്രംപോലെ അവയിൽ ചിലതെങ്കിലുംവിജയമായിരുന്നുവെന്നു പറയാം. ജീവിക്കാനായി ഞങ്ങൾ ഫാമിനെ ആശ്രയിച്ചു. അത്യാവശ്യമായി പണം ആവശ്യമായപ്പോഴെല്ലാം അഭിഭാഷകനായിരുന്ന മുത്തച്ഛനായിരുന്നു ആശ്രയം.

ഞാനും ജെറാൾഡും വിവാഹിതരാവുമ്പോഴേക്കും എന്റെ പിതാവ് മരണപ്പെടുകയും അമ്മ തനിച്ചാവുകയും ചെയ്തിരുന്നു. റെനി ജനിക്കുംമുന്നേ അമ്മയും മരിച്ചുപോകുകയും ഫാം എന്റെ ചുമലിലേക്ക് വരികയും ചെയ്തു. ഞങ്ങൾ പീക്കിങ്ങിലായിരുന്ന സമയത്ത് മാറ്റ് ഗ്രീൻ എന്നയാളാണ് അത് നോക്കിനടത്തിയിരുന്നത്. ജെറാൾഡും ഞാനും പിരിയേണ്ടിവന്നപ്പോൾ എനിക്ക് തിരിച്ചുവരേണ്ടി വന്നതും ഇവിടേക്കു തന്നെയാണ്. അല്ലാതെ എനിക്ക് പോകാൻ വേറെ ഇടമില്ലായിരുന്നു.

റെനി ഉറക്കമുണർന്നുവന്നു. തുറന്നിട്ട ജാലകത്തിലൂടെ വന്ന തണുത്ത കാറ്റേറ്റ് അവന്റെ കവിളുകൾ റോസ് നിറത്തിലായി.

“സുപ്രഭാതം അമ്മേ' അവനെന്റെ കവിളുകൾ ചുംബിച്ചു.

“സുപ്രഭാതം മകനേ”

ഈ ഉപചാരം അവന്റെ പിതാവ് എന്നും ഓർമ്മിപ്പിക്കുന്നതാണ്.

ഞങ്ങൾ പിരിയുവംവരെ ഇതുപോലെ പരസ്പരം ഉപചാരം ചെയ്യുമായിരുന്നു.

"നിന്റെ മാതാപിതാക്കളുടെ സാന്നിദ്ധ്യത്തിൽ എങ്ങോട്ടെങ്കിലും പോകുന്നുവെങ്കിൽ നീ ഉപചാരം പറയണം. നീ എങ്ങോട്ടുപോകുന്നുവെന്നും അവരോട് പറയണം. അതുപോലെ തിരിച്ചെത്തിയാലുടനെ അവരെ കാണണം. അവർക്കെങ്ങനെയുണ്ടെന്ന് അന്വേഷിക്കുകയും വേണം. ഇത് പുത്രോചിതമായ വന്ദനമാണ്" ജെറാൾഡ് മകനെ ഉപദേശക്കാറുണ്ട്.

"ഈ പ്രഭാതം എങ്ങനെയുണ്ടമ്മേ?"

"നന്നായിരിക്കുന്നു മകനേ"

"അമ്മ നന്നായുറങ്ങിയോ?"

"ഉറങ്ങി."

ഞങ്ങൾ പരസ്പരം ചിരിച്ചു. റെനിയും ഞാനും. ഞങ്ങൾ ജെറാൾഡിനെ ഓർത്തു. റെനി അവന്റെ അച്ഛനേയും, ഞാൻ എന്റെ ഭർത്താവിനെയും. റെനി അവന്റെ അച്ഛനെപ്പോലെയാണ്. അവന്റെ പ്രായത്തേക്കാൾ ഉയരമുണ്ട്. മുടിയിഴകളും കണ്ണുകളും കറുത്തതാണ്. അവന്റെ ചൈനക്കാരായ പൂർവ്വികരിൽ നിന്നും പൈതൃകമായി ലഭിച്ച മിനുസമുള്ള ശരീരവും വെളുത്ത നിറവും. ഉറപ്പുള്ള ശരീരം. റെനി സുന്ദരനാണ്.

"ഇരിക്കൂ മകനേ, നിന്റെ പ്രാതൽ തയ്യാറായിട്ടുണ്ട്."

അല്പം വലിയതായ പ്രാതലാണ്. ഓട്സിൽ ശർക്കരയും പാലും ചേർത്തിട്ടുണ്ട്. ജെറാൾഡിന് പഞ്ചസാരയാണ് പ്രിയം. പീക്കിങ്ങിൽ ഞങ്ങൾ കറുത്ത ചൈനീസ് പഞ്ചസാരയാണ് ഉപയോഗിച്ചിരുന്നത്. പാലും റെനിയുമൊക്കെ അമേരിക്കനെങ്കിലും റെനിയുടെ നാലിലൊന്നു ഭാഗം മാത്രമേ ചൈനീസാകുന്നുള്ളൂ. ശരീരം മുഴുവനായും ചൈനക്കാരുടേതുപോലല്ല. കൈകാലുകളും ശരീരവും ഉറച്ചതും വടിവൊത്തതുമാണ്. എങ്കിലും ജെറാൾഡിന്റെ സുഭഗത റെനിക്ക് ലഭിച്ചിട്ടില്ല.

"മൂന്ന് മുട്ട." അവൻ പതിവുപോലെ പറഞ്ഞു. എനിക്ക് കോഴികളുണ്ടായിരുന്നു. പക്ഷേ റെനിയ്ക്ക് ആവശ്യമായ അത്രയും മുട്ടയ്ക്കും മാംസത്തിനും അത് പോരായിരുന്നു. പന്നിയിറച്ചി അൽപ്പം ആർഭാടമൊക്കെ ആണെങ്കിലും എന്റെ മകനുവേണ്ടി അത് കൊടുക്കാൻ ഞാൻ തയ്യാറായിരുന്നു. ഇത്ര പെട്ടെന്ന് ഞാനവനെ ഞങ്ങളുടെ മകൻ എന്നതിൽനിന്നും എന്റെ മകൻ എന്ന് വിളിക്കേണ്ടതുണ്ടോ? റെനി ജെറാൾഡിന്റെയും മകനാണ്. അത് മറക്കാൻ പാടില്ല. പക്ഷേ, ആ കത്ത് എന്റെ ജീവിതത്തെ എത്രയേറെ മാറ്റാൻ പോകുന്നുവെന്ന് ഇപ്പോൾ എനിക്കറി

യില്ല.

ഡൈനിംഗ് റൂമിന്റെ ജനാലകൾ റോഡിലേക്ക് തുറക്കുന്നതാണ്. അവിടിരുന്നാൽ റെനിക്ക് സ്കൂൾ ബസ് വരുന്നത് കാണാം. ആദ്യമൊക്കെ തീൻമേശയിലെ ആ പ്രധാനപ്പെട്ട ഇരിപ്പിടം ഞങ്ങൾ ജെറാൾഡിനു വേണ്ടി മാറ്റിവെക്കുമായിരുന്നു. ഞങ്ങൾ ഷാങ്ഖായിൽ നിന്നും പോരുമ്പോൾ മൂന്നുമാസത്തിനകം ഞങ്ങൾക്കൊപ്പം ചേരുമെന്നായിരുന്നു ജെറാൾഡ് ഉറപ്പുപറഞ്ഞിരുന്നത്. പക്ഷേ, ആ മൂന്നുമാസത്തിനുശേഷം പിന്നീട് ഒരിക്കലും ജെറാൾഡ് തന്റെ തിരിച്ചുവരവിനെപ്പറ്റിപ്പറഞ്ഞില്ല. അതുകൊണ്ടുതന്നെ നിരത്തിലേക്ക് കാഴ്ചയുള്ള ആ കസേരയിൽ റെനി ഇരുന്ന് കഴിക്കാൻ തുടങ്ങി. ഞാൻ ശരിയെന്നോ തെറ്റെന്നോ പറഞ്ഞില്ല. ഒരുപക്ഷേ, ആ കത്ത് പുറപ്പെട്ടുകഴിഞ്ഞുവെന്ന് എനിക്കറിയാമായിരിക്കാം.

"അതാ ബസ്സു വരുന്നു." റെനി ഉറക്കെപ്പറഞ്ഞു.

അവൻ ഭക്ഷണം കഴിച്ച് തീരാറായിരുന്നു. രണ്ടാമത്തെ ഗ്ലാസ് പാലും കഴിച്ചുകഴിഞ്ഞു. അവൻ ഓടിപ്പോയി ജാക്കറ്റും തൊപ്പിയും എടുത്തുവന്നു.

"പോകട്ടെ അമ്മേ"

"ശരി മകനേ"

ജെറാൾഡ് ഒരിക്കലും ആ വിളി കുറുക്കുന്നത് അനുവദിച്ചിരുന്നില്ല. അമേരിക്കൻ കുട്ടികൾ മോം എന്നോ മാ എന്നോ വിളിക്കുമ്പോൾ ജെറാൾഡ് പറയും.

"അമ്മ എന്നത് മനോഹരമായ പദമാണ്. അതു നീ തിരുത്തണ്ട." അവനോട് എന്തെങ്കിലും പറഞ്ഞുകൊടുക്കുമ്പോഴെല്ലാം ജെറാൾഡ് ചൈനീസ് ഭാഷയാണ് ഉപയോഗിക്കുക. റെനി അനുസരിക്കും. പകൽ ഞാൻ തനിച്ചാവുകയും വീട് ശാന്തമാവുകയും ചെയ്യുമ്പോൾ ഞാനെന്റെ പതിവ് ജോലികളിലേക്ക് പോകും. പാത്രങ്ങൾ കവുകും. മുകളിലത്തെ നിലയിലെ കിടക്കകൾ വിരിച്ചിടും. മുന്നിലേക്ക് തള്ളിനിൽക്കുന്ന എന്റെ മുറി അച്ഛനും അമ്മയും പണ്ട് ഉപയോഗിച്ചിരുന്നതാണ്. അഞ്ച് വലിയ ജനലുകളുള്ള ആ മുറി താഴ്വാരത്തിലേക്ക് തുറക്കുന്നതാണ്. ഓരോ സമയത്തും വ്യത്യസ്തമാവുന്ന കാഴ്ചകൾ തരുന്നതാണ് താഴ്വാരം. കാലത്ത് ഞാൻ എഴുന്നേൽക്കുമ്പേൾ മലകൾക്കിടയിൽ പൂർണ്ണമായും വിടർന്ന ചന്ദ്രനുണ്ടായിരുന്നു. പീക്കിങ്ങിൽ ഞങ്ങളുടെ മതിലുകളുടെ ഉറപ്പ് എനിക്കിഷ്ടമായിരുന്നു. പക്ഷേ എനക്കീ ഭൂപ്രകൃതിയേയും ഇഷ്ടമാണ്. ജെറാൾഡ് ഒപ്പമില്ലാത്തപ്പോൾ ഞാനെന്റെ സ്വന്തം നാടാണ് തെരഞ്ഞെടുക്കുക. ജെറാൾഡിനൊപ്പമാകട്ടെ ഏതു നാടും സ്വീകാര്യമാണ്

ഏതും മനോഹരമാണ്!

ദക്ഷിണദിക്കിനഭിമുഖം എന്റെ മുറിയിൽ സൂര്യപ്രകാശം നിറഞ്ഞു. മേക്കട്ടിയുള്ള ഈ കട്ടിലും വലിപ്പുകളും ഇരുവശത്തേക്കും തുറക്കാവുന്ന നിരപ്പുപ്രതലമുള്ള ഈ എഴുത്തുമേശയും ചിമ്മിനിയുമെല്ലാം ഞാൻ പണികഴിപ്പിച്ചതാണ്. ശുദ്ധവായു നിറയുന്ന ഈ മുറിക്ക് ചെറിയ മിനുക്കലുകൾ മാത്രമേ ആവശ്യമാകാറുള്ളൂ. ഈ വീട്ടിൽ അനായാസമായി ഞാൻ ജോലി ചെയ്യുന്നുവെന്ന് എനിക്ക് തോന്നാറുണ്ട്. ചൈനയിലെ ഞങ്ങളുടെ വീട്ടിൽ നാലു ജോലിക്കാരികൾ ഉണ്ടായിരുന്നു. എനിക്ക് ചെയ്യാവുന്ന പണികളേ ആ വീട്ടിലുണ്ടായിരുന്നുള്ളൂ. അത് ജെറാൾഡും സമ്മതിക്കും. പക്ഷേ ഞാനെന്റെ കൈകൾകൊണ്ട് ജോലി ചെയ്യുന്നത് അദ്ദേഹത്തിന് ഇഷ്ടമായിരുന്നില്ല. എന്റെ കൈകൾ ഭംഗിയുള്ളതാണെന്നത് സത്യമാണ്. അദ്ദേഹം ആദ്യമായി എന്നോട് പറഞ്ഞതും അതേപ്പറ്റിയായിരുന്നു.

"നിന്റെ കൈകൾ മനോഹരമാണ്."

"ശരിക്കും?" ഞാനൊരു പൊട്ടിപ്പെണ്ണിനെപ്പോലെ ചോദിച്ചു. എനിക്കത് ഒന്നുകൂടി കേൾക്കണമായിരുന്നു.

"അമേരിക്കൻ പെൺകുട്ടികൾക്ക് സാധാരണയായി ഇത്ര ഭംഗിയുള്ള കൈകൾ ഉണ്ടാവാറില്ല." അദ്ദേഹം തുടർന്നു. "ഞാനിത് എന്റെ അമ്മയിൽനിന്നും മനസ്സിലാക്കിയതാണ്. ചൈനീസ് സ്ത്രീയായതുകൊണ്ട് അവർക്ക് മനോഹരമായ കൈകളുണ്ടായിരുന്നു."

"എല്ലാ ചൈനക്കാരികളുടേയും കൈകൾ മനോഹരമാണോ?"

"അതെ."

പിന്നീടൊരിക്കലും അദ്ദേഹം എന്റെ കൈകളെപ്പറ്റി സംസാരിച്ചിട്ടില്ല. പക്ഷേ, ഞാനത് ഒരിക്കലും മറക്കില്ല. ഒരുപക്ഷേ എന്റെ കൈകൾ അദ്ദേഹത്തെ തന്റെ അമ്മയെ ഓർമ്മിപ്പിച്ചതുകൊണ്ടാവാം ജെറാൾഡ് എന്നെ സ്നേഹിക്കാൻ തുടങ്ങിയത്. എങ്ങനെയാണ് എനിക്ക് അതേപ്പറ്റി ഇപ്പോൾ അറിയാനാവുക?

ജെറാൾഡിൽ നിന്നും ഒരു കത്തെങ്കിലും ലഭിച്ചിട്ട് ഇന്നേക്ക് മൂന്നുമാസത്തോളമായിരുന്നു. ഈ കത്ത് ഷാങ്ഖായിൽ നിന്നുമല്ല, ഹോങ്കോങ്ങിൽ നിന്നുമാണ് അയച്ചിരിക്കുന്നത്. അതാകട്ടെ അപരിചിതമായ ഒരു കൈപ്പടയുള്ള മറ്റൊരു കവറിനകത്തായിരുന്നു.

"എന്റെ കത്തുകൾ നമ്മെ ഏറെ അകലത്തിലാക്കുന്നതിൽ വിഷമിക്കരുത്. ഇവിടുത്തെ പ്രയാസങ്ങൾ ഇപ്പോൾ നിന്നോട് പറയാൻ പറ്റില്ല. ഈ കത്ത് എങ്ങനെ നിന്റെയടുത്ത് എത്തുന്നു എന്നും എനിക്ക് പറയാൻ കഴിയില്ല. നീ മറുപടി എഴുതുമ്പോൾ എന്റെ അഡ്രസ്സിലേക്ക് അയ

ക്കരുത്. കവറിനുമേലെയുള്ള അഡ്രസിൽ എഴുതുക. മാസങ്ങൾക്കുശേഷമായിരിക്കാം ഒരുപക്ഷേ എനിക്ക് മറുപടി എഴുതാനാകുക."

ആദ്യമൊക്കെ ഞങ്ങൾ പതിവായി കത്തുകൾ എഴുതുമായിരുന്നു.ജപ്പാനുമായുള്ള യുദ്ധം വരുന്നതുവരെ ഞങ്ങൾ വേർപിരിഞ്ഞിട്ടില്ലായിരുന്നു. വടക്കൻദേശങ്ങൾ ശത്രുക്കളായതോടെ ഹോങ്കോങ്ങിലേക്കുള്ള റെയിൽവേ റദ്ദാവുന്നതിനുമുന്നെ ചുങ് കിങ്ങിലേക്ക് പോകാൻ ജെറാൾഡ് എന്നോട് ആവശ്യപ്പെട്ടു.

"നിങ്ങളില്ലാതെ?" ഞാൻ കരഞ്ഞുപോയി.

"എനിക്ക് വരാൻ പറ്റുന്ന ഉടനെ ഞാൻ എത്തും. കോളേജിന് അവധിയാകുന്നതുവരെ എനിക്ക് ഇവിടെ നിന്നു വരാൻ പറ്റില്ല."

യൂണിവേർസിറ്റി തലവനായിരുന്നതിനാൽ കനത്ത ഉത്തരവാദിത്വം അദ്ദേഹത്തിനുണ്ടായിരുന്നു. ജെറാൾഡ് പറയുന്നത് ശരിയാണ് എന്ന് എനിക്കറിയാമായിരുന്നു. അതുകൊണ്ട് ഞാനും റെനിയും അദ്ദേഹത്തെ കൂടാതെ പുറപ്പെട്ടു. അതൊരു സുഖകരമായ യാത്രയായിരുന്നില്ല. ട്രെയിൻ നിറയെ അഭയാർത്ഥികളുടെ തിരക്കായിരുന്നു. കാറുകൾക്ക് മുകളിൽ പോലും യാത്രക്കാർ. നിറഞ്ഞ ഹോട്ടലുകൾ. വെള്ളക്കാരുടെ സകല അഹങ്കാരവും ഇല്ലാതാവുന്ന നിമിഷങ്ങൾ. ഇതിനിടയിൽ യാങ്സ്റ്റെ മലയിടുക്കിൽനിന്നും ചുങ് കിങ്ങിലേക്കുള്ള ഒരു ചെറിയ ബോട്ടിൽ ഞങ്ങളും ഇടം പിടിച്ചു.

മാസങ്ങൾക്കുശേഷം, പറഞ്ഞുപോലെതന്നെ ജെറാൾഡ് വന്നു. അദ്ദേഹത്തിന്റെ സഹപ്രർത്തകരേയും കുട്ടികളേയും കൂടെ കൊണ്ടുവരേണ്ടിവന്നു. ആ സമയത്തിനിടയിൽ ഞാനും റെനിയും നഗരത്തിനടുത്ത് കുന്നിൻചെരിവിനിടയിൽ ഒരു ചെറിയ വീട് കണ്ടെത്തിയിരുന്നു. പ്രിയപ്പെട്ടവനുമായുള്ള പുനഃസമാഗമത്തിന്റെ ആനന്ദം! ജെറാൾഡ് കുറേക്കൂടി ക്ഷീണിച്ചതായി തോന്നി. ഡിപ്പാർട്ട്മെന്റും കുട്ടികളും അദ്ദേഹത്തിനൊപ്പം തന്നെ ഉണ്ടായിരുന്നു. അദ്ദേഹമവരെ സുരക്ഷിതരായി സംരക്ഷിച്ചു. നഗരത്തിലെ പുരാതനമായ കെട്ടിടങ്ങൾ അവരെ താമസിപ്പിക്കുന്നതിനായി കണ്ടെത്തി. അവർ സുരക്ഷിതരാണെന്ന് ഉറപ്പുവരുത്തിയതിനുശേഷമേ ജെറാൾഡ് എന്റെയരികിലേക്ക് വരാറുള്ളൂ. എന്നെ വട്ടംപുണരുമ്പോൾ അദ്ദേഹത്തിന്റെ ശരീരം വിറക്കുന്നുണ്ടായിരുന്നു. അദ്ദേഹം എത്രമാത്രം ക്ഷീണിതിനായിരിക്കുന്നുവെന്ന് എനിക്ക് മനസ്സിലായി.

"ഇവിടം നിങ്ങൾക്ക് വിശ്രമിക്കാനുള്ളതാണ്." ഞാൻ പ്രണയപൂർവ്വം പറഞ്ഞു.

ഞാൻ തയ്യാറാക്കിയ വീടിനെ അദ്ദേഹം നോക്കിക്കൊണ്ടിരുന്നു. വലിയ മുറികളോട് എനിക്ക് ഭ്രമമാണ്. ചുങ് കിങ്ങിലെ ഇഷ്ടികകൊണ്ടു

നിർമ്മിച്ച ആ ഫാംഹൗസ് ആദ്യം കാണുമ്പോൾ തന്നെ ഇടയിലുള്ള വലിയ ഭിത്തികൾ എടുത്തുമാറ്റാൻ അനുവദിച്ചാലേ വീട് എടുക്കുകയുള്ളൂ എന്ന് ഞാൻ വീട്ടുടമസ്ഥനോട് പറഞ്ഞിരുന്നു. അങ്ങനെ മൂന്നു മുറികളെ വലിയ ഒറ്റ മുറിയാക്കി.

"നിങ്ങൾ എവിടെയുറങ്ങും?" അയാൾ അത്ഭുതത്തോടെ കണ്ണുകളുരുട്ടി ചോദിച്ചു.

തടിച്ച ശരീരമുള്ള, വാടകകൊണ്ടു കഴിഞ്ഞുകൂടുന്ന അയാൾ ഒരു കൃഷിക്കാരനായിരുന്നില്ല. ഞാൻ അതു കേൾക്കാത്തതായി നടിച്ചു. അതയാളുടെ കാര്യമല്ല. മുറ്റത്തിന് ഇരുവശത്തുമായി അടഞ്ഞുകിടന്ന രണ്ടു സ്റ്റോർമുറികളെ കിടപ്പുമുറികളായി ഉപയോഗിക്കാൻ ഞാൻ നേരത്തെ തീരുമാനിച്ചിരുന്നു. ഗേറ്റിനോടുചേർന്ന മുറി അടുക്കളയായും സ്റ്റോർമുറിയായും മാറി. അതുകൊണ്ടുതന്നെ ജെറാൾഡ് കണ്ട മുറി വലുതും സ്വസ്ഥതയുള്ളതുമായിരുന്നു. പീക്കിങ്ങിലെ വീട്ടിൽനിന്നും ഞങ്ങൾ ഒന്നും ഇങ്ങോട്ടു കൊണ്ടുവന്നിരുന്നില്ല. എന്നാൽ ചൈനയിലെ ചെറിയ കടകളിൽ നിന്നും എനിക്കാവശ്യമായ സാധനങ്ങൾ കണ്ടെത്താൻ എനിക്കറിയാമായിരുന്നു. ചൈനീസ് ശില്പികൾ കഴിവുറ്റവരും സൗന്ദര്യാരാധകരുമാണ്.

"വീടുപരിപാലിക്കുന്നതിൽ നിനക്ക് അസാമാന്യമായ പ്രതിഭയുണ്ട്." ജെറാൾഡ് ചൂരൽകെട്ടിയ കുഷ്യനിട്ട കസേരയിൽ പുറകിലേക്ക് ചാഞ്ഞു കിടന്നു.

"ഇത് സ്വർഗ്ഗമാണ്." അദ്ദേഹം കണ്ണുകളടച്ചു.

കണ്ണു നിറഞ്ഞതിനാൽ എനിക്ക് ബാക്കി എഴുതാൻ കഴിയുന്നില്ല.

*** *** ***

അത് ഫെബ്രുവരിയിലെ ആദ്യത്തെ ദിവസമായിരുന്നു. ശീതകാലമായതിനാൽ ആഴ്ചകളായി വെർമോണ്ട് താഴ്വാരം മഞ്ഞിനടിയിൽ നിശ്ശബ്ദമായിരുന്നു. മൂന്നുദിവസം മുൻപാണ് ഒരു ചൂടുകാറ്റും സൂര്യപ്രകാശവും ചേർന്ന് കുന്നിൻചെരിവിലെ മഞ്ഞ് ഉരുക്കിക്കളഞ്ഞത്. പക്ഷേ, തണുപ്പുകാലം തിരിച്ചുവരുമെന്ന് എനിക്കറിയാമായിരുന്നു. മാർച്ചിലും ഏപ്രിലിലും പോലും ഞങ്ങൾക്ക് കനത്ത മഞ്ഞ് കിട്ടിയിട്ടുണ്ട്. ഫാക്ടറിയിലേക്ക് കൊണ്ടുവരുന്നതിനുമുമ്പേ തന്നെ ചാറെല്ലാം തണുപ്പുകൊണ്ട് കട്ടികൂടിപ്പോകാറുണ്ട്. അതിനാൽ ഞങ്ങൾക്ക് ചിലപ്പോഴെല്ലാം ഈ മാസങ്ങളിൽ ദിവസങ്ങളോളം പഞ്ചസാര നിർമ്മിക്കാൻ കഴിയാറില്ല. ഇന്ന് താഴ്വര കോടയിൽ മൂടിയിരിക്കുന്നു. മലകൾ കാണാനേയില്ല. ഇവിടെ നിന്നുള്ള നോട്ടത്തിന്റെ വിശാലത എന്റെ അമ്മയെ ഭയപ്പെടുത്തുമായിരുന്നു. അവർക്ക് വേണ്ടിയിട്ടാണ് എന്റെ പിതാവ് ഈ വീടിനു ചുറ്റും

വേലി കെട്ടിയത്.

"ഒരു ചുറ്റുവേലിയുടെ പിറകിലേ എനിക്ക് ജീവിക്കാൻ പറ്റൂ. അല്ലാത്തപക്ഷം ഞാനെവിടെയാണെന്ന് എനിക്കെങ്ങനെയാണ് അറിയാനാകുക?"

അമ്മ അച്ഛനോട് ചോദിക്കും. വിശാലമായ ഈ പച്ചപ്പുൽത്തോപ്പിനും പൂമരങ്ങൾക്കുമപ്പുറം അച്ഛൻ അവർക്കായി വേലി പണിതുകൊടുത്തു. അമ്മ സുന്ദരിയായിരുന്നു. ജീവിച്ചിരുന്ന കാലം മുഴുവൻ മെലിഞ്ഞ ഒരു സ്ത്രീയായിരുന്നു അവർ. എന്റെ പിതാവിന്റെ മരണശേഷവും വർഷങ്ങളോളം അവർ ഇവിടെ ജീവിച്ചു. ചിന്തയിലും കാഴ്ചയിലും കർക്കശക്കാരിയായിരുന്നു അമ്മ. വളരെ അപൂർവ്വമായി മാത്രമേ ആ വേലിക്ക് അപ്പുറത്തേക്ക് അവർ പോകുമായിരുന്നുള്ളൂ.

ജെറാൾഡ് മാകിലിയോഡിനെ വിവാഹം ചെയ്യാനാഗ്രഹിക്കുന്നു എന്ന് ഞാൻ പറഞ്ഞപ്പോൾ അവർക്ക് ഒട്ടും സന്തോഷമുണ്ടായില്ല. എന്റെ പിതാവിനെ സ്നേഹിച്ചിരുന്നുവെങ്കിലും അവർ ദാമ്പത്യം ആസ്വദിച്ചിരുന്നില്ല. ഞാൻ വിവാഹിതയാകുന്നതും അവർ ആഗ്രഹിച്ചിരുന്നില്ല.

"ഒരു നല്ല സ്ത്രീക്ക് രുചിക്കാത്തതായി ധാരാളം കാര്യങ്ങൾ വിവാഹത്തിലുണ്ട്." എന്തുകൊണ്ടാണ് ഞാൻ വിവാഹിതയാകുന്നത് ഇഷ്ടപ്പെടാത്തത് എന്ന ചോദ്യത്തിന് അമ്മ ഇങ്ങനെ പറഞ്ഞു. "എങ്കിലും മാകിലിയോഡ് നല്ല പേരാണ്." അവർ കൂട്ടിച്ചേർത്തു.

ജെറാൾഡ് പകുതി ചൈനക്കാരനും കൂടിയാണെന്നുകൂടി ഇപ്പോൾ പറയാമോ എന്ന് ഞാൻ ഒരുനിമിഷം ആലോചിച്ചു. വിടർന്ന കണ്ണുകളും പുരികങ്ങളുമുള്ള കാഴ്ചയിൽ യൂറോപ്യനായ ജെറാൾഡ് സുന്ദരനാണ്. ഒരു സ്ത്രീയെന്ന നിലയിൽ ഞാൻ എത്ര സുന്ദരിയാണോ, അതിലുമെത്രയോ സുന്ദരനാണ് ഒരു പുരുഷൻ എന്ന നിലയിൽ ജെറാൾഡ്. നീളം കുറഞ്ഞ്, കാഴ്ചയിൽ വലിയ തരക്കേടില്ലാത്ത എന്റെ കണ്ണുകൾ ചാരനിറത്തിലുള്ളതാണ്, എനിക്ക് നീലക്കണ്ണുകളല്ല. ഞാൻ സുന്ദരിയാണെന്ന് എനിക്ക് ഒരുറപ്പുമില്ല.

"നിന്റെ ചർമ്മം മനോഹരമാണ്."

"നിന്റെ ചുണ്ടുകൾ മധുരമുള്ളതാണ്."

എന്നൊക്കെ ജെറാൾഡ് പറയുമെന്നല്ലാതെ ഒരിക്കലും ഞാൻ സുന്ദരിയാണെന്ന് പറഞ്ഞിട്ടില്ല. നിറഞ്ഞ മനസ്സോടെ തന്നെ അദ്ദേഹം സുന്ദരനാണെന്ന് ഞാൻ പ്രഖ്യാപിക്കും. വൈവിധ്യമാർന്ന രക്തങ്ങളുടെ ചേർച്ച തീർച്ചയായും അദ്ദേഹത്തിൽ ഒരു മാജിക് ഉണ്ടാക്കിയിട്ടുണ്ട്.

ഏതു ദിശയിൽ നിന്നുമാണോ മാന്ത്രികത കടന്നുവന്നട്ടുള്ളത്? ആർക്കറിയാം? എന്തായാലും ആ പുതുമയുടെ സൂത്രവാക്യം അതാണ്.

ജെരാൾഡിലെ ചൈനീസ് രക്തത്തെക്കുറിച്ച് ഒളിച്ചുവെക്കാനുള്ള തോന്നൽ ഒരു നിമിഷം മാത്രമേ നിലനിന്നുള്ളൂ. എന്റെ അമ്മ അസാധാരണമാം വിധം കൂർമ്മബുദ്ധിയുള്ളയാളാണ്. അറിയാത്ത കാര്യങ്ങൾ അവർക്ക് ഊഹിക്കാനാകും. വളരെ സ്വാഭാവികമെന്നു തോന്നുംവിധമുള്ള അലസത ഭാവിച്ച് ശ്രദ്ധാപൂർവ്വമാണ് ഞാനത് പറഞ്ഞത്.

"ജെറാൾഡിന്റെ പിതാവ് പീക്കിങ്ങിലായിരുന്നു. പക്ഷേ അദ്ദേഹം ചൈനാക്കാരിയേയാണ് വിവാഹം കഴിച്ചത്. അതിനാൽ ജെറാൾഡ് പാതി ചൈനാക്കാരനുമാണ്."

അമ്മ വാപൊളിച്ചിരുന്നുപോയി. അവർ പേടിയോടെ എന്നെ നോക്കി.

"ഓഹ്! എലിസബത്ത്.. വേണ്ടാ!"

അമ്മ മാത്രമേ എന്നെ എലിസബത്ത് എന്ന് വിളിച്ചിരുന്നുള്ളൂ. എന്റെ പേര് മുത്തശ്ശിയുടേതുമായി ചേർന്നതാണ്. എലിസബത്ത് ഡുവാൻ. ജെറാൾഡ് എന്നെ 'ഈവ്' എന്ന് വിളിക്കും. അദ്ദേഹം എന്നെ പ്രണയപൂർവ്വം വിളിക്കുന്ന പേരാണ് അത്. മറ്റെല്ലാവരും പല രീതിയിൽ വിളിക്കാറുണ്ട്.

"ഈവ്, നീയെന്റെ ആദ്യപ്രണയമാണ്." വിവാഹം നിശ്ചയിക്കപ്പെട്ട് ആദ്യനാളുകളിൽ അദ്ദേഹം എന്നോടു പറഞ്ഞു.

"ഞാൻ നിങ്ങളെ ആദമെന്നു വിളിക്കട്ടെ" ഞാൻ കളിയായി പറഞ്ഞു.

അദ്ദേഹത്തിന് സന്തോഷമാണെങ്കിലും ഒരുപാതിയിൽ സംശയമായിരുന്നു. "ക്രിസ്ത്യാനികൾ ഒരു ചൈനാക്കാരന് പെൺകുട്ടിയെ കൊടുക്കുമോ എന്ന് എനിക്ക് സംശയമുണ്ട്."

"ജെറാൾഡ് നിങ്ങൾ ഊന്നിപ്പറയുന്നു ചൈനാക്കാരനാണെന്ന്, പക്ഷേ അല്ല. പകുതികൊണ്ടുപോലുമല്ല. ജെറാൾജ്, ദയവുചെയ്ത്, നിങ്ങൾ എന്റെ അമ്മയെ കാണുമ്പോൾ ആ അമേരിക്കൻ പാതിയാകൂ."

എന്റെ അമ്മയ്ക്കുമുന്നിൽ ജെറാൾഡ് എങ്ങനെയാണ് പെരുമാറുക എന്ന് എനിക്ക് ഉറപ്പില്ലായിരുന്നു. പിതാവ് ഇപ്പോൾ കൂടെ ഇല്ലാത്തതിൽ എനിക്ക് ദുഃഖം തോന്നി. ഉണ്ടായിരുന്നെങ്കിൽ അദ്ദേഹത്തിന് ജെറാൾഡിനെയും ജെറാൾഡിന്റെ ഈ ചൈനീസ് സങ്കീർണതയേയും ഇഷ്ടമായേനെ. അദ്ദേഹം മനസ്സിന്റെ ജനാലകൾ തുറന്നിട്ടയാളായിരുന്നു. പിതാവിനുശേഷം ഞാനും ആ ജനാലകൾ അതുപോലെ തുറന്നുതന്നെയിട്ടു.

എങ്കിലും ജെറാൾഡിനെ എനിക്ക് വിശ്വസിക്കേണ്ടതായിവന്നു. അമ്മയെ കാണാനായി വന്ന ജെറാൾഡ് എല്ലാ അർത്ഥത്തിലും ഒരു

അമേരിക്കൻ പയ്യനായിരുന്നു. ചൈനാപാരമ്പര്യമായി അപ്പോൾ ആ വശ്യതയും മിനുസപ്പെടുത്തിയ കറുത്ത തലമുടിയും മാത്രമേ കാണാനുണ്ടായിരുന്നുള്ളൂ. വിടർന്നതും ജീവസ്സുറ്റതുമായ കണ്ണുകൾ ചിലപ്പോഴെങ്കിലും കാഴ്ചയിൽ ചൈനീസ് ആവുകയും എന്റെ പ്രിയന്റെ ഉള്ളിലുള്ള മറ്റൊരാളെ എനിക്ക് കാട്ടിത്തരികയും ചെയ്തു.

സ്വതവേ അന്തർമുഖത്വം ഉണ്ടായിരുന്നെങ്കിലും ആ ദിവസം അമ്മ കുറച്ചുകൂടെ നിർവ്വികാരയായിരുന്നു. ചാരനിറമുള്ള വസ്ത്രം ധരിച്ച് അവർ സ്വീകരണമുറിയിൽ ജെറാൾഡിനെ സ്വീകരിക്കാനിരുന്നു. അവർക്കരികെ മഹാഗണികൊണ്ട് പണിത മേശമേൽ മുത്തശ്ശി കൊടുത്ത വെള്ളികൊണ്ടുള്ള ചായപ്പാത്രവും കടൽയാത്ര ചെയ്യുമായിരുന്ന ഏതോ പൂർവ്വികർ കാന്റണിൽനിന്നും നൂറുവർഷങ്ങൾക്കുമുന്നേ കൊണ്ടുവന്ന ചായക്കപ്പുകളും മറ്റും ഉണ്ടായിരുന്നു.

"അമ്മേ, ഇതാണ് ജെറാൾഡ്." ഞാൻ പരിചയപ്പെടുത്തി.

അമ്മ അവരുടെ വിളർത്ത കൈ നീട്ടി ജെറാൾഡിനെ അഭിവാദനം ചെയ്തു. "എന്തൊക്കെയാണ്?" അവരൊരു സാധാരണ സ്ത്രീയാണ്. എന്നിട്ടും മാന്യമായിത്തന്നെ അവരതു ചെയ്തു.

"നന്നായിരിക്കുന്നു. ശ്രീമതി കേർക്ക്, നിങ്ങളെ കണ്ടതിൽ എനിക്ക് സന്തോഷമുണ്ട്." ജെറാൾഡ് തന്റെ സന്തോഷമുള്ള സ്വരത്തിൽ പറഞ്ഞു.

"ഇരിക്കൂ, ജെറാൾഡ്." അന്തരീക്ഷം ലഘുവാക്കാൻ ഞാനും ശ്രമിച്ചു.

സ്വതവേ സൗമ്യയാണെങ്കിലും ആളുകളോട് തന്റെ കുലീനത വെടിഞ്ഞ് സംസാരിക്കാറില്ലെങ്കിലും ഇപ്പോൾ എന്റെ അമ്മയോടെനിക്ക് നേരിയ നീരസം തോന്നി. വളരെ അപൂർവ്വമെങ്കിലും അവർക്ക് മനോഹരമായ ഒരു ചിരിയുണ്ട്. അതിന്റെ നേരിയ ലാഞ്ചനപോലും മെലിഞ്ഞു നീണ്ട ആ മുഖത്ത് അപ്പോൾ കാണാനില്ലായിരുന്നു.

"എത്ര മനോഹരമായ വീട്. പറമ്പുമായി ചേർന്നു കിടക്കുന്ന ഇത്തരം പഴയ വീടുകൾ എനിക്കിഷ്ടമാണ്." ജെറാൾഡ് പറഞ്ഞു.

"ഇത് വളരെ വലുതാണ്." അമ്മ ചായ പകർന്നുകൊണ്ട് മറുപടി പറഞ്ഞു.

"വീടുകൾ ചെറുതാകേണ്ട കാര്യമില്ല. അതിന്റെ നിർമ്മാണത്തിൽ ഒരു ക്രമമുണ്ടായാൽ മതി." ജെറാൾഡ് തുടർന്നു.

"നിനക്ക് ചൈനീസ് ചായയോടാവും പ്രിയം. ഞങ്ങൾ ഇന്ത്യനാണ് ഉപയോഗിക്കാറ്." അമ്മ ചായ കൊടുത്തു.

"ഇതെനിക്കിഷ്ടമാണ്." ജെറാൾഡ് അമ്മയുടെ മനോഭാവത്തെപ്പറ്റി

വളരെയധികം ശ്രദ്ധാലുവാണെന്ന് എനിക്ക് തോന്നി. ചായയും കേക്കും കഴിച്ചു. സംസാരിക്കുമ്പോൾ ഇംഗ്ലീഷ് മാത്രം ഉപയോഗിക്കാൻ അമ്മ ശ്രമിച്ചു.

“ആഹാ! കേക്ക്! സ്കോച്ചുകാരിയായ എന്റെ മുത്തശ്ശി മരിച്ചതിൽ പിന്നെ ഞാനിതു കഴിച്ചിട്ടില്ല!”

“നിങ്ങളുടെ മുത്തശ്ശി സ്കോച്ചുകാരിയായിരുന്നോ?”

“അതെ അരുടെ കുടുംബം വെർജീനിയയിലേക്ക് കുടിയേറി. ഞാൻ കുട്ടിയായിരുന്നപ്പോൾ അവർ ഞങ്ങളുടെ കുടുംബത്തിലേക്ക് വരികയും മരണംവരെ അവിടെ താമസിക്കുകയും ചെയ്തു. ഞങ്ങളവരെ മറ്റു വെള്ളക്കാരോടൊപ്പം അവിടെത്തന്നെ അടക്കം ചെയതു.”

“ഏതായിരുന്നു നിങ്ങളുടെ നഗരം.” കേക്കിൽ ചെറുതായി കടിച്ച് അമ്മ ചോദിച്ചു.

“പീക്കിങ്ങ്, ചൈനയുടെ പുരാതനമായ തലസ്ഥാനം.” റോം എന്നോ പാരീസ് എന്ന് ലണ്ടൻ എന്നോ പറയുന്ന അതേ ലാഘവത്തോടെ ജെറാൾഡ് പറഞ്ഞു.

“ഇത് നല്ല ചായയാണ്. ഇന്ത്യൻ ചായ ചൈനീസ് ചായയേക്കാൾ നല്ലതാണ്. നിങ്ങളുടെ വിലയിരുത്തൽ ശരിയാണ് ശ്രീമതി കേർക്ക്.”

‘ഒരു പെണ്ണെന്ന നിലയിൽ ചായയെപ്പറ്റി ഞാൻ നന്നായി പഠിച്ചിട്ടു ണ്ട്.” അവർ സന്ദർഭത്തിനു ഒട്ടും അയവു വരുത്താൻ ശ്രമിക്കാതെ കേക്കിന്റെ പാത്രം ഉയർത്താൻ ശ്രമിക്കുകയും താഴെ വെക്കുകയും ചെയ്തു.

“ദയവായി ഒരു നിമിഷം കേക്ക് കഴിക്കുന്നതിനിടയിൽ റൊട്ടി കഴി ക്കരുതെന്ന് എന്റെ മുത്തശ്ശി പറഞ്ഞിട്ടുണ്ട്.” ജെറാൾഡ് ചിരിച്ചു.

“നിങ്ങളെ നന്നായി വളർത്തിയിരിക്കുന്നു ജെറാൾഡ്’ ഞാൻ ഇടയി ലേക്ക് തിരുകിക്കയറി.

“എലിസബത്ത്, നീ ആ പറഞ്ഞത് എനിക്ക് മനസ്സിലായില്ല. നീയും നല്ല രീതിയിൽ വളർത്തപ്പെട്ട കുട്ടിയാണ്. മിസ്റ്റർ മക്വിലിയോർഡ് പറ ഞ്ഞത് ശരിയാണ്. പക്ഷേ അസമയത്ത് നീ തമാശ പറയരുത്.” അമ്മ എന്റെ നേരെ തിരിഞ്ഞു.

“എന്നോട് ക്ഷമിക്കൂ അമ്മേ.”

എന്റെ പിതാവ് കുട്ടിക്കാലത്ത് പറഞ്ഞതുതന്ന ഒരു സൂത്രമായിരുന്നു അത്.

‘ലിസ്’ അതായിരുന്നു അദ്ദേഹം എന്റെ പേരിനെ ചുരുക്കിവിളിച്ചത്.

“ലിസ്, ക്ഷമിക്കൂ എന്ന് പറയുക എളുപ്പമാണ്. അതുകൊണ്ട് ഒന്നും

നഷ്ടപ്പെടുന്നില്ല. ഒരു നിമിഷത്തിന്റെ വേദന ഇല്ലാതാക്കുകയും ചെയ്യും. പരസ്പരം സ്നേഹിക്കുന്ന രണ്ടുപേർക്കിടയിൽ ഇത് ഏറെ ഫലപ്രദമാണ്."

"നിങ്ങളുടെ മുത്തശ്ശി മാകിലിയോർഡ് റിച്ച്മോണ്ടിൽ ജീവിച്ചിരുന്നോ?" അമ്മ ജെറാൾഡിനോട് ചോദിച്ചു.

"അതെ, താമസിച്ചിരുന്നു. വെർജീനിയയിൽ പഴയ സ്കോച്ച് കുടുംബങ്ങൾ താമസിച്ചിരുന്നു. അവർ പറയാറുള്ളത് അവരുടെ മുതുമുത്തശ്ശൻ ഡാനിയേൽ ആണ് തുടക്കക്കാരനെന്നാണ്. ഒരുപക്ഷേ അത് ശരിയായിരിക്കാം."

നല്ല കൗതുകമുള്ള കുടുംബകഥകൾ അവരുടെ ഒരു ദൗർബല്യമാണ്. ഞാനിനി അധികം പ്രയാസപ്പെടേണ്ടതില്ല എന്ന് എനിക്ക് മനസ്സിലായി. അമ്മയുടെ കുഞ്ഞുമനസ്സിനെ ജെറാൾഡ് ഏറെക്കുറേ കീഴടക്കിയിരുന്നു.

അമ്മയുടെ മനസ്സിൽനിന്ന് ആശങ്കകളകന്നുവെന്ന് ഞാൻ പറയുന്നില്ല. വിവാഹത്തിനുമുമ്പ്, പിന്നീടൊരിക്കൽ ജെറാൾഡ് വീട്ടിൽ വന്നപ്പോൾ അമ്മയെന്ന മുറിയിലേക്ക് വിളിപ്പിച്ചു.

"എലിസബത്ത്, എനിക്ക് വല്ലാത്തൊരു പേടിയുണ്ട്. നിനക്കൊരു കുഞ്ഞുണ്ടായാൽ അത് ചൈനാക്കാരേപ്പോലിരിക്കും. കുട്ടികൾ അവരുടെ മുത്തശ്ശന്മാരെപ്പോലെയാണ് ഉണ്ടാവുക. നീ നിന്റെ മുത്തശ്ശി ഡുവാനെ പോലെയാണിരിക്കുന്നത്."

"ആ കുട്ടി മാകിലിയോഡിനെപ്പോലിരിക്കും." ഞാൻ പറഞ്ഞു.

"ഒരുറപ്പുമില്ല." അവർ ധൃതിയിൽ തർക്കിച്ചു. "ഒരു ചൈനീസ് പേരക്കുട്ടിയെ ഞാൻ എങ്ങനെ ഉൾക്കൊള്ളുമെന്ന് എനിക്കറിയില്ല. അതെനിക്ക് ബോസ്റ്റണിൽ പറഞ്ഞുതരാനാകുന്നില്ല."

അമ്മ എക്കാലവും മാനസികമായും ആത്മീയമായും ബോസ്റ്റൺകാരിയായിരുന്നു. ഒരിക്കലും അവർ ഒരു വെർമോണ്ടുകാരിയായില്ല.

"അമ്മ വിഷമിക്കാതിരിക്കൂ. ഞാനും ജെറാൾഡും പീക്കിങ്ങിൽ ജീവിക്കും." ഞാൻ പറഞ്ഞു.

ഉറപ്പായും അതവരെ ഭയപ്പെടുത്തിയിട്ടുണ്ടാകും. "നീ ഒരിക്കലും ചൈനയിൽ പോയി ജീവിക്കില്ല." പ്രതിഷേധസ്വരത്തിൽ അവർ നിഷേധിച്ചു.

"നിങ്ങൾ വെർമോണ്ടിൽ വന്നു ജീവിക്കുന്നില്ലേ?" ഞാൻ തർക്കിച്ചു.

"പക്ഷേ, ഇത് ചൈനയാണ്."

"റോമിനെപ്പോലെ ലണ്ടനെപ്പോലെ ഒക്കെത്തന്നെയാണ്. ഒട്ടും ഒറ്റപ്പെട്ട സ്ഥലമല്ല പീക്കിങ്ങ്." ഞാൻ ജെറാൾഡിനെ അനുകരിച്ച് പറഞ്ഞു.

“പീക്കിങ്ങിലേക്ക് പോയിട്ടുള്ള ആരെയും എനിക്കറിയില്ല.” അടുത്തു തന്നെ സംഭവിച്ചേക്കാവുന്ന ഒന്നിനോട് എതിരായെന്നവണ്ണം അവർ പറഞ്ഞു.

“മുത്തശ്ശി മാകിലിയോഡ് പോയിട്ടുണ്ട്. മാത്രവുമല്ല. അവരെ അടക്കിയതുപോലും അവിടെയാണ്.” ഞാൻ ഓർമ്മിപ്പിച്ചു.

“മരിച്ചാൽ എവിടെയായാലും അവർക്ക് പിന്നെ എന്തു ചെയ്യാനാകും?” അവർ തർക്കിച്ചുകൊണ്ടിരുന്നു.

അവർ അവിടെ അടക്കം ചെയ്യാനാഗ്രഹിച്ചിരുന്നു. ജെറാൾഡ് എന്നോട് പറഞ്ഞിട്ടുണ്ട്. അമ്മ ഉറക്കനെ നിശ്വസിച്ചതല്ലാതെ ഒന്നും പറഞ്ഞില്ല. “ശുഭരാത്രി പറഞ്ഞു പോയ്ക്കോളൂ. ഞാനൊരിക്കലും പീക്കിങ്ങിലേക്ക് വരില്ല.” ഞാൻ കവിളത്ത് ഉമ്മവെക്കാനായി കുനിഞ്ഞപ്പോൾ അവർ കൂട്ടിച്ചേർത്തു.

“അമ്മ വരികയൊക്കെ ചെയ്യും.” ഞാനാ ദിവസങ്ങളിൽ സന്തുഷ്ടയായിരുന്നു. അവർ പക്ഷേ നിഷേധാർത്ഥത്തിൽ തലയാട്ടി.

അവർ പറഞ്ഞത് ശരിയായിരുന്നു. അമ്മ ഒരിക്കലും പീക്കിങ്ങിലേക്ക് പോയില്ല. ഞാനും ജെറാൾഡും വിവാഹിതരായി ഒരു വർഷത്തിനകം ന്യുമോണിയ ബാധിച്ച് അമ്മ മരിച്ചു.

എല്ലാ വർഷവും ശൈത്യകാലം വരുമ്പോൾ കമ്പിളിപ്പുതപ്പു പുതച്ച് അവർ പറയാറുള്ളത് ഞാനോർക്കും.

“വെർമോണ്ടിലെ ശൈത്യം എന്റെ മരണമാണ്.” അവരെന്നും അതു പറയും. ഒടുവിൽ അത് സത്യമായിവരികയും ചെയ്തു. അവരെ ശൈത്യമാണ് ഇല്ലാതാക്കിയത്. പക്ഷേ, അതിൽ പകുതിയും അവർ അവരുടെയുള്ളിൽ പേറിയ ശൈത്യവുമായിരുന്നു.

*** ***

ഇന്നലത്തെ സന്ധ്യക്ക് ആകാശം വലിയൊരു കാർമേഘത്തിനു കീഴെ പെട്ടെന്ന് ഇരുട്ടിലാവുകയും വലിയ കാറ്റു വീശുകയും ചെയ്തു. വീശിയടിക്കുന്ന കാറ്റ് മലകളുടെയും കൃഷിയിടത്തിന്റെയും മുകളിൽ കറങ്ങിനിന്നു. മൃഗങ്ങൾക്കും മനുഷ്യർക്കും എനിക്കും അന്നേരത്ത് എന്തോ ഒരു അസ്വസ്ഥത അനുഭവപ്പെടുകയുണ്ടായി. ചുഴലിക്കാറ്റ് ഞാൻ മുൻപും കണ്ടിട്ടുണ്ട്. വലിയ മണൽക്കാറ്റ് പീക്കിങ്ങിലും വീശാറുണ്ടായിരുന്നു. പക്ഷേ ഇന്നലത്തെ കാറ്റിൽ മണലോ മഴയോ ഉണ്ടായിരുന്നില്ല. നാലഞ്ച് വലിയ മഴത്തുള്ളികൾ വീണെങ്കിലും കാറ്റ് വേഗത്തിൽ അതിനെയും കൊണ്ടുപോയി.

ആ കാറ്റ് എന്തായിരുന്നാലും, അത് ഇരുട്ടിനെയകറ്റി. ഇന്ന് താഴ്വാരം തിളങ്ങുന്ന സൂര്യനുകീഴിൽ ഊഷ്മളതയോടിരിക്കുന്നു.

ഇത്തവണത്തെ വസന്തത്തെ ഞാൻ ഭയക്കുന്നുണ്ട്. ഞാൻ ക്ലോക്കിൽ നോക്കാതിരിക്കാൻ ശ്രമിക്കുന്നുണ്ട്. പോസ്റ്റുമാനെ കാത്തിരിക്കുന്നതിൽ കാര്യമില്ല. ജെറാൾഡിൽ നിന്നും ഇനിയൊരു കത്ത് എനിക്ക് ലഭിക്കില്ല. എന്നോടുതന്നെ എന്നും ഞാനതു പറഞ്ഞുകൊണ്ടിരുന്നു. രാവിലെ മാറ്റ് കത്തുകൊണ്ടുവന്നപ്പോൾ ഞാൻ തലതിരച്ചു നോക്കുകപോലും ചെയ്യാതെ ഓഫീസിലെ മേശപ്പുറത്തു വെച്ചേക്കൂ എന്നു പറഞ്ഞു. ഒരു കത്തും ഉണ്ടാവില്ലെന്നറിയാമായിരുന്നിട്ടും ഞാൻ പോയി നോക്കി.

കരിമ്പിൽനിന്ന് നീരെടുക്കും മുന്നെ ഞങ്ങൾക്ക് തോട്ടം വെട്ടിയൊതുക്കേണ്ടതും മറ്റുമായ പണികളുണ്ടായിരുന്നു. കേടില്ലാത്ത നല്ലയിനം നാടൻ ആപ്പിളുകൾ ഞങ്ങൾക്കുണ്ട്. എല്ലാ സീസണിലും ഞാൻ കടകളിൽ കൊടുക്കാറുണ്ട്. തന്റെ കൈയിൽ ബാക്കിയുണ്ടെങ്കിൽപ്പോലും കടക്കാരൻ അവ കൃത്യമായി വാങ്ങിക്കാറുണ്ട്. പൗണ്ട് ആപ്പിളുകളാണ് എനിക്ക് പ്രിയപ്പെട്ടത്. ചുവന്ന് മാംസളമായ ചെറിയ പുളിയും മധുരവുമുള്ള അതിന്, പൗണ്ടോ അതിനടുത്തോ തൂക്കം വരും. ഒരെണ്ണം എടുത്ത് കടിച്ചപ്പോൾ ജെറാൾഡിന് അവ ഇഷ്ടമായിരുന്നില്ലെന്ന് ഞാനോർത്തു. ചൈനീസ് ആപ്പിൾ ബലമുള്ളതും രുചിയില്ലാത്തവയുമാണ്. പക്ഷേ, രുചിയുള്ള അമേരിക്കൻ ആപ്പിളുകളോടും ജെറാൾഡിന് പ്രിയമില്ല. ആപ്പിൾ പറിക്കുന്ന സമയങ്ങളിൽ ഞങ്ങളെ സഹായിക്കാനായി ജെറാൾഡ് വരാറുണ്ട്. പക്ഷേ, ഒരിക്കലും കഴിക്കുന്നതു കണ്ടിട്ടില്ല. പകരം അദ്ദേഹം പിയർ പഴത്തെപ്പറ്റി സംസാരിക്കും. അതുകേട്ട് ഞാൻ പിയർ പഴങ്ങൾ വാങ്ങിക്കൊണ്ടുവന്നു. പക്ഷേ അവയിൽനിന്ന് ഒരെണ്ണം പോലും അദ്ദേഹത്തിന് കഴിക്കാനുമായില്ല.

“പീക്കിങ്ങിലെ പിയർ പഴങ്ങൾ ഇതിനേക്കാൾ നിറഞ്ഞതും മധുരമുള്ളതുമാണ്.”

“എന്നാലത് പിയർ പഴമാവില്ല.” ഞാൻ കളിയാക്കി.

“നമുക്ക് കാത്തിരുന്ന് കാണാം.”

അദ്ദേഹത്തിന് ഡോക്ടറേറ്റ് ഡിഗ്രി ലഭിച്ചാലുടൻ ഞങ്ങൾ വിവാഹിതരാകുമെന്ന് അപ്പോൾ ഞങ്ങൾക്ക് അറിയാമായിരുന്നു. പിന്നീട് പീക്കിങ്ങിലെ പിയർ പഴങ്ങൾ കഴിച്ചപ്പോഴാണ് മനസ്സിലായത്, അത് തികച്ചും വേറെ തന്നെയാണ്! രുചിയിലോ രൂപത്തിലോ അത് അമേരിക്കൻ പിയർപഴങ്ങളുടേതല്ല. അവർ പാകമാകാതെയാണ് പറിക്കുന്നത് എന്നാണ് ഞാൻ ആദ്യമൊക്കെ കരുതിയിരുന്നത്. ചൈനാക്കാർ പൊതുവെ നേരിയ പച്ചനിറത്തിലാണ് പഴങ്ങളെ വിളവെടുക്കാറുള്ളത്. എന്നിരുന്നാലും പിയർ പഴങ്ങൾ ശീതകാലം മുഴുവൻ അതിന്റെ പുതുമ

നിലനിർത്തും.

പകൽ മുഴുവൻ മാറ്റും ഞാനും കൂടി ചില്ലകൾ വെട്ടിയൊതുക്കി. അധികം ബഹളങ്ങളില്ലാത്ത ശോഷിച്ചുമെലിഞ്ഞ ഒരു വെർമോണ്ട് കർഷകനാണ് മാറ്റ്. ഭക്ഷണരീതികളിലൊന്നും തീരെ ശ്രദ്ധയില്ലാത്തതിനാൽ അയാളുടെ പല്ലുകൾ എല്ലാംതന്നെ നേരത്തെ നഷ്ടമായിരുന്നു. എന്റെ കയ്യിലുള്ള ബ്രൗൺ നിറത്തിലുള്ള റൊട്ടിയിലേക്കും അരിഞ്ഞിട്ട പച്ചക്കറികളിലേക്കും അയാൾ അനിഷ്ടത്തോടെയാണ് നോക്കിയത്, എന്നിരുന്നാലും ഞാനയാളെ എന്റെ ഉച്ചഭക്ഷണത്തിൽ പങ്കുചേരാൻ ക്ഷണിച്ചു. പക്ഷേ അയാൾ മാറിയിരുന്ന്, സ്ലാബു പോലുള്ള രണ്ടു വലിയ റൊട്ടിക്കഷണത്തിനിടയിൽ മാംസവും ചേർന്ന, ഉച്ചഭക്ഷണമെന്ന് അയാൾ വിളിക്കുന്ന ഭക്ഷണം ആർത്തിയോടെ ചവച്ചുതിന്നു. എന്നെ സംബന്ധിച്ചിടത്തോളം അത് ധാന്യവും. അൽപ്പം വെള്ളവും ചേർന്ന ഒരു ഖരപദാർത്ഥം മാത്രമാണ്. ചൈനയിലെ എന്റെ പോയ വർഷങ്ങളെക്കുറിച്ച് മാറ്റിനറിയാം. ജെറാൾഡിനെക്കുറിച്ചറിയാൻ അയാൾക്ക് ആകാംക്ഷയുണ്ടാകും എന്ന കാര്യത്തിൽ സംശയമില്ല. എങ്കിലും ഫാമിൽവച്ച് ഒരിക്കൽപ്പോലും അയാളത് ചോദിച്ചിട്ടില്ല. അതിൽനിന്ന് രക്ഷപ്പെട്ടുവെങ്കിലും അയാളുട സംഭാഷണങ്ങൾ താഴ്വരയിലെ പരദൂഷണങ്ങളലവും. ചെറുപ്പക്കാരനായ ടോം മോറസ്സിന്റെയും ഭാര്യയുടെയും അടിപിടിയോളം ചെന്നെത്തിയ വലിയ വഴക്കിനെപ്പറ്റിയാണ് ഇന്നുകേട്ടത്.

"അയാളിന്ന് അവളുടെ നേരെ പിച്ചാത്തിയെടുത്തു."

"എന്നിട്ട്?"

"അതിന്റെ പിടികൊണ്ടവളെ കുത്തി!"

"എവിടെ?"

"നെഞ്ചിൽ"

"നെഞ്ചിൽ?"

മോളി മോസ്റ്ററിന് വലിയ മാറിടമാണ്. അവരാകട്ടെ ഇറുകിയ സ്വെറ്ററുകളാണ് ധരിക്കാറുള്ളത്. ഞാൻ ആ സംഭാഷണം തുടർന്നില്ല.

"റെനി സ്കൂളിൽ നിന്ന് തിരിച്ചെത്തുമ്പോഴേക്കും പണി തീർക്കണം." ഞങ്ങൾ പണിയിലേക്കു മടങ്ങി.

അങ്ങനെ എന്റെ ചിന്തകൾ വെർമോണ്ട് മലനിരകൾക്കും അപ്പുറത്തേക്ക് പോകുമ്പോഴും ഞാനിവിടെ എന്റെ ആപ്പിൾച്ചെടികളെ വെട്ടിയൊതുക്കി. ആപ്പിൾ കായ്ക്കുന്നത് ഇളംചില്ലകളിലാണ്, ഉറപ്പേറിയ കൊമ്പുകളിലല്ല. ഞാൻ വലിയ കൊമ്പുകൾ ആദ്യം മുറിച്ചുമാറ്റി. തടിയെ ശാഖകളാകാൻ അനുവദിച്ചു. തടികൾ കട്ടികൂടുമ്പോൾ അയൽക്കാർ പറയും.

ചെടിയെ വെട്ടിയൊതുക്കാൻ സമയമായി എന്ന്. തണുപ്പുകാലത്ത് പുറത്തിറങ്ങി ജോലി ചെയ്യാൻ പറ്റാതാവുന്ന സമയങ്ങളിൽ ഞാൻ അകത്തിരുന്ന് ഈർച്ചവാളിനെയും കത്തിയെയും ഒക്കെ മൂർച്ച കൂട്ടി വെക്കും. എനിക്കൊരു പഴയിനം മണൽക്കല്ലുണ്ട്. അത് വലിയ ആയുധങ്ങൾ രാകിമിനുക്കാൻ വളരെയേറെ ഫലപ്രദമാണ്. ചെറിയ ആയുധങ്ങൾ തീക്കല്ലിന്റെ ചീള് കയ്യിൽവച്ച് അതുകൊണ്ടുതന്നെ ഞാൻ ചെയ്യും. എനിക്ക് പലതരത്തിൽ മരങ്ങളെ വെട്ടിയൊതുക്കാൻ അറിയാം. മേൽഭാഗത്തുള്ള ശരിയായ മുറിക്കൽ വേഗം സുഖപ്പെടുമെന്ന് എനിക്കറിയാം. ആഴമേറിയ മുറിവുകൾ ഒരിക്കലും മാറില്ലെന്നും എനിക്കറിയാം. അത്തരം കൊമ്പുകൾ പിന്നീട് ഒരിക്കലും കായ്ക്കില്ല.

*** ***

ഒന്നിനും വസന്തത്തെ തിരിച്ചുപിടിക്കാനായില്ല. അതെന്റെ ഭയങ്ങൾക്കപ്പുറത്ത് കടന്നുവരുന്നതിന്റെ അടയാളങ്ങൾ ഞാൻ അറിയാൻ തുടങ്ങി.

റെനി ഇടയ്ക്കിടെ ചോദിക്കും

"അമ്മേ കത്തൊന്നുമില്ലേ?"

ഞാൻ ഇല്ലെന്ന് തലയാട്ടി. "അവിടെ നിന്റെയച്ഛന് കാര്യങ്ങൾ കൂടുതൽ പ്രയാസത്തിലാണെന്നു ഞാൻ സംശയിക്കുന്നു. കമ്മ്യൂണിസ്റ്റ് പ്രചരണത്തിന്റെ ഭാഗമായി അമേരിക്കൻ വിരുദ്ധമനോഭാവം അവിടെയിപ്പോൾ കൂടുതലാണ്."

"എന്താണീ കമ്മ്യൂണിസം?"

"ആർക്കറിയാം. അത് ആളുകൾ ഉണ്ടാക്കിയെടുക്കുന്നതല്ലേ."

ഞാനവനോട് കാറൽമാർക്സിനെപ്പറ്റിപ്പറഞ്ഞു. മെലിഞ്ഞുകുറുകിയ, വർഷങ്ങൾക്കുമുന്നേ മരിച്ചുപോയ മാർക്സ്, തന്റെ ഇച്ഛാശക്തി ഒന്നുകൊണ്ടുമാത്രം ജനലക്ഷങ്ങളുടെ ജീവിതത്തെ സ്വാധീനിക്കാൻ അയാൾക്ക് കഴിഞ്ഞു.

"നമ്മുടെ ജീവിതം പോലും റെനീ. അയാൾ കാരണമാണ് നമ്മൾ വേർപിരിഞ്ഞത്. ഞാൻ എന്റെ ഭർത്താവിൽനിന്നും, നീ നിന്റെ പിതാവിൽ നിന്നും."

"എന്റെ അച്ഛന് സ്വയം സ്വതന്ത്രനാകാൻ കഴിയില്ലേ?"

ഞാനെങ്ങനെയാണ് അതിന് മറുപടി പറയുക?

"നമ്മുടെ രാജ്യം കമ്മ്യൂണിസ്റ്റാവുകയാണെങ്കിൽ നമ്മൾ രക്ഷപ്പെടുമെന്ന പ്രതീക്ഷയിൽ ഭൂതത്തിലും ഭാവിയിലും വിശ്വസിച്ച് നമുക്കിവിടെ ജീവിക്കാം."

"നമുക്കതിന് കഴിയുമോ? നമ്മുടച്ഛനും?"

“എനിക്കറിയില്ല.”

“എനിക്കുമറിയില്ല അമ്മേ. ഇതെന്റെ രാജ്യമാണോ എന്നുപോലും എനിക്കറിയില്ല.”

അതങ്ങനെയല്ല എന്ന് എനിക്ക് നന്നായറിയാം. റെനി അവന്റെ രാജ്യം തെരഞ്ഞെടുക്കേണ്ടതുണ്ട്.

അധികം വൈകാതെ തന്നെ എനിക്ക് അവനോട് ആ കത്തിനെപ്പറ്റി, മുകളിലെ നിലയിൽ രഹസ്യഅറയിൽ സൂക്ഷിച്ചിരിക്കുന്ന കത്തിനെപ്പറ്റി പറയേണ്ടിവരും. അവിടെനിന്നും വേറെ കത്തൊന്നും ഇനി വരാനില്ല.

പക്ഷേ, ഞാനത് മറ്റൊരു ദിവസത്തേക്ക് മാറ്റിവെച്ചു. അത്താഴത്തിനു ശേഷം റെനി ധാരാളം സംസാരിക്കുകയുണ്ടായി. ഞങ്ങൾ നെരിപ്പോടിനടുത്തായിരുന്നു ഭക്ഷണം കഴിക്കാനിരുന്നത്. ഈ നെരിപ്പോട് പണ്ട് ഭക്ഷണമുണ്ടാക്കാൻ ഉപയോഗിച്ചതാവാമെന്നു തോന്നുന്നു. ഭാരം ഉയർത്താനായുള്ള ഒരു ഉപകരണവും അതിൽ തൂങ്ങുന്ന ഒരു പാത്രവും അതിനോടൊപ്പം ഉണ്ടായിരന്നു. മഴ ദവസങ്ങളിൽ കറന്റു പോകുമ്പോൾ ഞാനത് ഇപ്പോഴും വെള്ളം ചൂടക്കാനായി ഉപയോഗിക്കാറുണ്ട്.

“എന്തായാലും നമുക്കൊരു കത്തയക്കാൻ അച്ഛന് കഴിയണമായിരുന്നു.” റെനി തുടർന്നു.

“എന്തെല്ലാം ബുദ്ധിമുട്ടുകളാണ് അദ്ദേഹമവിടെ അനുഭവിക്കുന്നതെന്ന് നമുക്കറിയില്ലല്ലോ. അദ്ദേഹത്തിന്റെ പിതാവ് ഒരു അമേരിക്കക്കാരനാണ് എന്നത് വളരെ അപകടകരമാണ്.”

“മുത്തശ്ശൻ മാകിലിയോഡ് ഇപ്പോൾ എവിടെയാണ്?” റെനി ചോദിച്ചു.

റെനിക്ക് ആപ്പിൾ ഇഷ്ടമാണ്. അടുക്കളയിൽ തട്ടികൊണ്ടുണ്ടാക്കിയ ഒരു പാത്രത്തിൽ ഞാനത് ഇട്ടുവെക്കാറുണ്ട്. സംസാരിച്ചുകൊണ്ടിരിക്കുമ്പോൾ അവനത് കഴിച്ചുകൊള്ളും.

“അദ്ദേഹം ഇപ്പോൾ കാൻസാസിലാണ്. ഇനി വരുന്ന ദിവസങ്ങളിൽ നമുക്ക് അദ്ദേഹത്തെ കണ്ടുപിടിക്കണം. മറന്നുപോയോ, നീ അദ്ദേഹത്തെ ബാബ എന്നാണ് വിളിക്കാറ്.”

വിത്തുകൾ തരംതിരിക്കാനിരുന്നതായിരുന്നു എങ്കിലും ഞാനപ്പോൾ വെറുതെ നെരിപ്പോടിലേക്ക് നോക്കിയിരിക്കുക മാത്രമാണ് ചെയ്തുകൊണ്ടിരുന്നത്. വളരെ മുൻപുതന്നെ ജെറാൾഡിന്റെ അച്ഛനെ കാണാൻ പോകാൻ തീരുമാനിച്ചതായിരുന്നു. ഷാങ്ഘായിൽ നിന്നും വരുംമുന്നേ ജെറാൾഡിന്റെ അവസാനത്തെ ആവശ്യങ്ങളിൽ ഒന്ന് അതായിരുന്നു.

“റെനിയോടൊപ്പം നീ എന്റെ അച്ഛനെ പോയിക്കാക്കണം. പേരക്കുട്ടിയെ കാണുന്നത് അദ്ദേഹത്തിന് ആശ്വാസമായിരിക്കും.”

"അതിനാണോ എന്നെ ഇപ്പോൾ അമേരിക്കയിലേക്ക് പറഞ്ഞയക്കുന്നത്?"

"ഒരു കാരണം അതാണ്."

"എന്നാൽ ഞാൻ പോകുന്നില്ല."

"നീ പോയേ പറ്റൂ. റെനിയും നിന്നോടൊപ്പം വരും." പെട്ടെന്നാണ് ഞങ്ങളോർത്തത്. ഞങ്ങളിതുപോലെ ഉറക്കെ സംസാരിക്കാറില്ല.

"നിങ്ങളിവിടെ താമസിക്കുന്നത് ഒട്ടും സുരക്ഷിതമല്ല.

പറയുന്ന നേരമൊക്കയും അദ്ദേഹത്തിന്റെ മുഖം മ്ലാനമായിരുന്നുവെന്ന് ഞാൻ ശ്രദ്ധിച്ചു. ആദ്യമായി ജെറാൾഡ് പേടിച്ചുകണ്ടു. യുദ്ധവും അതിന്റെ ഭീകരമുഖവും അദ്ദേഹത്തിന് പുതിയതല്ല. അപ്പോഴൊന്നുമദ്ദേഹം ഇതുപോലെ ഭയം കാണിച്ചിട്ടില്ല. പക്ഷേ, ഈ ഭയം അദ്ദേഹത്തിന് ഒളിച്ചുവെക്കാനായില്ല.

"അപ്പോൾ നിങ്ങളോ" ഞാനും ശരിക്കും ഭയന്നിരുന്നു.

"ഞാൻ പകുതി ചൈനാക്കാരനല്ലേ. അതെന്നെ സഹായിക്കും."

"അവർ സമ്മതിക്കുമോ?" ഞാൻ പതുക്കെ എന്നോടുതന്നെ പറഞ്ഞു. കമ്മ്യൂണിസ്റ്റുകാരെ അപ്പോഴേക്കും ഞങ്ങൾ 'അവർ' എന്നു വിളിക്കാൻ തുടങ്ങിയിരുന്നു.

"എനിക്കത് ഒഴിവാക്കാൻ പറ്റാത്തതുകൊണ്ടല്ലേ?" അദ്ദേഹം പറഞ്ഞു.

ഈ സംഭാഷണങ്ങൾ ഞങ്ങളുടെ സ്വകാര്യതയിലായിരുന്നെങ്കിൽ എന്ന് ഞാൻ അഗ്രഹിച്ചു. പീക്കിങ്ങിൽ, ഞങ്ങളുടെ കിടപ്പുമുറിയിൽ, ജനാലകളും വാതിലുകളും അടച്ചിട്ടായിരുന്നുവെങ്കിൽ! എങ്കിലെനിക്ക് എന്നെ ആ നെഞ്ചിലേക്ക് വലിച്ചെറിയാമായിരുന്നു. എന്താണ് ആ അനിവാര്യമായ സത്യമെന്തെന്ന് പറയിക്കാമായിരുന്നു. അങ്ങനെയാണെങ്കിൽ തന്നെ എപ്പോഴാണ് ഒരാൾക്ക് ജെറാൾഡിനെ നിർബന്ധിക്കാനാവുക? ജെറാൾഡിന് ഒരു ന്യായവും തീരുമാനവും ഉണ്ട്. അദ്ദേഹത്തിനുമാത്രം കൈകാര്യം ചെയ്യാനാവുന്നത്. ഞാനപ്പോൾ അദ്ദേഹത്തോടൊപ്പം കപ്പൽത്തുറയിലായിരുന്നു. കടൽക്കാറ്റിൽ എന്റെ മുടിയിഴകളിളകി.

"എന്തുകൊണ്ട് ജെറാൾഡ്! എന്ത് അനിവാര്യതയാണ് നിങ്ങൾക്കിവിടെയുള്ളത്?" ഒട്ടും ഉറപ്പില്ലാത്തൊരു ശബ്ദത്തിൽ ഇങ്ങനെ ചോദിക്കാനേ എനിക്ക് അപ്പോൾ കഴിഞ്ഞുള്ളൂ.

"അത് ഒരാൾ സ്വന്തമായി തിരഞ്ഞെടുക്കേണ്ടതാണ്."

കൂടുതൽ സമയമില്ലായിരുന്നു. നൗക ഞങ്ങളെ കാത്തുനിന്നു. കപ്പലിനു മീതെയുള്ള നിശ്ശബ്ദമായ ആ ആൾക്കൂട്ടത്തിൽ സംസാരിക്കാൻ പറ്റുമായിരുന്നില്ല. ഞാൻ അതാലോചിച്ചുകൊണ്ടിരുന്നുവെന്ന്

ഓർക്കുന്നു. വാക്കുകൾ അപകടകരമാകുന്നത് എപ്പോഴാണ്? മറച്ചുവെക്കാൻ ഒന്നുമില്ലാതിരുന്ന രണ്ടുപേർക്കിടയിൽ തെളിഞ്ഞ വിനിമയം ഇല്ലാതാകുന്നത് ഏതു നിമിഷം തൊട്ടാണ്? എപ്പോഴാണവർ പേടിച്ച് നിശ്ശബ്ദരാകുന്നത്? ആ നിമിഷം ഏതാണെന്ന് എനിക്കറിയില്ല. ആ മാറ്റം ക്രമാനുഗതമാണ്. പക്ഷേ സംഭവിച്ചുകഴിഞ്ഞാൽ അതുപിന്നെ നിയന്ത്രണാതീതമാണ്. ഞങ്ങൾ പിരിയുന്ന സമയത്തെ നിശ്ശബ്ദതയിൽ അത് പരകോടിയിലായിരുന്നു.

*** ***

രാത്രി മുഴുവൻ എനിക്ക് ഉറങ്ങാൻ കഴിഞ്ഞില്ല. ഞാനെഴുന്നേറ്റ് റെനി ഉണരാതിരിക്കാൻ ശ്രദ്ധിച്ച് ശബ്ദമില്ലാതെ നടന്നു. അവന് ഈയിടെ എന്റെ കാര്യത്തിൽ ശ്രദ്ധ കൂടുതലാണ്. എന്തോ അരുതാത്തത് സംഭവിച്ചിട്ടുണ്ടെന്ന സംശയം അവനുണ്ടെന്ന് തോന്നുന്നു. പക്ഷേ ആ കത്തിനെക്കുറിച്ച് ഞാൻ ഒന്നും പറഞ്ഞിട്ടില്ല. കുറേക്കാലമായി അവന്റെ അച്ഛന്റെ കത്തുകളൊന്നും ലഭിക്കാത്തതിനാലാണ് ഞാൻ വിഷമിക്കുന്നത് എന്നാണ് അവന്റെ ധാരണ.

“അമ്മേ, എനിക്ക് തോന്നുന്നത് അച്ഛന്റെ കത്തുകൾ ഇടയിലെവിടെയോ കെട്ടിക്കിടക്കുന്നുണ്ടെന്നാണ്. അമ്മയ്ക്കവിടുത്തെ പോസ്റ്റുമാന്മാരുടെ കഥയറിയോ, അവിടേം ഇവിടേം ഇരുന്ന് കഥ പറഞ്ഞ ചായേം കുടിച്ച് എവിടെങ്കിലും മരത്തണലിൽ കെടന്നുറങ്ങും.”

വാസ്തവത്തിൽ അത് കള്ളമാണ്. പീക്കിങ്ങിലെ പോസ്റ്റൽ സൗകര്യങ്ങൾ മികച്ചതാണ്. അവ എപ്പോഴും മോശമായിട്ടില്ലെന്ന് ഞാൻ കരുതുന്നു. അത് ഇംഗ്ലീഷുകാരാണ് നോക്കിനടത്തുന്നത്. എങ്കിലും എന്നെ ആശ്വസിപ്പിക്കാനായി അവൻ അത്രയും പറയുന്നതുകേട്ട് ഞാൻ വാത്സല്യത്തോടെ ചിരിച്ചു.

“നീ പറയുന്നത് ശരിയാണ്. ഞാൻ സങ്കടപ്പെടില്ല. ഒരു വാർത്തയും നല്ലതല്ല.”

അതൊരു വാസ്തവമായ പഴമൊഴിയാണ്. ജീവനുള്ള ഒരു വസ്തുവിനെപ്പോലെ ആ കത്ത് എന്റെ മേശയ്ക്കകത്ത് ഇല്ലായിരുന്നെങ്കിൽ എത്ര നന്നായേനെ. ഒരുപക്ഷേ റെനി അതു തെരഞ്ഞുപിടിച്ച് വായിച്ചേക്കുമോ എന്ന് ഭയന്ന് ഞാനത് ഒട്ടിച്ചുവെച്ചിരുന്നു. അതുകൊണ്ടുമാത്രമല്ല, ഒരിക്കൽക്കൂടി അത് വായിക്കില്ലെന്ന് ഞാൻ എന്നോടുതന്നെ ശപഥം ചെയ്തിരുന്നു.

കഴിഞ്ഞ രാത്രി ഞാൻ തികച്ചും ഏകാകിയായിരുന്നു. ഈയിടെയായി പലപ്പോഴും ഞാൻ മരണത്തിനുമപ്പുറത്തുള്ള ഏകാന്തതയിൽ അകപ്പെടുന്നുണ്ട്. ഭർത്താവ് കൂടെയില്ലെങ്കിലും ഞാനിപ്പോഴും ഒരു ഭാര്യയാണ്.

ഒരാൾ മരിച്ചാൽ അയാളുടെ ഭാര്യയും ഏതാണ്ട് മരിച്ചതുപോലെത്ത ന്നെയാണ്. അവർക്കിടയിലെ പ്രണയം അത്ര ശക്തമായിരുന്നെങ്കിൽ അവളുടെ ആ ഭാഗം മരിച്ചുപോകും. അതൊരിക്കലും മറ്റൊരു പുരുഷ നിൽ പുനർജ്ജനിക്കില്ല. പക്ഷേ ഞാനൊരു വിധവയല്ല. രാത്രികാലങ്ങ ളിൽ കിടക്കയിൽ ഏകയായി ഞാൻ കാത്തിരിക്കും. എന്റെ എല്ലാ സ്വപ്ന ങ്ങളോടും കൂടെ കടലിനക്കരേക്ക് പറക്കും. ദേശത്തിനും സമയത്തിനും അപ്പുറം എന്റെ പ്രിയനെ തേടും. പ്രസിദ്ധങ്ങളായ തെരുവുകൾ കടന്ന് ഞാനെന്റെ വീട്ടിലേക്കു പോകും. അടഞ്ഞുകിടക്കുന്ന ഗേറ്റുകളും വാതി ലുകളും ശരീരമില്ലാതെ ഞാൻ കടന്നുചെല്ലും. ഗേറ്റ്കീപ്പർ അറിയുക പോലുമില്ല. അറിഞ്ഞാൽത്തന്നെ എന്നെ തടയില്ല. അവിടെ എന്റെ വീടു ണ്ട്. ഞാൻ പോരുമ്പോഴെന്നതുപോലെതന്നെ, ഞാൻ തിരിച്ചുവരുമെന്ന് വിശ്വസിക്കുംപോലെ. എനിക്കും ജെറാൾഡിനും പിരിയാൻ സാധിക്കില്ല എന്നാണ് ഞാൻ വിശ്വസിക്കുന്നത്.

ഞാൻ ജോലിക്കാരോട് പറഞ്ഞു.

"ഞാൻ ഉപയോഗിക്കുന്നതുപോലെ തന്നെ എല്ലാം സൂക്ഷിക്കുക."

"ഞങ്ങൾ ചെയ്യാം."

"രാത്രിയിൽ വരുമ്പോൾ എത്ര വൈകിയാലും നമ്മുടെ മാസ്റ്റർക്ക് ചൂടുള്ള വെള്ളം കൊടുക്കണം."

"ഒരിക്കലും മറക്കില്ല."

"ഞാൻ തിരിച്ചുവരും."

"യജമാനത്തി തിരിച്ചുവരും." അവർ പറഞ്ഞത് ഞാനോർക്കുന്നു.

എന്റെ ആത്മാവ് മുറികളിലൂടെ ജെറാൾഡ് ഉറങ്ങുന്നയിടത്തെത്തി. ഉറപ്പായും അദ്ദേഹം ഉറങ്ങുകതന്നെയാവും. ഇപ്പോഴും തനിച്ചുതന്നെയോ?

എന്റെ ആത്മാവ് പേടിയോടെ വാതിൽക്കൽ നിന്നു. ഒരു നിമിഷ ത്തേക്ക് അത് തിരിച്ച് ഇവിടെ എന്റെ അടുത്തേക്കുപോലും വന്നു. ഏതാ യിരുന്നു ജെറാൾഡ് എനിക്കു കത്തെഴുതിയ ആ ദിവസം? ദിവസമേ തെന്ന് അതിലുണ്ടായിരുന്നോ? എനിക്കോർമ്മയില്ല. എന്റെ ശരീരത്തിൽ ആത്മാവ് കാത്തുനിൽക്കുന്നു. ഞാൻ എഴുന്നേറ്റ് മേശ തുറന്നു. സീൽ പൊട്ടിച്ചു. ഒരിക്കൽക്കൂടെ ആദ്യ വരി വായിച്ചു.

"നിന്നെ മാത്രമാണ് സ്നേഹിക്കുന്നത് എന്നു പറയാൻ എന്നെ അനു വദിക്കൂ." ഞാൻ തലതാഴ്ത്തിക്കരഞ്ഞു. ആ വരികൾ പോരെ? എന്തൊക്കെ സംഭവിച്ചാലും ഈ രാത്രി അദ്ദേഹം ഒറ്റയ്ക്കുതന്നെയാണ് ഉറങ്ങുന്നുണ്ടാവുക. അല്ലെങ്കിൽ? ഞാൻ കത്തുമടക്കി. എന്റെ ഹൃദയ ത്തിൽ അതിന് ഉത്തരമില്ല. ഞാൻ ഒരിക്കൽക്കൂടി കത്ത് സീൽചെയ്ത് മേശവലിപ്പിൽ പൂട്ടിവെച്ചു.

എനിക്ക് വീണ്ടും കിടക്കയിലേക്ക് തിരികെപ്പോകാൻ കഴിഞ്ഞില്ല. വിധവയായതിനുശേഷം ഒരു പെണ്ണിന് വികാരങ്ങളുണ്ടാവില്ലേ? അതോ സെമിത്തേരിയിൽ കല്ലറയ്ക്കടിയിൽ അടക്കം ചെയ്തതിനെ ഓർത്ത് നിലവിളിച്ചുകൊണ്ട് ജീവിക്കുകയാണോ? എന്തായാലും ജെറാൾഡ് മരിച്ചിട്ടില്ല. ഓർമ്മകൾക്കപ്പുറവും അദ്ദേഹം ജീവനോടെയുണ്ട്. അവിടെ ഞങ്ങളുടെ വീട്ടിലുണ്ട്. രാത്രി വീട്ടിൽ വരുന്നുണ്ട്. ഭക്ഷണം കഴിക്കുകയും ഉറങ്ങുകയും രാവിലെ ഉണരുകയും ചെയ്യുന്നുണ്ട്. എന്റെ ജാലകത്തിനപ്പുറം ഇപ്പോഴും തിളങ്ങിനിൽക്കുന്ന ചന്ദ്രനെ അദ്ദേഹവും കാണുന്നുണ്ട്.

അദ്ദേഹത്തിന്റെ ശരീരത്തെക്കുറിച്ചുള്ള ഓർമ്മകളും അറിവുകളും എന്റെ സിരകളെ ചൂടുപിടിപ്പിച്ചു. ജീവിച്ചിരിക്കുന്നു എന്ന അവകാശത്തോടെ അഭിനിവേശങ്ങൾ അദ്ദേഹത്തിന്റെ അരികിലേക്കെത്തിച്ചു. തീർച്ചയായും, തീർച്ചയായും അദ്ദേഹത്തിന് അതേപ്പറ്റി അറിയാം. മൂടൽമഞ്ഞു നിറഞ്ഞ വസന്തകാല രാത്രിയിൽ ഞാനീ ജാലകത്തിനരികിൽ തെളിഞ്ഞ ചന്ദ്രികയെ നോക്കി നിൽക്കുന്നുണ്ടാവും എന്നും അദ്ദേഹത്തിനറിയാം. ഞാനും ഒന്നും മറക്കുന്നില്ല.

ഈ വീട്ടിലാണ് ഞങ്ങളുടെ അനശ്വരമായ സ്നേഹം അതിന്റെ ആദ്യനാളുകൾ ചെലവഴിച്ചത്. ഞങ്ങളന്ന് വിവാഹിതരായിരുന്നില്ല. അതേപ്പറ്റി ഞാൻ പറയാം. ഞാനോ അദ്ദേഹമോ ഞങ്ങളുടെ ആ സ്വർഗ്ഗീയ നിമിഷങ്ങളെപ്പറ്റി ആരോടും പറഞ്ഞിട്ടില്ല. എന്തൊക്കെ സംഭവിച്ചാലും എന്നെ മാത്രമാണ് സ്നേഹിക്കുന്നതെന്ന് അദ്ദേഹം നേരത്തെ പറഞ്ഞല്ലോ. എന്റെ ഈ തെരഞ്ഞെടുപ്പിനെക്കുറിച്ച് എനിക്ക് ഏറെ സന്തോഷമാണുള്ളത്. സ്വതവേ ലോലമായ മനസ്സുള്ള, ദുർബലനായ ജെറാൾഡിന് എന്നോടുള്ള സ്നേഹത്തെക്കുറിച്ച് കഷ്ടിച്ചൊന്ന് സൂചിപ്പിക്കാൻപോലും പേടിയായിരുന്നു. അദ്ദേഹത്തിലുള്ള ചൈനീസ് ഭാഗത്തെ ഞാൻ സ്നേഹിക്കില്ല എന്ന ഭയം അദ്ദേഹത്തിനുണ്ടായിരുന്നു. കാഴ്ചയിൽ ചിലപ്പോഴൊക്കെ അദ്ദേഹം കൂടുതൽ ചൈനക്കാരനായിരുന്നു താനും.

“എന്റെ പ്രിയപ്പെട്ടവനേ, നിങ്ങളെത്ര നിഷ്കളങ്കനാണ്.” എനിക്ക് പാവം തോന്നി. അദ്ദേഹം പറയുന്നതിനും എത്രയോ മുമ്പേ ഞാൻ എന്റെ പ്രിയപ്പെട്ടവനേ എന്ന് വിളിക്കാൻ തുടങ്ങിയിരുന്നു. പ്രേമപൂർവ്വം എന്നെ വിളിക്കേണ്ടിവരുമ്പോഴൊക്കെയും അദ്ദേഹത്തിന് അതത്ര എളുപ്പമായിരുന്നില്ല. മറ്റുള്ളവരുടെ മുന്നിൽവച്ച് പ്രത്യേകിച്ചും.

തീക്ഷ്ണമായ ആ കറുത്ത കണ്ണുകളുടെ നോട്ടം എനിക്കിപ്പോഴും ഓർമ്മയുണ്ട്. “നിന്റെ സ്നേഹമില്ലാതെയും എനിക്ക് ജീവിക്കാൻ കഴിയും. പക്ഷേ, ഒരിക്കൽ അത് ലഭിച്ചുകഴിഞ്ഞാൽ പിന്നെ എനിക്കത് നഷ്ട

പ്പെടാൻ വയ്യ. അങ്ങനെ ജീവിക്കാൻ പ്രയാസമാണ്. അതുകൊണ്ടുതന്നെയാണ് നിന്നോട് വിവാഹാഭ്യർത്ഥന നടത്താൻ ഞാൻ ഭയക്കുന്നത്."

അദ്ദേഹമൊരിക്കലും അത് ചെയ്തില്ല. ഞങ്ങൾ വിവാഹവാഗ്ദാനം നല്കിയവരാണെന്ന് പറയാനും അദ്ദേഹം സമ്മതിക്കാറില്ല.

"ഞാനെന്നും നിങ്ങളെ സ്നേഹിക്കും." ഞാനെടുത്തുപറഞ്ഞു.

"നിനക്കറിയില്ല. നിനക്കൊരിക്കലും ഉറപ്പുപറയാനും ആവില്ല. മനുഷ്യസ്വഭാവത്തിന് അതിന്റേതായ ചില നീതിയും തീരുമാനങ്ങളും ഉണ്ടായിരിക്കും."

അത്രയും തെളിഞ്ഞ നിലാവുള്ള ഒരു രാത്രിയിലായിരുന്നു ഞങ്ങൾ സംസാരിച്ചത്. ആ വർഷം വസന്തം വൈകിയാണ് വന്നത്. ഞങ്ങൾ അമ്മയിൽനിന്നും അകലെ പൂവരശിനുകീഴെ തനിച്ചായിരുന്നു. എനിക്ക് നന്നായി തണുക്കുന്നുണ്ടായിരുന്നു. ജെറാൾഡ് താൻ ധരിച്ചിരുന്ന ചൂടൻ കുപ്പായം തുറന്ന് എന്നെയും ചേർത്ത് പിടിച്ചു നടന്നു.

"നിങ്ങൾക്കാണുറപ്പില്ലാത്തത്." ഞാൻ അദ്ദേഹത്തോട് ചേർന്നു നടന്നുകൊണ്ട് പറഞ്ഞു. എങ്ങനെയാണ് അദ്ദേഹത്തെ വിശ്വസിപ്പിക്കേണ്ടത് എന്നായിരുന്നു ഞാൻ ആലോചിച്ചത്.

"എനിക്കറിയാത്ത മറ്റെന്തോ കാരണങ്ങളാൽ ഞാൻ നിങ്ങളെ എന്നെങ്കിലും സ്നേഹിക്കാതിരിക്കുമെന്നോ വിട്ടുപോകുമെന്നോ തോന്നുന്നെങ്കിൽ ജെറാൾഡ്, നിങ്ങൾ ഇന്നു രാത്രി എന്റെ മുറിയിൽ വരൂ, പരസ്പരം നമുക്ക് ഒന്നും ഒളിക്കേണ്ടതില്ല. വിവാഹത്തിനു മുന്നേ ഉറപ്പുകളുണ്ടാവട്ടെ."

അദ്ദേഹം ഞെട്ടുമെന്ന് എനിക്കുറപ്പുണ്ടായിരുന്നു. കഠിനമായ ഞെട്ടൽ കാരണം അദ്ദേഹത്തിന് അനങ്ങാൻ തന്നെ ആയില്ല.

"വേണ്ട... എനിക്കതു ചെയ്യാനാകില്ല."

അദ്ദേഹം തയ്യാറാകാതിരുന്നത് ജൂണിനും മുന്നേയായിരുന്നു. അതിനുശേഷം ഹാർവാർഡ് യൂണിവേഴ്സിറ്റിയിൽനിന്നും അദ്ദേഹം പിഎച്ച്ഡി നേടി. അമ്മ ഞങ്ങളുമായി ഐക്യപ്പെടുകയും കൂടി ചെയ്തതോടെ ഞാനാ ബിരുദം 'Suma cum loude' അത്രയുറക്കെ പാടിയാഘോഷിച്ചു. അതുവരെ കാട്ടിയിട്ടില്ലാത്ത ഊഷ്മളതയോടെ അമ്മ ജെറാൾഡിനെ സ്വീകരിച്ചു. ആ സമയത്ത് സൗന്ദര്യത്തിൽ മറ്റൊരു പുരുഷനും അദ്ദേഹത്തിന് ഒപ്പമെത്തില്ലായിരുന്നു. അദ്ദേഹത്തിന്റെ അന്തർമുഖത്വമൊക്കെ മാറിയതുപോലെ കണ്ടു. വർദ്ധിച്ച സന്തോഷത്തോടെ അദ്ദേഹം ഞങ്ങളുടെ രണ്ടുപേരുടെയും കൈപിടിച്ചു.

"വന്നതിൽ സന്തോഷം, നിങ്ങളില്ലായിരുന്നെങ്കിൽ ഇന്നത്തെ ദിവസം

എനിക്കൊരു കുടുംബം ഉണ്ടാകില്ലായിരുന്നു. ഞാൻ തനിച്ചായേനെ."

'അഭിനന്ദനങ്ങൾ' അമ്മ അവരുടെ രണ്ടു കൈകൾ കൊണ്ടും ജെറാൾഡിന്റെ കൈ കവർന്നു. ഞാൻ നിവർന്നുനിന്ന് അദ്ദേഹത്തിന്റെ കവിളിൽ ചുംബിച്ചു. അമ്മയുടെ മുന്നിൽവെച്ച് ആദ്യമായാണ് ജെറാൾഡിനെ ചുംബിച്ചത്. അദ്ദേഹം ചുവന്നുപോയി. അമ്മ ശാസിക്കുന്നില്ലെന്ന് കണ്ടപ്പോൾ ആ മുഖത്ത് നേരിയ പുഞ്ചിരി വിരിഞ്ഞു.

ഞങ്ങൾ മൂന്നുപേരും അന്നുരാത്രി ബോസ്റ്റണിലെ റസ്റ്റോറണ്ടിൽ നിന്നും ഭക്ഷണം കഴിച്ചു. ഭക്ഷണം നേരത്തെ ഓർഡർ ചെയ്തിരുന്നു. അമ്മ പതിവില്ലാത്ത വിധത്തിൽ ആ ഭക്ഷണസാധനങ്ങൾ ഓരോന്നായി രുചിച്ചുനോക്കി. ഞാനാവട്ടെ എല്ലാം വലിച്ചുവാരിക്കഴിച്ചു. ഇഷ്ടപ്പെട്ട് ഞാൻ കഴിക്കുന്നത് ജെറാൾഡ് സ്നേഹത്തോടെ നോക്കി. ജെറാൾഡിന് അതൊക്കെ ഇഷ്ടപ്പെടുന്നുണ്ടെന്ന് ആ മിതഭാഷണത്തിനിടയിലും എനിക്കറിയാമായിരുന്നു.

അടുത്തദിവസം അദ്ദേഹം ഞങ്ങളോടൊപ്പം വീട്ടിലേക്ക് വന്നു. വൈകുന്നേരത്തോടെ ഞങ്ങൾ വീട്ടിലെത്തി. ഇപ്പോഴും ഞാനോർക്കുന്നു. അതൊരു തെളിഞ്ഞ രാത്രിയായിരുന്നു. പർവ്വതപ്രദേശങ്ങൾക്കു മാത്രം തരാനാകുന്ന അത്രയും തെളിഞ്ഞ അന്തരീക്ഷം. യാത്രാക്ഷീണം കാരണം അമ്മ നേരത്തെ ഉറങ്ങാൻ പോയി.

അച്ഛൻ മരിക്കുന്നതിനും മുന്നേ പണിത കല്ലുപാകിയ ടെറസ്സിൽ ആ രാത്രി വൈകുവോളം ഞങ്ങളിരുന്നു. എങ്ങനെയോ സംഭാഷണം എന്റെ അച്ഛനിലെത്തി.

'അദ്ദേഹം നിങ്ങളെപ്പറ്റി അറിഞ്ഞിരുന്നെങ്കിൽ' ഞാൻ ആഗ്രഹിച്ചു.

"എന്നെപ്പറ്റി എന്ത്?" അദ്ദേഹം എന്റെ കൈപിടിച്ചു. ചെറുതും ദൃഢവുമായ ജെറാൾഡിന്റെ കൈത്തലത്തെ ചൂടുള്ള എന്റെ കൈകൾ വിടാതെ മുറുകെപ്പിടിച്ചു.

"എന്റെ ഭർത്താവാകാൻ പോകുന്നയാളെ അച്ഛൻ അറിയണമായിരുന്നു എന്ന് ഞാനാഗ്രഹിച്ചുപോകുന്നു."

ജെറാൾഡ് എന്നെ സ്നേഹിക്കുന്നുണ്ട് എന്ന് എനിക്കറിയാമായിരുന്നു. പക്ഷേ എന്തുകൊണ്ടാണ് വിവാഹം കഴിക്കുന്നതിനെപ്പറ്റി പറയാത്തത് എന്ന് എനിക്കറിയില്ല. പക്ഷേ ഞങ്ങൾ പരസ്പരം സ്നേഹിക്കുന്നു. ഇനിയും ധാരാളം സമയമുണ്ട്.

അദ്ദേഹം എന്റെ കൈകൾ കോർത്തുപിടിച്ച് നിശ്ശബ്ദനായി ഇരുന്നു. പിന്നെ ബെഞ്ചിൽ നിന്ന് എഴുന്നേറ്റ് എന്നെ അദ്ദേഹത്തിലേക്ക് വലിച്ചടുപ്പിച്ച് ഇതേവരെ ചുംബിക്കാത്ത രീതിയിൽ ഗാഢമായി എന്നെ ചുബിച്ചു.

തുളച്ചുകയറുന്ന ആ ചുംബനത്തിൽ നിന്നും ഞാനാണ് ഞങ്ങളെയ

പ്പോൾ മോചിപ്പിച്ചത്.

"ഇപ്പോൾ നമ്മൾ വിവാഹിതയാകാൻ തീരുമാനിച്ചിരിക്കുന്നു." ഞാൻ പതിയെ പറഞ്ഞു.

"എനിക്കുമാത്രമാണോ വിശ്വാസം." അദ്ദേഹമെന്നെ തന്റെ നേർക്കു പിടിച്ചുനിർത്തി.

"അങ്ങനെയെങ്കിൽ നമുക്കു രണ്ടുപേർക്കും വിശ്വസിക്കാം."

രാത്രി പെട്ടെന്ന് ഗൗരവമുള്ളതായി. രണ്ടുപേരും നിശ്ശബ്ദരായി. ഞങ്ങൾ പിന്നെയും അവിടെ ഇരുന്നു. അദ്ദേഹം എന്നോട് പീക്കിങ്ങിനെക്കുറിച്ചും അവിടുത്തെ കുട്ടിക്കാലത്തെക്കുറിച്ചും പറഞ്ഞു. അദ്ദേഹം ആദ്യമായിട്ടായിരുന്നു അമ്മയെക്കുറിച്ച് പറയുന്നത്. അവർ സുന്ദരിയൊന്നുമായിരുന്നില്ലെങ്കിലും അസാധാരണമായ ധൈര്യവും പെരുമാറ്റവും ചേർന്ന ഒരു ശോഭ അവർക്കുണ്ടായിരുന്നു. അവരുടെ കൈകൾ മൃദുലവും എപ്പോഴും സുഗന്ധമുള്ളതുമായിരുന്നു. കുട്ടിക്കാലത്തൊക്കെ അമ്മ മുഖം മിനുക്കിക്കൊടുക്കുമ്പോഴുള്ള ആ സുഗന്ധം ജെറാൾഡ് ഓർക്കുന്നുണ്ട്.

'പടിഞ്ഞാറൻ സ്ത്രീകളെപ്പോലെ ചൈനയിലെ സ്ത്രീകൾ കുട്ടികളെ ചുംബിക്കാറില്ല. അവർ മണത്തും മൂക്കുകൊണ്ട് ഓമനിച്ചുമാണ് വാത്സല്യം പ്രകടിപ്പിക്കുന്നത്. മുതിർന്നപ്പോൾ അമ്മ അവരുടെ കൈത്തലം കൊണ്ട് എന്റെ മുഖം മിനുക്കിത്തരും. അവരുടെ കൈത്തലും മൃദുലവും മനോഹരവുമാണ്."

"അവർ ആരായിരുന്നു? എങ്ങനെയാണവർ നിങ്ങളുടെ പിതാവിനെ വിവാഹം കഴിക്കാനിടയായത്?"

"എനിക്ക് കൃത്യമായി അറിയില്ല. എന്റെ അച്ഛന് ഒരു പ്രണയനൈരാശ്യമുണ്ടായിരുന്നു. അച്ഛൻ വിവാഹം ചെയ്യാനാഗ്രഹിച്ച അമേരിക്കൻ സ്ത്രീ ചൈനയിലേക്ക്പോകാൻ സമ്മതിക്കാതിരിക്കുകയോ അവരുടെ മാതാപിതാക്കൾ വിലക്കുകയോ ചെയ്തിരിക്കണം. എനിക്കു തോന്നുന്നു അവരെ ധിക്കരിക്കാൻ മാത്രം ധൈര്യം ആ സ്ത്രീക്ക് ഉണ്ടായിരിക്കില്ല. അതുകൊണ്ട് അവർക്ക് അച്ഛനെ ഉപേക്ഷിക്കേണ്ടി വന്നിരിക്കാം. അതുകൊണ്ട് അദ്ദേഹം തനിച്ചുപോയി പത്തുവർഷത്തോളം അവിടെ ഒറ്റയ്ക്ക് ജീവിച്ചു. പിന്നെ നിനക്ക് ചൈനക്കാർ എങ്ങനെയാണെന്ന് അറിയാമോ? ഇല്ല നിനക്കെങ്ങനെയാണത് അറിയാൻ കഴിയുക. സ്ത്രീയും പുരുഷനും നിർബന്ധമായും വിവാഹിതരാകണമെന്നും അത് ദൈവത്തിന്റെ തീരുമാനമാണെന്നും അവർ കരുതി.

ഒറ്റയ്ക്ക് ജീവിക്കുന്ന സ്ത്രീക്കും പുരുഷനും ഒരു ശക്തിയുമില്ലെന്ന് അവർ കരുതുന്നു. അതുകൊണ്ട് അച്ഛനെഅദ്ദേഹത്തിന്റെ സുഹൃത്തു

ക്കൾ വിവാഹിതനാകുന്നതിന് ഉപദേശിച്ചു. അദ്ദേഹത്തിന്റെ ഉറ്റസുഹൃത്ത്. എന്റെ വളർത്തച്ഛൻ ഹാൻ യു റെൻ തന്റെ സഹോദരിയെ വാഗ്ദാനം ചെയ്തു. അങ്ങനെ അവരെന്റെ അമ്മയായി. അവരത്ര ചെറുപ്പമൊന്നുമായിരുന്നില്ല. ഒരർത്ഥത്തിൽ വിധവയുമായിരുന്നു. അവർക്കുവേണ്ടി കുട്ടിക്കാലം മുതൽ പറഞ്ഞുവെച്ച പയ്യൻ വിവാഹത്തിനും ഒരാഴ്ചമുന്നേ മരിച്ചുപോയി. അത്ര സ്വാതന്ത്ര്യമില്ലാത്തതിനാലാവാംഅവിടുത്തെ ആചാരമനുസരിച്ച് പിന്നീട് വിവാഹം കഴിക്കാതിരിക്കുന്നത്. ചിലപ്പോൾ അവരൊരു കന്യാസ്ത്രീയോ സന്യാസിനിയോ ആയിത്തീർന്നേനെ!

"അമേരിക്കക്കാരനെ വിവാഹം ചെയ്യാൻ അവർ തയ്യാറായിരുന്നോ?"

"എന്റെ അച്ഛൻ അവരെ അതിലേക്ക് വലിച്ചുകൊണ്ടുപോയതല്ലേ. സാധാരണ ചൈനാക്കാരായ സ്ത്രീകൾ ഒരു വിദേശിയെ സ്വീകരിക്കാൻ സ്വമേധയാ തയ്യാറാവില്ല. വിദേശികൾ രോമാവൃതരാണെന്നും എന്തോ സുഖമില്ലാത്ത ചൂരാണ് അവർക്കെന്നും അടുത്തിടപഴകുമ്പോൾ വിമുഖരാണെന്നുമൊക്കെ അവർ പറയാറുണ്ട്."

"അവർ അച്ഛനെ കണ്ടിരുന്നോ?"

ജെറാൾഡിന്റെ അമ്മയായ ചൈനാക്കാരിയായ ആ സ്ത്രീയിൽ പെട്ടെന്നുതന്നെ ഞാൻ ആകൃഷ്ടയായി. "ഒരിക്കൽ മാത്രം. സുഹൃത്തിന്റെകൂടെ അവന്റെ വീട്ടിൽ പോയപ്പോൾ. അവരപ്പോൾ സ്വീകരണമുറിയിലുണ്ടായിരുന്നു. പെട്ടെന്ന് അവിടെ വിട്ടുപോയെങ്കിലും അച്ഛനെ അന്ന് അവർ കണ്ടിരുന്നത്രേ. അച്ഛനാകട്ടെ അവരെയൊന്ന് ശ്രദ്ധിച്ചതുപോലുമില്ല."

"നിങ്ങളുടെ അച്ഛൻ വളരെ സുന്ദരനാണ് ജെറാൾഡ്." ഒരിക്കൽ ജെറാൾഡ് അച്ഛന്റെ പടം കാട്ടിത്തന്നത് ഞാനോർത്തു.

"അതെ."

"അവർ സന്തുഷ്ടരായിരുന്നോ?" ഞാൻ പിന്നെയും ചോദിച്ചു.

ഉത്തരം പറയാനായി അദ്ദേഹം ഒന്നാലോചിച്ചു. "അവർക്കിടയിൽ പരിമിതമായ സന്തോഷമേ ഉണ്ടായിരുന്നുള്ളൂ. എന്റെ അമ്മയോടൊപ്പം തീർത്തും അസന്തുഷ്ടിയോടെ ജീവിക്കാൻ എളുപ്പമല്ല. അവർ ഉല്ലാസവതിയോ വിഷാദഭരിതയോ അല്ല. എവിടെയായിരുന്നാലും ജീവിതത്തിൽ ഒരു ക്രമം അവർ ശീലിച്ചിട്ടുണ്ട്."

"ഈ ക്രമത്തിന് അത്രയൊക്കെ പ്രാധാന്യമുണ്ടോ?" എനിക്ക് സങ്കടം തോന്നി. ഞാനാകട്ടെ ഒരു ക്രമവുമില്ലാത്തവളാണെന്ന് എനിക്കറിയാം. സാധനങ്ങൾ അടുക്കിവെക്കുകയും മറ്റും ചെയ്യുന്നതിലും പ്രാധാന്യമുള്ള കാര്യങ്ങൾ ജീവിതത്തിലുണ്ട്.

"ക്രമമില്ലെങ്കിൽ ജീവിതത്തിന് ഒരന്തസ്സും ഉണ്ടാവുകയില്ല."

ഞങ്ങൾ വളരെ സാവധാനത്തിൽ ചിന്താമഗ്നരായി കൈകോർത്തു നടന്നു. മലകൾക്കുമേലെ ആകാശത്തിൽ തെളിഞ്ഞ ചന്ദ്രനെ കാണാമായിരുന്നു. ഞങ്ങളുടെ മനസ്സ് കടലുകൾക്കപ്പുറത്ത് എങ്ങോ പോയിരിക്കുകയാണെങ്കിലും ആ രാത്രി എന്താണ് സംഭവിക്കാൻ പോകുന്നത് എന്ന് ഞങ്ങൾക്കറിയാമായിരുന്നു. ജെറാൾഡിന്റെ ഉൽക്കൃഷ്ടമായ ആ മൗനം, തിളങ്ങുന്ന കണ്ണുകൾ, ശബ്ദത്തിലെ നിയന്ത്രിക്കുന്ന സൗമ്യത എന്നിവ അദ്ദേഹം എത്ര വികാരാധീനനാണെന്ന് വെളിപ്പെടുത്തുന്നുണ്ടായിരുന്നു.

അകത്ത് മുത്തശ്ശന്റെ ക്ലോക്ക് സമയം പന്ത്രണ്ടുമണിയായി എന്നറിയിച്ചു. ഞങ്ങൾ വീടിനകത്തുകയറി മുകൾനിലയിലെത്തി ഒരു നിമിഷം പരസ്പരം നോക്കിനിന്നു. വീട് നിശ്ചലമായിരുന്നു. അമ്മയുടെ വാതിൽ അപ്പോഴും അടഞ്ഞുതന്നെ ആയിരുന്നു. ആ രാത്രി വന്നിരിക്കുന്നു.

“ഞാനെന്റെ വാതിലുകൾ തുറന്നിടും.” ഞാൻ പതുക്കെ പറഞ്ഞു.

ജെറാൾഡ് ഒരിക്കൽക്കൂടെ എന്നെ കൈകളിലെടുത്ത് ചുംബിച്ചു. ഇത്തവണ വികാരാധീനനായല്ല. അങ്ങേയറ്റം മാന്യമായും ആർദ്രമായുമാണ് അതു ചെയ്തത്. പിന്നീടദ്ദേഹം അതിഥിമുറിയിലേക്ക് പോയി കതകുകൾ അടച്ചു.

ഞാനും എന്റെ മുറിയിലേക്കു പോയി. വാതിലുകൾ അടച്ചു. എനിക്കും തയ്യാറാകേണ്ടതുണ്ട്. സുഖകരമായ ഒരു ശാന്തത എന്നെ പൊതിഞ്ഞു. എന്തു കാരണത്താലാണ് വിവാഹം ഒരു ദിവ്യകർമ്മമായി മാറുന്നത് എന്ന് എനിക്ക് മനസ്സിലായി. ആ മനോനിലയിൽ ഞാൻ കുളിക്കുകയും എന്റെ മുടിയിഴകൾ കോതിയൊതുക്കുകയും വൃത്തിയുള്ള ഒരു നിശാവസ്ത്രം ധരിക്കുകയും ചെയ്തു. അതിനുശേഷം ഞാൻ അദ്ദേഹത്തിനായി എന്റെ വാതിലുകൾ തുറന്നിട്ടു. അദ്ദേഹത്തിന്റെ മുറി അപ്പോഴും അടഞ്ഞിരിക്കുകയാണ്. ജനാലയ്ക്കപ്പുറത്ത് ഞങ്ങളെ ചൂഴ്ന്നിരിക്കുന്ന മലനിരകളെ നോക്കിക്കൊണ്ട് ഞാൻ കാത്തിരുന്നു. ഏകദേശം ഒരു മണിക്കൂർ ആയിക്കാണണം അദ്ദേഹത്തിന്റെ കാലൊച്ച കേട്ടു ഞാൻ തിരിഞ്ഞുനോക്കി. നീലനിറമുള്ള ഒരു ചൈനീസ് സിൽക്ക് ഗൗൺ ധരിച്ച് അദ്ദേഹം വാതിൽക്കൽ നിൽക്കുന്നു. ഞങ്ങൾ പരസ്പരം നോക്കിനിന്നു. പിന്നെ ആ കരവലയത്തിനകത്തേക്ക് ഞാൻ ചെന്നു.

റെനി പഠിക്കുന്ന സമയങ്ങളിൽ നോവൽ വായിക്കുന്ന ഒരു ശീലം എനിക്കുണ്ട്. സ്ത്രീയുടെയും പുരുഷന്റെയും ശാരീരിക സ്നേഹത്തെ ആവർത്തിച്ചു പറയുകയാണ് അവയോരോന്നും. ആ വർണനകളിലെ ഏകാന്തതയും വിരസതയും എന്നെ അതിശയിപ്പിക്കാറുണ്ട്. സ്നേഹത്തിന്റെ അർത്ഥം തന്നെ ഇപ്പോൾ ഇല്ലാതാവുകയാണ്. പങ്കാളികളുടെ

നിലവാരമാണ് ബന്ധത്തിന്റെ ഊഷ്മളതയെ നിർണയിക്കുന്നതെന്ന് ഞാൻ തിരിച്ചറിയുന്നു. ജെറാൾഡിനെയല്ലാതെ മറ്റാരെയെങ്കിലുമാണ് വിവാഹം ചെയ്തിരുന്നതെങ്കിൽ ഞാനും അതുപോലെ തന്നെ ആയേനേ. ആവർത്തനങ്ങളുടെ തടവറയിൽ പരസ്പര സമ്മേളനത്തിന്റെയും സൃഷ്ടിപ്രക്രിയയുടെയും പരമോന്നതമായ ആ പ്രവൃത്തി വെറുമൊരു ശാരീരിക വ്യായാമമായി മാറിയേനെ. അത്തരം അധപതനത്തിൽ നിന്നും എന്നെ രക്ഷിച്ചതിന് ജെറാൾഡിനോട് ഞാൻ നന്ദിയുള്ളവളാണ്. ഞാൻ കാണാറുള്ള പല സ്ത്രീകളുടെയും കണ്ണിലെ ശൂന്യമായ നോട്ടങ്ങളെ എനിക്കിപ്പോൾ മനസ്സിലാവുന്നുണ്ട്. രണ്ടുപേരുടെ ചേർച്ചയുടെ ആ സമയങ്ങളെ സൗന്ദര്യാത്മകമോ ഭീതിപൂർണമോ ആക്കിത്തീർക്കുന്നതിൽ സ്ത്രീകളേക്കാൾ ഉത്തരവാദിത്വം പുരുഷന്മാർക്കുണ്ടെന്ന് ഞാൻ കരുതുന്നു. സ്ത്രീയത് സ്വീകരിക്കുന്നത് മഹത്വമാർന്ന രീതിയിലാണ്. പക്ഷേ, അവൾക്കത് ലഭിക്കുന്നത് തിടുക്കത്തിലും സ്വാർത്ഥതയോടെയുമാണെങ്കിലോ? അവളെ നശിപ്പിക്കുന്നതിന് തുല്യമാണത്. അവൾ ഒരു മൺപാത്രമല്ല, ഓജസ്സുള്ള ഒരു ആത്മാവാണ്.

ജെറാൾഡിനെ ആരാണ് ഇത്രയും വലിയ ആ സത്യം പഠിപ്പിച്ചത്? എനിക്കറിയില്ല. എന്റെ അരികിൽ വരുന്നതിനും മുന്നേ തന്നെ അദ്ദേഹത്തിന് അതറിയാമായിരുന്നു. ഒരുപക്ഷേ, അമ്മയാവാം അതു പറഞ്ഞു കൊടുത്തത്. അത്തരത്തിൽ സ്വതന്ത്രവും വ്യക്തവുമായ ഒന്ന് അവർക്കിടയിലുണ്ട്. ഒരുപക്ഷേ അവരുമായി ബന്ധപ്പെടുന്നതാകയാൽ ജെറാൾഡ് പറയാത്തതായിരിക്കാം. ഒരു പുരുഷനിൽ അമ്മയുടെയും ഭാര്യയുടേയും സ്ഥാനമെന്താണെന്നതിൽ ജെറാൾഡിന് ഒരിക്കലും സംശയമുണ്ടായിട്ടില്ല. അമ്മയുടേതായ ഒന്നും അദ്ദേഹം എന്നിൽ നിന്നും ആഗ്രഹിച്ചില്ല. ഭാര്യയിലൂടെ അമ്മയിലേക്കെത്തുന്ന ഫ്രോഡിയൻ ദർശനങ്ങളിലും അദ്ദേഹം വിശ്വസിച്ചില്ല. ഒരു തരത്തിലുള്ള അടിച്ചമർത്തലുകളുമില്ല. അതിമനോഹരമായ ഒരു സിംഫണിയായാണ് ഞങ്ങൾ തമ്മിലുള്ള ശാരീരികമായ ഒത്തുചേരൽ അദ്ദേഹം സൃഷ്ടിക്കാറുള്ളത്. സ്വയം തൃപ്തിപ്പെടാനും എന്നെ തൃപ്തിപ്പെടുത്താനും അദ്ദേഹം ശ്രദ്ധിച്ചു. അത് എങ്ങനെ എന്ന് വിശദീകരിക്കേണ്ട ഒന്നല്ല. ഞങ്ങൾക്കിടയിൽ എന്നും ഓർമ്മിക്കപ്പെടേണ്ടതായ ഒന്നാണ്. റെനി വിവാഹിതനാകുന്ന കാലത്ത് സൗന്ദര്യത്തോട് അവനുണ്ടാകേണ്ട സമീപനത്തെപ്പറ്റി പറഞ്ഞുകൊടുക്കേണ്ടത് എന്റെ ഉത്തരവാദിത്തമാണ്.

അന്നത്തെ ആ രാത്രി (ഇന്നത് ഏറെനാൾ കഴിഞ്ഞിരിക്കുന്നു), ജെറാൾഡ് എന്റെ മുറിയിലേക്ക് ആദ്യമായി വന്ന ആ രാത്രി. അങ്ങേയറ്റം സൗന്ദര്യവാനായാണ് വന്നത്. അദ്ദേഹം എന്നിലേക്ക് പകർന്നതും

യഥാർത്ഥ പ്രണയത്തിന്റെ സൗന്ദര്യമായിരുന്നു. അതുകൊണ്ടുതന്നെ ഞങ്ങളുടെ ശേഷിച്ച ജീവിതത്തിലെല്ലാം അതു തുടർന്നുകൊണ്ടേയിരുന്നു. ഒട്ടും തിടുക്കമില്ലാതെ അങ്ങേയറ്റം ആർദ്രമായി എന്നെ അദ്ദഹത്തിന്റെ സ്നേഹമാക്കി മാറ്റിയെടുത്തു. ഇപ്പോൾ, എനിക്ക് എന്റെ ഓർമ്മകൾ മാത്രമേ ബാക്കിയുള്ളൂ.

*** ***

ഓർമ്മകൾ സഹിക്കാവുന്നതിലപ്പുറത്തേക്കു പോകുമ്പോൾ ഞാൻ അതിൽത്തന്നെ കുടിയിരിക്കരുത്. ജെറാൾഡ് ജീവിച്ചിരിപ്പില്ലെങ്കിൽ എനിക്ക് ആ ഓർമ്മകൾ മാത്രമേ ഉള്ളൂ എന്നു പറയാം. ആ വരദാനം കഴിഞ്ഞു. ജീവിതം അതോടെ അവസാനിച്ചു. പക്ഷേ അദ്ദേഹം ജീവിച്ചിരിക്കുന്നു. അദ്ദേഹം ജീവിച്ചിരിക്കുന്നു എന്നതിനാൽ തീർച്ചയായും ഞാനും ജീവിച്ചിരിക്കേണ്ടതുണ്ട്. ഓർമ്മകൾ ഞങ്ങളെ ബന്ധിപ്പിക്കുന്ന ചരടായി നിലനിൽക്കട്ടെ. അങ്ങനെ വിരഹം അറിയാതിരിക്കട്ടെ. സ്ഥലകാലങ്ങളിൽ വേർപെട്ടിരിക്കുന്നുവെങ്കിലും ഓർമ്മകൾ സമയത്തെ കവർന്നെടുക്കട്ടെ. സ്ഥലം പിന്നീടും.

മേപ്പിളിൽ വിളവുനിറഞ്ഞിരിക്കുന്ന സമയമായതിനാൽ തിരക്കിലാകാതെ തരമില്ലെന്നു വന്നിരിക്കുന്നു. സ്കൂളിൽ നല്ല റിസൾട്ട് ആയതിനാൽ ടീച്ചർ സ്കൂളിൽ റെനിക്ക് കുറച്ചുദിവസം അവധികൊടുത്തു. അവർക്ക് അൽപം കൂടെ ശേഷി കുറഞ്ഞ കുട്ടികളെ ശ്രദ്ധിക്കാൻ ആ സമയം ഉപകരിക്കുമത്രെ. അതുകൊണ്ട് ഞാനും മാറ്റും റെനിയും. ഞങ്ങൾ മൂന്നുപേർ പലന്തിയോളം പാടത്ത് പണിയെടുത്തു. രാത്രി അത്രയേറെ ക്ഷീണാവസ്ഥയിൽ സ്വപ്നം കാണാനുള്ള ശേഷി പോലും ഉണ്ടാവാറില്ല.

ഞാൻ എന്റെ മുടിമുറിച്ചു കളയുന്നതിനെപ്പറ്റി നേരത്തെ ആലോചിച്ചിരുന്നു. ക്ലിപ്പിൽ നിന്നുമിളകി അതെന്റെ പിറകിൽ അഴിഞ്ഞുവീണപ്പോൾ 'ഞാനിതിപ്പം മുറിച്ചുകളയും' എന്ന് അഴിഞ്ഞുവീണ മുടി പിടിച്ച് ഞാൻ ആക്രോശിച്ചു. അതുവഴി പോയ കാറ്റ് ആ നിലവിളി റെനിയുടെ കാതിലെത്തിച്ചപ്പോൾ അവൻ വിളിച്ചു പറഞ്ഞു 'ചെയ്യരുത് കേട്ടോ."

ഒരുമിച്ച് ഭക്ഷണം കഴിക്കാനിരുന്ന സമയത്ത് കൗതുകത്തോടെ ഞാനവനോട് എന്തുകൊണ്ടാണ് അവനെന്നെ മുടിമുറിക്കാൻ സമ്മതിക്കാത്തത് എന്ന് ചോദിച്ചു. അതിനു മറുപടിയായി അവൻ പറഞ്ഞത് അവന് ചെറിയ മുടിയിലുള്ള സ്ത്രീകളെ ഇഷ്ടമല്ലെന്നാണ്.

"ഞാനൊരു സ്ത്രീയാണോ, നിന്റെയമ്മയല്ലേ?"

"എങ്കിൽ ചെറിയ മുടിയുള്ള അമ്മയെ"

ചിരിച്ചുകൊണ്ട് അവൻ തിരിച്ചുപറഞ്ഞു. ഇതുപോലെ അനായാസമായി ജെറാൾഡിനും ചെറുപ്പത്തിൽ ചിരിക്കാൻ കഴിഞ്ഞിരിക്കുമോ എന്ന്

ഞാൻ ആലോചിച്ചു. ആരുമില്ല അതിനെപ്പറ്റി എന്നോട് പറയാൻ ഞാന തൊരിക്കലും അറിയില്ല.

എത്ര അസാധാരണമാണ് മനുഷ്യഹൃദയങ്ങളുടെ തിരിവുകൾ! ഇതെ ഴുതുമ്പോൾ ഞാന് ഓർക്കാത്തതെന്ത്? ജെറാൾഡിന്റെ അച്ഛനുണ്ട്. അദ്ദേ ഹത്തിന് പറഞ്ഞുതരാനാകും. ആ സാദ്ധ്യതയുടെ വെളിച്ചത്തിൽ ജെറാൾഡിന്റെ അച്ഛനെത്തേടിയുള്ള യാത്രയുടെ പ്ലാൻ അൽപ്പംകൂടെ വേഗതയിലായി. അതിനുവേണ്ട നുണകളും കണ്ടെത്തേണ്ടിയിരിക്കുന്നു. കരിമ്പിൻതോട്ടത്തിലെ പണികൾ കഴിഞ്ഞാലുടനെ ഞങ്ങൾക്ക് ജെറാൾഡിന്റെ അച്ഛനടുത്തേക്ക് പോകേണ്ടതുണ്ട്. വടക്കുഭാഗത്തുള്ള മര ങ്ങളുടെ അടുത്തേക്ക് ഞങ്ങൾ ബക്കറ്റുകളുമായി നടന്നു. അവയുടെ അരി കിൽ എന്നും വൈകിയാണ് ചെല്ലാറ്. ആ സമയം റെനിയോട് ഞാൻ ഒരു പാമ്പാട്ടിയുടെ തന്ത്രത്തോടെ ചോദിച്ചു.

“നിന്റെ മാകിലിയോർഡ് മുത്തശ്ശൻ ഇവിടെ താമസിക്കാൻ വരുന്ന തിനെപ്പറ്റി നിനക്ക് എന്തുതോന്നുന്നു? നമ്മുടെ വീട്ടിൽ ഒരാൾകൂടി.”

“ഞാനദ്ദേഹത്തെ ഓർക്കുന്നുവെന്നു തോന്നുന്നു.”

“ജാപ്പനീസുകാർ വരുന്നതിനു മുന്നേ തന്നെ ജെറാൾഡിന്റെ പിതാവ് പെക്കിംഗ് വിട്ടിരുന്നു. അതു കാണാനുള്ളശേഷി ഇല്ലാത്തതിനാൽ നേരത്തെ തന്നെ സാൻഫ്രാൻസിസ്കോയിൽ നിന്ന് ഒരു കപ്പലിൽ അദ്ദേഹം സീറ്റ് ഉറപ്പിച്ചു. അതിനുശേഷം ലിറ്റിൽ സ്പ്രിംഗിലെ കാൻസാസ് എന്ന ടൗണിലേക്ക് താമസം മാറി. ഇപ്പോൾ അദ്ദേഹം എവിടെ, എങ്ങനെ ജീവിക്കുന്നു എന്ന ഒരു ധാരണയും എനിക്കില്ല. ഞങ്ങൾ വെർമോണ്ടി ലേക്ക് വന്ന കാലത്ത് അദ്ദേഹം ജെറാൾഡിന്റെ വിവരങ്ങൾ അന്വേഷിച്ച് എഴുതിയിരുന്നു. എനിക്കറിയാവുന്ന കാര്യങ്ങൾ ഞാൻ മറുപടിയും കൊടു ത്തിരുന്നു. പിന്നെ കത്തുകൾ ഉണ്ടായിട്ടില്ല.”

“ആഹാ”

“ഞാനതേപ്പറ്റി ആലോചിക്കട്ടെ.” റെനി തുടർന്നു പറഞ്ഞു.

ഇവൻ വളരെ കാര്യപ്രാപ്തിയുള്ള പയ്യനാണ്. ആ അർത്ഥത്തിൽ ഇവൻ എന്റെ മകൻ അല്ലെന്നു തോന്നും. ഒരുപക്ഷേ ആ സ്വഭാവം ഇവന് എന്റെ അമ്മയിൽ നിന്നും ലഭിച്ചതായിരിക്കാം. അങ്ങനെയാണെങ്കിൽ തന്നെ അമ്മയുടേതുപോലെയുള്ള ഒതുങ്ങിയ വിവേകല്ല അത്. റെനിക്ക് നല്ല സൂക്ഷ്മതയും ശ്രദ്ധേയമുണ്ട്. അവൻ സ്വന്തമായി ആലോചിക്കു കയും സമീപനങ്ങളിൽ ഉദാരത കാണിക്കുകയും ചെയ്യും.

അവൻ ആലോചിക്കാൻ തുടങ്ങിയിട്ട് ദിവസങ്ങൾ കഴിഞ്ഞിരുന്നു. തോട്ടത്തിൽ പണികൾ ഏറെയുണ്ടെങ്കിലും അതിന്റെ ഭാരം അനുഭവ പ്പെടാറില്ല. തോട്ടത്തിൽ ടാപ്പു ചെയ്തതിനുശേഷം അവയിൽ അച്ഛൻ

പൈപ്പുകൾ പിടിപ്പിച്ചിരുന്നു. ആ പൈപ്പുകൾ മൂന്നു വലിയ പൈപ്പുകളുമായി ബന്ധിപ്പിച്ചിരുന്നു. അതുവഴി താഴ്‌വരയിലെ പഞ്ചസാര കേന്ദ്രത്തിൽ അവ എത്തും. ഞാൻ വളർന്നു വലുതായി കോളേജിൽ പോകുന്ന കാലംവരെ എന്റെ അച്ഛൻ തന്റെ പ്രാഗത്ഭ്യം കാണിച്ചിരുന്നത് ഇതുപോലുള്ള കാര്യങ്ങളിലാണ്. ഇപ്പോൾ മാറ്റിനൊപ്പം ഞാനും റെനിയും ഇതു തുടരുന്നു. അയൽക്കാർക്കൊപ്പം രണ്ടുവട്ടം ഞങ്ങളുടെ കാനുകളും നിറയുന്നു. അയൽക്കാർ ഇത് കാണുകയും അതിശയിക്കുകയും വല്ലപ്പോഴും അച്ഛനെ പുകഴ്ത്തുകയും ചെയ്യും. എന്നാൽ അവരാരുംതന്നെ അതുപോലെ ചെയ്യാൻ ശ്രമിച്ചില്ല. അവർ അവരുടെ പൂർവ്വികരെപ്പോലെ ബക്കറ്റുകളിൽ തന്നെ പഞ്ചസാര സത്തുകൾ ശേഖരിക്കുകയും കൊണ്ടുപോവുകയും ചെയ്തു. പീക്കിങ്ങിൽ കഴിയുകയും കുടുംബത്തിൽ പൂർവ്വികരുടെയും പാരമ്പര്യത്തിന്റെയും വിലയറിയുകയും ചെയ്യുന്നതുവരെ അവരോട് ഞാൻ അക്ഷമ കാട്ടിയിരുന്നു. ചൈനയിലുള്ള മുത്തശ്ശിയിലൂടെ ആയിരം വർഷങ്ങളുടെ പാരമ്പര്യം മാത്രമേ ഇംഗ്ലീഷ് പൂർവ്വികരിലൂടെ അവന് നൽകാനായിട്ടുള്ളൂ.

സൂര്യപ്രകാശമുള്ള ദിവസങ്ങളിൽ പഞ്ചസാര ലായനി നല്ല വേഗതയിൽ കേന്ദ്രത്തിലേക്കൊഴുകും. അത് ഒഴുകാൻ തുടങ്ങിക്കഴിഞ്ഞാൽ റെനിയും മറ്റും ചേർന്ന് പുറത്തുള്ള പണികൾ ചെയ്യും. ഞാൻ പഞ്ചസാര കേന്ദ്രത്തിൽത്തന്നെ നിൽക്കും. ഇതാണ് പതിവ്.

ക്ഷീണംകൊണ്ടുകൂടിയാവാം, ഞങ്ങൾക്ക് ആ സമയങ്ങളിൽ സംസാരിക്കാൻ ഒട്ടും സമയം ലഭിക്കാറില്ല. അത്താഴത്തിനുശേഷ അത്ര പെട്ടെന്ന് ഉറങ്ങിപ്പോകുന്നു. തണുപ്പും കാറ്റുമേറ്റ് ചുവന്ന റെനിയുടെയും തീനാളങ്ങളേറ്റു ചുവന്ന എന്റെയും കവിളുകളിൽ ഓയിലും മറ്റും തേച്ച് ചൂടുപിടിപ്പിച്ച് ഞങ്ങളുറങ്ങി. ഇന്നുപക്ഷേ അതികഠിനമായ തണുപ്പിൽ പൈപ്പുകൾ മരവിച്ചിരുന്നു. കട്ടിയേറിയ മഞ്ഞുപാളികളിൽ റോഡുകൾ തന്നെ ഇല്ലാതായി. ഞങ്ങൾക്ക് ഇന്ന് അവധിയെടുക്കാം. എനിക്കും റെനിക്കും. ഇതിനിടയിൽ മാറ്റ് പഞ്ചസാര കേന്ദ്രത്തിലേക്ക് പോയി. ഞങ്ങൾ അലസമായി തീൻമേശയ്ക്കരികിൽ ഇരിക്കുകയാണ്. റെനി, ആ ശനിയാഴ്ചയ്ക്കായി ഏതോ പുസ്തകം തെരഞ്ഞെടുത്തു. ഞാനിതിനിടയിൽ അവനെ ആ പഴയ കാര്യം വീണ്ടും ഓർമ്മിപ്പിച്ചു.

“റെനി, നീ മുത്തച്ഛനെ നമ്മോടൊപ്പം താമസിപ്പിക്കുന്നതിനെപ്പറ്റി ആലോചിച്ചോ?”

അവൻ ജനാലയ്ക്കരികിലുള്ള അവന്റെ സീറ്റിൽ കാലുകൾ ചുവരിലേക്ക് കയറ്റി ഇരിക്കുകയായിരുന്നു. എന്റെ ചോദ്യം കേട്ട് അവൻ പുസ്തകം നെഞ്ചിലേക്ക് ചായ്ച്ചു.

"ഞാനാലോചിച്ചു. എനിക്കിഷ്ടമാണ്." ഇതുംപറഞ്ഞ് അവൻ വീണ്ടും പുസ്തകത്തിലേക്ക് മടങ്ങി.

ജെറാൾഡിന്റെ മകൻ തന്നെ! അവൻ ശാന്തമായിരുന്ന് ആലോചിക്കുകയും തീരുമാനമെടുക്കുകയും ചെയ്തിരിക്കുന്നു. അതാകട്ടെ അങ്ങേയറ്റം നല്ലതായ തീരുമാനവുമായിരിക്കുന്നു.

പാത്രങ്ങൾ കഴുകിയൊതുക്കിയതിനുശേഷം ഞാൻ മുകൾനിലയിലേക്ക് ജെറാൾഡിന്റെ അച്ഛനുള്ള മുറിയൊരുക്കാനായി പോയി. ഞങ്ങൾ രണ്ടുപേർക്ക് ആ വീട് വളരെ വലുതു തന്നെയായിരുന്നു. എന്റെ അച്ഛന് വിശാലമായ മുറികളോട് വലിയ ഭ്രമമായിരുന്നു. അദ്ദേഹത്തിന് നിറയെ മുറികൾ വേണം. എല്ലാം വലുതുമായിരിക്കണം. എന്റെ അച്ഛൻ എനിക്കായി തന്നിട്ടുപോയ ഈ വീട്ടിൽ ഒരു ഡസൻ കുഞ്ഞുങ്ങൾക്ക് കളിച്ചുവളരാം. കല്ലുകൊണ്ടും മരംകൊണ്ടും പണിതിരിക്കുന്ന ആ വീട് താഴ്വാരത്തിന് അഭിമുഖമായാണുള്ളത്. എല്ലാ വേനൽക്കാലത്തും ന്യൂയോർക്കിൽ നിന്നോ ചിക്കാഗോയിൽ നിന്നോ ആരെങ്കിലും ഇതു വാങ്ങാനായി വരും. ഞാനൊരു വലിയ തുക ആവശ്യപ്പെടുകയും അ്വരത് നിരസിക്കുകയും ചെയ്യും.

മുകൾനിലയിലെ വിശാലമായ ഹാളിൽ നിന്നുകൊണ്ട് ഞാൻ ആലോചിച്ചു. തെക്കുകിഴക്കു മൂലയിലുള്ള മുറി തെരഞ്ഞെടുത്തു. തെക്കുപടിഞ്ഞാറെ മുറിയിലാണ് റെനിയുള്ളത്. അവന് അവധിദിവസങ്ങളിൽ ധാരാളമായി ഉറങ്ങണമായിരുന്നു. അതിനാൽ രാവിലെ സൂര്യപ്രകാശം കിട്ടുന്ന മുറികൾ അവന് ഇഷ്ടമല്ല. പക്ഷേ, പ്രായം ചെന്നവർ അങ്ങനെയല്ല. അവർ അധികം ഉറങ്ങാൻ ഇഷ്ടപ്പെടില്ല. അതിനാൽ അച്ഛന് ഈ മുറി മതിയാകും. മറ്റെല്ലാ കിടപ്പുമുറികളും പോലെ ഈ മുറിയും ചതുരത്തിലാണ്. തണുപ്പുകാലത്തെ കാറ്റിനെ തടയാനാകുന്ന നാലു ജനാലകളും നെരിപ്പോടും അതിനകത്തുതന്നെയുണ്ട്. ജനാലപ്പടിക്കു താഴെ ഇരിപ്പിടങ്ങളും നിലത്ത് വലിയ മരപ്പലകകളും പാകിയിട്ടുണ്ട്. അമ്മ അവരുടെ വാർദ്ധക്യകാലത്ത് ഈ മുറിയാണ് ഉപയോഗിച്ചിരുന്നത്. അതിനാൽ അവരുപയോഗിച്ച ഫർണിച്ചറുകളും ചുവന്ന കർട്ടനുകളും ഇപ്പോഴും അവിടെയുണ്ട്. സാധാരണയിലും വലുതാണ് ആ കട്ടിൽ. അതിന്റെ തലഭാഗം ഉയരമേറിയതും മനോഹരമായി അലങ്കരിച്ചതുമായിരുന്നു. പ്രായം ചെന്ന, കുലീനനായ ഒരാൾക്ക് ആ മുറി തികച്ചും അനുയോജ്യമാണ്. അതിലൊരു എഴുത്തുമേശ പോലുമുണ്ട്. അച്ഛൻ മരിച്ചതിനുശേഷം അദ്ദേഹത്തിന്റെ ചെറിയ കംപ്യൂട്ടറും അമ്മ ഈ മുറിയിലേക്ക് മാറ്റിയിരുന്നു. അവരവിടെയിരുന്ന കത്തുകളും മറ്റും എഴുതാറുണ്ടായിരുന്നു എന്ന്

ഞാനോർത്തു. അതേയിടത്ത് മറ്റൊരാൾകൂടി ഇരുന്നു കാണുന്നത് സന്തോഷംതന്നെ.

ഞാൻ എന്നെപ്പറ്റിയും ആലോചിച്ചു. എനിക്ക് ജെറാൾഡിനെപ്പറ്റി സംസാരിക്കാൻ ഇവിടെ അദ്ദേഹത്തിന്റെ അച്ഛൻ വേണമായിരുന്നു. എനിക്കറിയാത്ത കാര്യങ്ങൾ പലതും അറിയാനുണ്ടായിരുന്നു. ഞാൻ ജെറാൾഡിനെ കണ്ട കാലത്തിന്റെ, ഞങ്ങൾ ഒരുമിച്ചു ജീവിച്ച കാലത്തിന്റെ വെളിച്ചത്തിൽ ജെറാൾഡിന്റെ മനസ്സും ശരീരവും എനിക്കറിയാമെന്ന് ഞാൻ വിചാരിച്ചു. എന്നാൽ ഇന്ന് ഓർമ്മയുടെ കണ്ണുകൾ മാത്രമേ എന്റെ കൂടെയുള്ളൂ. അതിലൂടെ പലതും എനിക്കിന്ന് കാണാൻ പറ്റുന്നില്ല. കാരണം, പലതും എനിക്ക് പൂരിപ്പിക്കേണ്ടതുണ്ട് എന്നതുതന്നെ. എനിക്കറിയാത്തവയാണ്. ആരെങ്കിലും എനിക്കതു പറഞ്ഞുതന്നേ പറ്റൂ. അല്ലെങ്കിൽ എന്റെ ഹൃദയം നിലച്ചുപോകും.

*** ***

തോട്ടത്തിലെ പണി തീരുംവരെ ഞങ്ങൾക്ക് പോകാൻ കഴിഞ്ഞില്ല. മഞ്ഞുവീഴ്ച കാരണം പലപ്പോഴും പണികൾ തടസ്സപ്പെട്ടു. മാർച്ച് പകുതിയോടെ ആകാശം ഭാഗികമായി ഇരുളുകയും മഴപെയ്യുകയും ചെയ്തു. ചിലപ്പോഴൊക്കെ ആ സമയത്ത് സത്ത് ഒഴുകാതിരിക്കുമോ എന്ന് ഞങ്ങൾ ഭയപ്പെട്ടു. പെട്ടെന്ന് ദക്ഷിണദിക്കിൽനിന്നും കാറ്റ് വീശുകയുണ്ടായി. വലിയ മരങ്ങളൊക്കെ മറിഞ്ഞുവീണു. ഉറക്കമില്ലാതെ കിടക്കുകയാൽ മരങ്ങൾ കടപുഴകി വീഴുന്ന ശബ്ദം ഞാൻ ശരിക്കും കേട്ടു. വെടിവച്ചിട്ടതുപോലെ കൃത്യവും ഭയങ്കരവുമായിരുന്നു ആ ശബ്ദം. നേരം വെളുത്തയുടൻതന്നെ ഞാൻ പുറത്തിറങ്ങി. എന്തെല്ലാം നാശനഷ്ടങ്ങളാണ് ഉണ്ടായിരുക്കുന്നത് എന്നന്വേഷിക്കാനായി റെനിയെയും കൂട്ടി തോട്ടത്തിലേക്ക് പോയി. മുറിഞ്ഞുവീണ മരച്ചില്ലകളിൽ നിന്ന് കട്ടിപിടിച്ച പഞ്ചസാര ധാരകൾ മഞ്ഞുപാളികൾക്കൊപ്പം തൂങ്ങിനിന്നു. സൂര്യപ്രകാശത്താൽ പിന്നീട് അവ ഉരുകാൻ തുടങ്ങുകയും നിലത്ത് വീഴുകയും ചെയ്തു.

വേനൽക്കാലത്ത് അവയുടെ ഇലകളിലൂടെ സമ്പാദിച്ചതത്രയും ഉപയോഗശൂന്യമായിരിക്കുന്നു. വേനൽക്കാലത്തെ ചൂടുള്ള സൂര്യപ്രകാശം ഇലകളിൽ അന്നജം ഉല്പാദിപ്പിക്കും. വസന്തകാലത്തെ മിതമായ പ്രകാശം അന്നജത്തെ പഞ്ചസാര (ഗ്ലൂക്കോസ്) ആക്കി മാറ്റും. അത് മരങ്ങൾക്കും ഞങ്ങൾക്കും ഉപയോഗിക്കാനുള്ളതാണ്. മരങ്ങൾ ബുദ്ധിയുള്ളതാണെന്നും അവ ഒരിക്കലും പഞ്ചസാര മുഴുവനായി ഞങ്ങൾക്കു തരില്ലെന്നും റെനി എന്നെ ഓർമ്മിപ്പിച്ചു.

“ഒന്നുമില്ലെങ്കിലും നമുക്കതിന്റെ സൗന്ദര്യം കാണാമല്ലോ” ഞാൻ

പറഞ്ഞു.

ഞങ്ങളപ്പോൾ മലയുടെ മുകളിൽ താഴ്‌വാരത്തിൽ സൂര്യവെളിച്ചം തിളങ്ങുന്നത് നോക്കിനിൽക്കുകയായിരുന്നു.

ഇതുപോലുള്ള നിമിഷങ്ങൾ, കാഴ്ചകൾ എന്നെ ഇളക്കാറുണ്ട്. ഞാനിതൊക്കെ വിലമതിക്കുന്നു. ഒരിക്കലും പരാതി പറയുന്നില്ല. ആറാഴ്ചയോളമായുള്ള കഠിനമായ അധ്വാനത്തിനൊടുവിൽ ഞങ്ങൾക്കപ്പോൾ നൂറുകണക്കിന് മാപ്പിൾ സിറപ്പ് പഞ്ചസാരയാവാനായി കാത്തിപ്പുണ്ട്. ആദ്യത്തെ സത്ത് എറ്റവും മധുരമേറിയതും മികച്ചതുമാണ്. സീസൺ കഴിയുന്നതോടെ മുളകൾക്ക് കടുപ്പം കൂടും. അപ്പോൾ നീര് കട്ടിയേറിയതാവും. അതിൽനിന്നും നല്ല പഞ്ചസാര ലഭിക്കില്ല.

ഏപ്രിലിൽ മുളകൾ തളിർക്കാൻ തുടങ്ങുമ്പോൾ താഴ്‌വാരത്തുനിന്നു ജോൺ സ്ട്രോക്കിനെക്കൂടി സഹായത്തിന് കൂട്ടാൻ മാറ്റിനെ പറഞ്ഞേല്പിച്ചു. എനിക്കും റെനിക്കും കാൻസാസിലേക്ക് പോകാനുണ്ട്. വിതച്ച മുളകൾ മുളച്ചുവരുമ്പോഴേക്കും ഞങ്ങൾ തിരിച്ചെത്തുമെന്നും പറഞ്ഞു.

"ചിലപ്പോൾ ഞാനെന്റെ ഭർത്താവിന്റെ അച്ഛനെ കൂടെ കൊണ്ടുവന്നേക്കും." മാറ്റ് ഒന്ന് തയ്യാറായിക്കോട്ടെ എന്ന ഭാവത്തിൽ ഞാൻ പറഞ്ഞു.

നിർബന്ധമുണ്ടെങ്കിലേ മാറ്റ് സംസാരിക്കാറുള്ളൂ. മുഖഭാവം ബോധപൂർവ്വമായിത്തന്നെ ശൂന്യമാക്കിക്കൊണ്ട് അയാളെന്നെ നോക്കി.

"നിനക്ക് ജെറാൾഡിന്റെ അച്ഛനെ അറിയില്ല. അദ്ദേഹം ഇപ്പോൾ ഒറ്റയ്ക്കാണ്. ആവശ്യമെന്നു തോന്നിയാൽ ചിലപ്പോൾ ഇവിടെ നമ്മളോടൊപ്പം താമസിക്കാൻ വരും."

മാറ്റിന്റെ മുഖത്ത് ഒരു അപരിചിതഭാവം വന്നു നിറഞ്ഞു. ജെറാൾഡ് ഉണ്ട് എന്നതിൽപ്പോലും അയാൾക്ക് സംശയമുണ്ടെന്ന് തോന്നുന്നു.

"നിങ്ങൾ ജെറാൾഡിനെ കണ്ടിട്ടില്ലേ?" ഞാനയാളെ ഓർമ്മിപ്പിച്ചു. എനിക്ക് ഓർമ്മവെച്ച കാലം മുതൽ മാറ്റ് ഞങ്ങളോടൊപ്പം പണിയെടുക്കുന്നുണ്ട്.

"ചെറിയ ഓർമ്മയേ ഉള്ളൂ."

ഞാൻ മേശവലിപ്പ് തുറന്ന് വെള്ളി നിറത്തിൽ ഫ്രെയിം ചെയ്ത ജെറാൾഡിന്റെ ചിത്രം പുറത്തെടുത്തു. വൈകുന്നേരങ്ങളിൽ ഞാനും റെനിയും ഇരിക്കുന്ന നേരങ്ങളിൽ ഞാനീ ചിത്രം പുറത്തെടുത്തുവെക്കാറുണ്ട്. റെനി വായനയിൽ, ഞാൻ തയ്ക്കലോ മറ്റോ.. അപ്പോൾ ഇവിടെ ഞങ്ങൾ മൂന്നുപേരുണ്ടാകും. അല്ലാതെ പകൽ സമയങ്ങളിൽ എനിക്ക് ഈ ചിത്രം നോക്കാൻ കഴിയാറില്ല. കാരണം, അപ്പോൾ അതെന്നെ ജെറാൾഡ് കാതങ്ങളകലെ. ഈ ഭൂഗോളത്തിൽ കടലല

കൾക്കും അപ്പുറമാണുള്ളതെന്ന് ഓർമ്മിപ്പിക്കും. എന്നാൽ വൈകുന്നേരങ്ങളിൽ അദ്ദേഹം വളരെ അടുത്ത് വരാറുണ്ട്. പെക്കിങ്ങിലെ ഞങ്ങലുടെ വീട്ടിൽ. ഞങ്ങളെയോർത്തിരിക്കുന്ന ജെറാൾഡിനെ ഞാൻ കാണും. ഞങ്ങളെക്കുറിച്ചുതന്നെയാണ് അദ്ദേഹം അപ്പോഴും ചിന്തിച്ചിരിക്കുന്നത് എന്നുതന്നെ ഞാൻ ആഗ്രഹിക്കുന്നു.

"ഇതാണദ്ദേഹം."

ഞാൻ മാറ്റിനോടു പറഞ്ഞു. അയാൾ ആ ചിത്രം കൈകളിൽ വാങ്ങി ജെറാൾഡിന്റെ സുന്ദരമായ മുഖത്തേക്കു തന്നെ തുറിച്ചുനോക്കി.

"നന്നായിരിക്കുന്നു."വളരെ ശ്രദ്ധാപൂർവ്വം ചിത്രം എന്റെ കൈകളിലേക്ക് തിരിച്ചുതന്ന് അയാൾ നടന്നകന്നു. ഒരുപക്ഷേ ഇപ്പോഴായിരിക്കാം അയാൾ ജെറാൾഡിനെ ജീവിച്ചിരിക്കുന്നു എന്നുപോലും വിശ്വസിക്കുന്നത്. അയാളക്കാര്യം താഴ്‌വരയിലെ മറ്റ് ആളുകളോടും പറയുമായിരിക്കും. കുറച്ചുകൂടെ ഊഷ്മളമായ ഒരടുപ്പം അവരെന്നോട് ഇനി കാട്ടിയേക്കാം. എന്റെ മുത്തശ്ശൻ താഴ്‌വരയിലെ താമസക്കാരനായിരുന്നില്ല. എന്റെ അച്ഛനുമമ്മയുമാകട്ടെ ആദ്യകാലത്ത് വേനൽക്കാലവസതിയായിട്ടായിരുന്നു ഇവിടം ഉപയോഗിച്ചിരുന്നത്. ഇവിടുത്തെ സ്ഥിരതാമസക്കാരിയാകുന്ന ആദ്യത്തെ തലമുറ എന്റേതാകുന്നതിൽ എനിക്ക് താല്പര്യമുണ്ടായിരുന്നില്ല. മാത്രവുമല്ല റെനിയുടെ പ്രകൃതവും ഗ്രാമവാസികൾ ഞങ്ങളോട് അടുക്കുന്നതിന് തടസ്സമായിരുന്നു എന്ന് തോന്നുന്നു.

ഏപ്രിലിൽ മാപ്പിൾ ചെടികൾ മുളയിടാൻ തുടങ്ങുന്ന സമയത്ത് ഞാനും റെനിയും ഞങ്ങളുടെ യാത്ര ആരംഭിച്ചു. ആദ്യം കാറിൽ പോകുന്നതിനെപ്പറ്റി ആലോചിച്ചെങ്കിലും പിന്നീട് ആ തീരുമാനം വേണ്ടെന്നു വച്ചു. ട്രെയിനിൽ പോകുന്നതാണ് നല്ലത്. ഒരുപക്ഷേ ഞങ്ങൾക്കൊപ്പം വരാനിടയുള്ള പ്രായംചെന്ന യാത്രക്കാരന് നല്ലതും ട്രെയിൻ യാത്ര തന്നെയാണ്. എന്നെ സംബന്ധിച്ചിടത്തോളം ജെറാൾഡിന്റെ അച്ഛൻ വരുമെന്നു തന്നെയാണ്. അദ്ദേഹം സമ്മതിച്ചില്ലെങ്കിലേ അത് സംഭവിക്കാതിരിക്കുകയുള്ളൂ.

റെനിയുടെ മനസ്സിൽ അദ്ദേഹത്തെക്കുറിച്ച് ഒരു ചിത്രമുണ്ടാക്കാൻ ഞാൻ ശ്രമിച്ചു. ജനാലകൾക്കപ്പുറം മരങ്ങളും മലകളും പിന്നിട്ടുകൊണ്ടേയിരുന്നു. എന്തിനേയും എന്റെ ജെറാൾഡിനോടുള്ള സ്നേഹത്തിന്റെ മൂടൽമഞ്ഞിലൂടെ മാത്രമേ എനിക്ക് കാണാനാകുന്നുള്ളൂ. ജീവിതത്തിൽ ആദ്യം പ്രണയം തോന്നിയ ആളിനെത്തന്നെ വിവാഹം കഴിക്കാൻ ഭാഗ്യം ലഭിച്ച സ്ത്രീകളിലൊരാളാണ് ഞാൻ. മാപ്പിൾ സിറപ്പിന്റെ ആദ്യത്തെ നീര് ആദ്യപ്രണയം പോലെതന്നെയാണെന്നാണ് ജോൺ ബോറോസ് പറയുന്നത്. എപ്പോഴും നല്ലതും എപ്പോഴും സമൃദ്ധവും എപ്പോഴും മാധു

ര്യമുള്ളതും.

"നിന്റെ മുത്തച്ഛനുണ്ടല്ലോ" ഞാൻ റെനിയോട് പറഞ്ഞു. 'നീണ്ടുമെലിഞ്ഞ് കാഴ്ചയിൽ വളരെ കുലീനനായ ഒരാളാണ് ഓർത്തുനോക്കൂ. വെർജീനിയയിൽ നിന്നും വന്ന ഒരാളായിട്ടും അദ്ദേഹം ഒരു ചൈനാക്കാരിയെ വിവാഹം കഴിച്ചു."

അവൻ ചെറുതായൊന്ന് മുഖം തിരിച്ച് പ്രതിഷേധമറിയിച്ചു. ഈയിടെയായി ചൈനാക്കാരിയായ തന്റെ മുത്തശ്ശിയെക്കുറിച്ച് പറയുന്നത് അവന് ഇഷ്ടമല്ലെന്ന് തോന്നുന്നു. ചിലപ്പോൾ സ്കൂളിൽ കൂട്ടുകാർ അവനെ പരിഹസിക്കുന്നുണ്ടാവാം. അങ്ങനെയെങ്കിൽ ജെറാൾഡിന്റെ അച്ഛന് എന്നെ സഹായിക്കാനാകും.

"മുത്തച്ഛനും നിന്റെ അച്ഛനെപ്പോലെ നല്ല കറുത്ത കണ്ണുകളാണ്. ഇപ്പോൾ ആ മുടികൾ വെള്ളിപോലെ നരച്ചുകാണും. നീയദ്ദേഹത്തെ ഓർക്കുന്നുണ്ടോ?"

"ഞാനോർക്കുന്നില്ല." അവൻ ഉറപ്പിച്ചു പറഞ്ഞു. ഞങ്ങൾ പീക്കിങ്ങിൽ ജീവിച്ച കാലത്തെക്കുറിച്ച് ചോദിച്ചാലും അവനത് ഓർക്കുന്നില്ലെന്ന് പറയും. അവനിപ്പോൾ ഒരു അമേരിക്കക്കാരനാകാൻ ആഗ്രഹിക്കുന്നു.

"ആഹ! നല്ലത്. മുത്തച്ഛനെക്കാണുമ്പോൾ നിനക്കെല്ലാം ഓർമ്മവരും." ഞാൻ പറഞ്ഞു. പക്ഷേ അത് സത്യമാണോ എന്ന് എനിക്കറിയില്ല.

പുറത്ത് കാഴ്ചകൾ അതിവേഗം കടന്നുപോകുന്നു. വളരെ സാവധാനത്തിൽ ഒരിക്കൽ ഈ വഴികളിലൂടെ എനിക്ക് സഞ്ചരിക്കണം. എന്റെ വേരുകളെ ആഴത്തിൽ അറിയണം. ഇന്നലെ രാത്രി ഞാൻ ജനാലയുടെ കർട്ടൻ നീക്കി നോക്കി. ഞങ്ങളെവിടെയാണ് എന്ന് എനിക്ക് തിരിച്ചറിയാനായില്ല. എന്നാൽ അതിന്റെ അവസാനിക്കാത്ത അതിരുകളിൽ ഞാനൊപരിചിതയുമാണ്. ജെറാൾഡ് ഞങ്ങൾക്കൊപ്പം വരാഞ്ഞത് നന്നായി.

അന്ന് ഷാങ്ഖായിലെ ഹോട്ടലിൽ രാത്രി ആ നെഞ്ചിൽ ചാഞ്ഞ് ഞാൻ കരഞ്ഞു. "എന്തുകൊണ്ടാണ് നിങ്ങൾ എനിക്കൊപ്പം വരാത്തത്. നിങ്ങളുടെ പ്രിയപ്പെട്ട ഭാര്യയേക്കാൾ നിങ്ങൾ സ്നേഹിക്കുന്ന എന്താണ് ഇവിടെയുള്ളത്."

"ആരുമില്ല. ഒന്നുമില്ല. നോക്കൂ ഈവ്, ഇപ്പോൾ ഞാൻ ചൈന വിട്ട് പോരുകയാണെങ്കിൽ അത് എന്നത്തേക്കുമായിരിക്കും. അമേരിക്കയിൽ ഞാൻ ഒരു അപരിചിതനായിരിക്കും."

"ഞാനവിടെയില്ലേ"

"നീയുണ്ടെങ്കിൽപ്പോലും."

അദ്ദേഹത്തോടൊപ്പമുള്ള ഓർമ്മകൾ തുടർച്ചയായല്ല എന്നിലേക്ക് വരുന്നത്. എന്റെ വർത്തമാനകാല ജീവിതത്തിനിടയിലേക്ക് അതങ്ങ് കടന്നുവരും. ഇവിടെ അർദ്ധരാത്രിയിൽ ഞങ്ങൾ പിന്നിട്ട പരിധിയില്ലാത്ത നാടുകൾക്കിടയിൽ, ഒരപരിചിതയായിരിക്കുമ്പോൾപ്പോലും ജെറാൾഡ് പറഞ്ഞത് ഞാനോർക്കുന്നു. ജെറാൾഡിനേയും.

*** ***

ജെറാൾഡിന്റെ അച്ഛനെ ഞങ്ങൾ കണ്ടെത്തി. കിഴക്കൻ കാൻസാസിൽ ഒരു ചെറിയ കുടിലിൽ കഴിയുകയായിരുന്നു അദ്ദേഹം. ലിറ്റിൽ സ്പ്രിംഗ് തീരെ ചെറിയ ഒരു പട്ടണമാണ്. കുന്നിന്റെ പകുതിയോളം ഉയരത്തിലുള്ള ഒരു പരന്ന പ്രതലമാണ് ആ പട്ടണം. അദ്ദേഹത്തെ കണ്ടുപിടിക്കാൻ എളുപ്പമായിരുന്നു. ഞങ്ങൾ സ്റ്റേഷനിൽ അന്വേഷിച്ചപ്പോൾ തന്നെ അസാധാരണമായ, ബഹുമാനം തോന്നിപ്പിക്കുന്ന രൂപഭാവങ്ങളുള്ള, ഒരുപക്ഷേ സംശയം തോന്നിപ്പിക്കുന്ന ആ വൃദ്ധനെ എല്ലാവർക്കും അറിയാമായിരുന്നു.

"മാക്കിലിയോർഡ്, ഓ, ആ മാന്യനായ വൃദ്ധൻ" എന്നായിരുന്നു ടിക്കറ്റ് കൗണ്ടറിലിരുന്ന വായിൽ പുകയില വച്ച ആൾ പറഞ്ഞത്.

അയാൾ കാണിച്ചുതന്ന തെരുവിന്റെ അങ്ങേയറ്റത്ത് പെയിന്റ് പോലും ചെയ്യാത്ത ഒരു മുറിയിൽ ഞങ്ങളദ്ദേഹത്തെ കണ്ടെത്തി. വാതിലുകൾ തുറന്നിട്ടിരിക്കുകയായിരുന്നു. ഏപ്രിൽ മാസത്തിലും ആ മുറിയിൽ നല്ല തണുപ്പുണ്ടായിരുന്നു. അവിടെ മേശയ്ക്കരികിലായി തന്റെ ചുവന്ന മേലങ്കി ധരിച്ച് അദ്ദേഹം വായിച്ചുകൊണ്ടിരിക്കുന്നു. ഞങ്ങളെ കണ്ടപ്പോൾ പുഞ്ചിരിച്ചുകൊണ്ട് എഴുന്നേറ്റുനിന്നു. താടിയും മുടിയുമൊക്കെ വളർന്നിരിക്കുന്നു. അതും വെള്ളി മുടിയിഴകൾ! വളരെ മെലിഞ്ഞ് ക്ഷീണിച്ചിരിക്കുന്നുവെങ്കിലും കണ്ണുകൾ വലുപ്പമുള്ളതാണ്. അദ്ദേഹം ഇത്രമാത്രം ജെറാൾഡിനെപ്പോലെയാണെന്ന് അതുവരെ എനിക്കറിയില്ലായിരുന്നു. ഞാൻ ഓടിച്ചെന്ന് അദ്ദേഹത്തെ ആലിംഗനം ചെയ്തു.

"ബാബ അങ്ങെന്താണിവിടെ?"

ഞാൻ ജെറാൾഡിന്റെ അച്ഛനെ ബാബ എന്നാണ് വിളിച്ചിരുന്നത്. അച്ഛനെന്നു വിളിക്കുന്നതിലും എളുപ്പമായിരുന്നു അത്. എന്റെ വിളികേട്ടതും ആ കുനിഞ്ഞ ശിരസ്സ് ഉയർന്നു. എന്നെ തിരിച്ചറിഞ്ഞു. പക്ഷേ, അടുപ്പമൊന്നും കാട്ടിയില്ല. ഒരുപക്ഷേ, താനെവിടെയാണെന്ന് അദ്ദേഹത്തിനും അറിയില്ലായിരിക്കാം. അദ്ദേഹം എന്നെ തിരികെ ആലിംഗനം ചെയ്തില്ല. പക്ഷേ എന്റെ കൈകൾ മാറ്റിയതുമില്ല. പിന്നെ പതിഞ്ഞ ശബ്ദത്തിൽ പറഞ്ഞു. "എനിക്ക് ട്രെയിനിൽ വച്ച് സുഖമില്ലാതായി. അവ

രെന്നെ ഇവിടെ ഇറക്കിവിട്ടു. ഒരു സ്ഥലത്തല്ലെങ്കിൽ മറ്റൊരു സ്ഥലത്ത് ജീവിക്കാൻ എനിക്ക് ഒരു കാരണവും വേണ്ട."

യുദ്ധത്തിനുമുമ്പുള്ള ദിവസങ്ങളിൽ ഞാനും ജെറാൾഡും എത്ര സ്വാർത്ഥരായാണ് പീക്കിങ്ങിൽ കഴിഞ്ഞത്. ഞങ്ങൾക്കറിയാമായിരുന്നു ഞങ്ങൾ സ്വാർത്ഥരാണെന്ന്. സന്തോഷത്തിന്റെ സമയങ്ങളെ ഞങ്ങൾക്ക് മാത്രമായി ഉണ്ടാക്കിയെടുത്തു. അമേരിക്കയിലെത്തിയവർ സ്വർഗ്ഗത്തിലെത്തിയവരാണെന്നാണ് ഞങ്ങൾ വിചാരിച്ചത്. ചൈനയിലെ ഭീതിദമായ അവസ്ഥയിൽനിന്നും ബാബ രക്ഷപ്പെട്ടല്ലോ എന്നതാണ് ബാബ സുരക്ഷിതനാണെന്ന് വിചാരിക്കാൻ കാരണം. ഞങ്ങൾക്ക് അദ്ദേഹത്തിൽനിന്നും ചില കത്തുകൾ ലഭിച്ചിരുന്നു. അദ്ദേഹം സുരക്ഷിതനാണെന്നും അദ്ദേഹത്തെയോർത്ത് ആശങ്കപ്പെടേണ്ട എന്നും പറഞ്ഞു. അദ്ദേഹത്തിന് അവിടെ സുഹൃത്തുക്കളെയൊക്കെ ലഭിച്ചിരുന്നു എന്നും അതിൽ പറഞ്ഞിരുന്നു. പിന്നെ ഞങ്ങളുടെ പ്രശ്നങ്ങളിലും യുദ്ധഭീതിയിലും പതുക്കെ അദ്ദേഹത്തെ മറന്നു.

ബാബ റെനിയെ നോക്കുന്നതുകണ്ട് ഞാൻ പിറകോട്ടു വന്നു.

"ഓർമ്മയുണ്ടോ, നിങ്ങളുടെ പേരക്കുട്ടിയാണ്."

അദ്ദേഹം തന്റെ മെലിഞ്ഞ കൈനീട്ടി. റെനിയെ അദ്ദേഹത്തിനരികിലേക്ക് ചെല്ലാൻ ഞാൻ ആംഗ്യത്തിൽ പറഞ്ഞു. അവനല്പം ലജ്ജയോടെ മുന്നോട്ടു നീങ്ങി.

"പേരക്കുട്ടി!"

"അതെ."

അദദേഹത്തിന് എത്ര ഓർമ്മകാണും. എന്തെല്ലാം മറന്നുകാണും? റെനിക്ക് ആറു വയസ്സുള്ളപ്പോഴാണ് ഇവർ അവസാനം കാണുന്നത്.

"അതെ, അതെ.. ഇരിക്കൂ." ആ മുത്തച്ഛൻ പതിയെ പറഞ്ഞു.

അവിടെ വേറെ ഇരിപ്പിടങ്ങൾ ഇല്ലാത്തതിനാൽ റെനി മേശയുടെ അരികിലും ഞാൻ സ്റ്റൂളിലുമായി ഇരുന്നു.

"ബാബ, നിങ്ങളെങ്ങനെ കഴിയുന്നു?" ഞാൻ അന്വേഷിച്ചു.

"ഇങ്ങനെ കഴിയുന്നു. ഇവരെനിക്ക് ഭക്ഷണം തരും. ഒരു സ്ത്രീ വന്ന് പാത്രങ്ങളും വീടും ഒക്കെ വൃത്തിയാക്കിത്തരും. എനിക്ക് പണം ആവശ്യമില്ല. ഇവിടുത്തെ ആളുകൾ ദയയുള്ളവരാണ്."

അദ്ദേഹത്തിന് താൻ എവിടെയാണ് എന്നുപോലുമില്ല. ട്രെയിനിൽനിന്ന് ഇറങ്ങിയതിനുശേഷം അദ്ദേഹത്തിന്റെ പണം ആരെങ്കിലും കൈവശപ്പെടുത്തുകയോ ആരെങ്കിലും ഇവിടെയെത്തിക്കുകയോ ചെയ്തിരിക്കണം. റോഡിൽ നിന്നും അരമൈലെങ്കിലും അകലെയാണ് ഈ വീടുള്ളത്. "എന്റെ കൈയിൽ കാശുണ്ട്." അദ്ദേഹം ഡ്രോയർ

തുറന്ന് മഞ്ഞ ചൈനീസ് സിൽക്കിന്റെ പൊതി കാട്ടി. അതിനകത്തെ അഞ്ച് ഡോളർ കാട്ടിത്തന്നു. വീണ്ടും വലിപ്പിലേക്ക് വച്ചു.

ഞാനും റെനിയും പരസ്പരം നോക്കി. അഥവാ ഞങ്ങൾക്ക് എന്തെങ്കിലും സംശയമുണ്ടെങ്കിൽ അത് പോയിരിക്കുന്നു. ഒരുവാക്കും പറയാതെ തന്നെ ഞങ്ങളതു തീരുമാനിച്ചു. ഒട്ടും വൈകാതെ ബാബയെ വീട്ടിലേക്കു കൊണ്ടുപോകണം. കിഴക്കോട്ടും പടിഞ്ഞാറോട്ടുമായി ഓരോ ട്രെയിനാണ് അവിടെനിന്നും ഉള്ളത്.

"ബാബ ഭക്ഷണം കഴിച്ചിരുന്നോ? അല്പം തിരക്കിട്ടാൽ കിഴക്കോട്ടുള്ള ട്രെയിൻ പിടിക്കാം."

"എന്നു തോന്നുന്നു."

"എന്താ കഴിച്ചത്?"

അദ്ദേഹം പതിയെ നടന്ന് മൂലയിലുള്ള പാത്രം തുറന്നു. അതിൽ പകുതി കഴിച്ച പാലും വെണ്ണയും മൂന്നു മുട്ടയും ഒരു ചെറിയ കഷണം വേവിച്ച ഇറച്ചിയും ഉണ്ടായിരുന്നു.

ഞങ്ങൾ വീണ്ടും ഇരുന്നു. റെനി വാതിൽക്കൽ പുറത്തേക്ക നോക്കി നിന്നു.

"നമുക്ക് പോകാം." അവൻ പറഞ്ഞു.

'ബാബ, ഞങ്ങളോടൊപ്പം വന്ന് താമസിക്കാമോ?" ഞാൻ തിരിഞ്ഞു നിന്ന് ബാബയോട് ചോദിച്ചു.

അദ്ദേഹം വീണ്ടും മേശയ്ക്കരികിൽ വായിക്കുകയായിരുന്നു. ഇതു കേട്ട് പതിയെ പുസ്തകം ശ്രദ്ധയോടെ അടച്ചുവച്ചു.

"നിങ്ങൾ അങ്ങനെ ആഗ്രഹിക്കുന്നോ?"

"മറ്റെന്തിനേക്കാളും." ഞാൻ മറുപടി പറഞ്ഞു.

"ജെറാൾഡ് എവിടെ?"

"അദ്ദേഹം ഇപ്പോഴും പീക്കിങ്ങിലാണ്."

"തിരിച്ചുവരും?"

"ഞാൻ അങ്ങനെ പ്രതീക്ഷിക്കുന്നു."

"ആരോ ഇങ്ങോട്ടു വരുന്നുണ്ട്." റെനി പറഞ്ഞു.

ആരോ, മധ്യമയസ്സിലെത്താറായ ഒരു പുരുഷനായിരുന്നു. കാഴ്ചയിൽ തനി പാശ്ചാത്യനായ അയാൾ ഞങ്ങളുടെ അരികിലേക്ക് തന്നെ വരികയായിരുന്നു.

"ഇവിടെ എന്താണ് നടക്കുന്നത് എന്ന് അറിയാൻ വന്നതാണ്. എന്റെ ഒരു നോട്ടം എപ്പോഴും ഈ വൃദ്ധനിലുണ്ട്." അയാൾ പറഞ്ഞു.

"ഈ വീട് നിങ്ങളുടേതാണോ?"

"അതെ. എന്റെ അച്ഛൻ ആടുകളെ വളർത്തുമായിരുന്നു അവയെ

നോക്കുന്ന ഇടയനുള്ളതായിരുന്നു ഈ ചെറിയ വീട്."

"നിങ്ങളുടെ നന്മയാണ് എന്റെ ഭർത്തൃപിതാവിന് അഭയം കൊടുത്തത്."

ഇത്രയും പ്രായമായ ഒരാളെ ഇങ്ങനെ ഒറ്റയ്ക്ക് കറങ്ങാൻ വിടുന്നവരെക്കുറിച്ച് സാധാരണ നാട്ടുകാർ എന്തുപറയണമെന്നെനിക്കറിയില്ല." അയാൾ ഗൗരവത്തോടെ മറുപടിയായി പറഞ്ഞു.

"ഞങ്ങൾക്കിതേപ്പറ്റി ധാരണയില്ലായിരുന്നു." ഞാൻ പറയാൻ തുടങ്ങിയെങ്കിലും നിർത്തി. എങ്ങനെയാണ് സത്യസന്ധനായ ഈ മനുഷ്യനോട് കാര്യങ്ങൾ പറയേണ്ടത്? അറിയാത്തൊരു നാട്ടിൽ എത്തപ്പെട്ട വൃദ്ധൻ അവിടെ താമസിക്കേണ്ടി വന്നതാണെന്ന്? എങ്ങനെയാണ് ഞാൻ പീക്കിങ്ങിനെക്കുറിച്ച് പറയേണ്ടത്? ചൈനയെക്കുറിച്ച്? ഒരു അന്യഗ്രഹത്തെക്കുറിച്ച് പറയുന്നതു പോലിരിക്കും.

"ഇപ്പോൾ മാത്രമാണ് ഞങ്ങളദ്ദേഹത്തെ കണ്ടെത്തിയത്. ഞങ്ങളദ്ദേഹത്തെ വീട്ടിലേക്ക് കൊണ്ടുപോവുകയാണ്."

അപ്പോഴാണ് ഞങ്ങളെ പരിചയപ്പെടുത്തിയില്ല എന്ന് ഞാനോർത്തത്.

"ഞാൻ ശ്രീമതി ജെറാൾഡ് മാകിലിയോർഡ്. ഇത് റെനി എന്റെ മകൻ."

"ഞാൻ സാം ബ്ലെയിൻ." അത് പറയുമ്പോഴും അയാൾ റെനിയെ നോക്കുകയായിരുന്നു. റെനി കാഴ്ചയിൽ വ്യത്യസ്തനാണെന്നു കരുതുന്നുണ്ടാകും. ഞങ്ങളാരാണെന്ന് ആലോചിക്കുന്നുണ്ടാകും.

"നിങ്ങൾ എവിടെനിന്ന് വരുന്നു."

"ഞങ്ങൾ വെർമോണ്ടിലാണ് താമസം."

"എവിടെയാണ് നിങ്ങളുടെ ഭർത്താവ്?"

ഞാനൊന്നു പരുങ്ങി. ജെറാൾഡ് മരിച്ചുപോയി എന്ന് പറയുന്നതാണ് അദ്ദേഹം എവിടെയാണ്, എന്തുകൊണ്ട് എന്നൊക്കെ പറയുന്നതിനേക്കാൾ എളുപ്പം. അദ്ദേഹത്തിന് ചൈനയിൽ താമസിക്കേണ്ടിവരുന്നു എന്നത് ഞങ്ങളുടെയൊക്കെമേൽ സംശയങ്ങളുണ്ടാക്കും.

"അദ്ദേഹം വിദേശത്താണ്."

സാം ബ്ലെയിൻ ഞങ്ങളെ രണ്ടുപേരെയും നോക്കി. ബാബയോടു പറഞ്ഞു. "താങ്കൾ ഇവരെ, ഈ സ്ത്രീയെയും കുട്ടിയെയും തിരിച്ചറിയുന്നോ?"

ബാബ പതുക്കെ തലകുലുക്കി. "അവൾ എന്റെ മകന്റെ ഭാര്യയാണ്. ആ കുട്ടി ജെറാൾഡിന്റെ മകനും."

"നിങ്ങൾക്ക് അവരുടെ കൂടെ പോകണോ?"

"ഞാൻ പോകുന്നു"

"നിങ്ങൾ ആഗ്രഹിക്കുന്നുണ്ടെങ്കിൽ മാത്രം. അല്ലെങ്കിൽ എത്രകാലം ഇവിടെ നിന്നാലും ഞാൻ നോക്കിക്കൊള്ളാം."

"എനിക്ക് പോണം."

"നല്ലത്." അയാൾ അപ്പോഴും സംശയാലു ആയിരുന്നു.

"നിങ്ങൾ അങ്ങനെ ആഗ്രഹിക്കുന്നുണ്ടെങ്കിൽ."

"നമ്മളൊന്ന് വേഗമിറങ്ങിയാൽ ഉച്ചക്ക് ശേഷമുള്ള ട്രെയിൻ പിടിക്കാം." ഞാനോർമ്മിപ്പിച്ചു.

"ഞാൻ ചെന്ന് കാറെടുത്തുവരാം. അദ്ദേഹത്തിന് അധികം തയ്യാറാകാനില്ല. നിങ്ങളുടെ ലഗേജ് എവിടെ?"

"ഞങ്ങളത് സ്റ്റേഷനിൽ വച്ചിരിക്കുന്നു.' റെനി പറഞ്ഞു.

"ഞാനൊരു പതിനഞ്ചു മിനിട്ടിനകം വരാം. സാം ബ്ലെയിൻ വേഗത്തിൽ പുറത്തേക്ക് പോയി.

റെനിയെ അസ്വസ്ഥനായി കാണപ്പെട്ടു. അവൻ മുത്തശ്ശനെ നോക്കുകയും എന്നോട് എന്തോ പറയാൻ ശ്രമിക്കുകയും ചെയ്യുന്നതുപോലെ തോന്നി.

"പറയ്."

"നമ്മൾ മുത്തശ്ശനെ ഈ ചൈനീസ് കുപ്പായമിട്ടാണോ ട്രെയനിൽ കൊണ്ടുപോകുന്നത്?"

"ഇത് വളരെ നല്ല ഗൗണാണ്. പീക്കിങ്ങിൽനിന്നും വാങ്ങിയത്. ഈ സിൽക്ക് ഇപ്പോഴും മോശമായിട്ടില്ല. ഇടാൻ നല്ല സുഖമുള്ളതും ചൂടുള്ളതുമാണ്." ബാബ ആ ഗൗണിൽ പിടിച്ചുകൊണ്ട് പറഞ്ഞു.

"അമ്മേ!" റെനി ഉറക്കെ വിളിച്ചു.

"ബാബ, നമുക്ക് ഈ ഗൗൺ കൊണ്ടുപോകാം. പക്ഷേ ഇപ്പോൾ, ബാബയുടെ കോട്ട് കണ്ടുപിടിക്കുന്നതാണ് നല്ലത്. അമേരിക്കക്കാർ അല്ലെങ്കിൽ തുറിച്ചുനോക്കും."

ആ പാവം വൃദ്ധൻ അതിന് ഉത്തരമൊന്നും പറഞ്ഞില്ല. അതിനകം റെനി ബാബ പീക്കിങ്ങിൽ നിന്നും കൊണ്ടുവന്ന ഒരു ചാരനിറത്തിലുള്ള സ്യൂട്ടും കോട്ടും കണ്ടെത്തിയിരുന്നു. ആ കോട്ട് ബാബയ്ക്ക് ജെറാൾഡ് ഓൾഡ് ലഗേഷൻ ക്വാർട്ടറിലെ ഇംഗ്ലീഷ് ടൈലേർസ് കടയിൽനിന്നും വാങ്ങിക്കൊടുത്തതാണ്. അല്പം പഴകിയിട്ടുണ്ട്. ആ സമയം ബാബ താൻ ധരിച്ചിരുന്ന ചൈനീസ് സിൽക്ക് വളരെ ശ്രദ്ധാപൂർവ്വം മടക്കി പെട്ടിയിൽ വച്ചിരുന്നു. റെനിയെ തന്റെ വസ്ത്രം ധരിക്കാൻ സഹായിക്കുന്നതിനും ബാബ അനുവദിച്ചു. ചാരനിറമുള്ള കോട്ടും ഓവർകോട്ടും കറുത്ത

തൊപ്പിയും ധരിപ്പിച്ചു. അദ്ദേഹം സുന്ദരനായി ക്ഷമയോടെ ഞങ്ങളുടെ അന്തസ്സിന് ചേർന്നുനിന്നു. ഒന്നും അദ്ദേഹത്തെ അലട്ടിയില്ല. അദ്ദേഹം കുലീനയും അനുസരണയുള്ളവനുമായി. പാവം ആ വൃദ്ധന്റെ മനസ്സിന് എന്തെങ്കിലും സംഭവിച്ചു കാണുമോ? എനിക്കറിയില്ല. എന്താണ് സംഭ വിക്കുന്നത് എന്ന കാര്യമെങ്കിലും അറിയുന്നുണ്ടോ എന്നുപോലും ഉറ പ്പില്ല. അത്ര ലളിതമായി അദ്ദേഹം ഞങ്ങളുടെ കൈകളിലേക്ക് തന്നെ ഇറക്കിവെച്ചു.

പുറത്ത് ശബ്ദം കേട്ടു. സാം ബ്ലെയിൽ വന്നതാകണം. ഞാൻ പെട്ടി എടുത്തു. റെനി മുത്തശ്ശന്റെ കൈപിടിച്ച് കാറിനടുത്തേക്ക് നടന്നു. സാം ബ്ലെയിൻ പുറത്തിറങ്ങി. അയാളുടെ സഹായത്തോടെ വേഗത്തിൽ കാറി നടുത്തെത്തി. ഞങ്ങൾക്കു പിന്നിൽ പൊടി പറത്തിക്കൊണ്ട് കാറ് പുറ പ്പെട്ടു. ചുവന്ന വലിയ ഇനം കാറായിരുന്നു അത്. ഉള്ളിൽ വേണമെങ്കിൽ ഒരാൾക്ക് കിടക്കാൻ മാത്രം സ്ഥലം ഉണ്ടായിരുന്നു.

“ഞാനിങ്ങനത്തെ കാറ് കണ്ടിട്ടേയില്ല.” ഞാൻ കാറിന്റെ മുൻസീ റ്റിലും റെനിയും ബാബയും പിറകിലുമായി ഇരിക്കുകയായിരുന്നു.

“എന്റെ ഓർഡർ പ്രകാരം ഉണ്ടാക്കിയതാണ്.” സാം ബ്ലെയിൻ പറ ഞ്ഞു.

അയാൾ വേഗത്തിൽ കാർ ഓടിച്ചു. ഞാൻ സംസാരം നിർത്തി. കാല ങ്ങളായി റിക്ഷകളിലും കുതിരവണ്ടികളിലും മറ്റുമുള്ള സഞ്ചാരം എന്റെ ചലനവേഗതയെ സാരമായി കുറച്ചിട്ടുണ്ടാവണം. സമയത്തുതന്നെ ഞങ്ങൾ സ്റ്റേഷനിലെത്തി. റെനിയും സാം ബ്ലെയിനും ബാബയെ പടി കൾ കയറാൻ സഹായിച്ചു.

“ഞാൻ പോകട്ടെ. നിങ്ങൾ എനിക്ക് ഇദ്ദേഹത്തിന്റെ വിവരങ്ങൾ അറി യിച്ച് എഴുതണം.” സാംബ്ലെയിൻ എന്റെ കൈ പിടിച്ചു.

“തീർച്ചയായും.” ഞാൻ ഉറപ്പുനൽകി.

ട്രെയിൻ നീങ്ങി. ഞാനും റെനിയും ബാബയും ഞങ്ങളുടെ ഇരിപ്പിട ങ്ങളിൽ സുരക്ഷിതരായിരുന്നു. എങ്കിലും എനിക്ക് എവിടെയോ ഒരു വേദന അനുഭവപ്പെടുന്നുണ്ടായിരുന്നു. സാം ബ്ലെയിൻ തന്റെ പരുക്കൻ കൈത്തലംകൊണ്ട് അമർത്തിയ എന്റെ ഇടതുകൈയിലാണ് ആ വേദന എന്ന് ഞാൻ തിരിച്ചറിഞ്ഞു.

*** ***

മാറ്റ് തോട്ടം വൃത്തിയാക്കുകയും നിലം ഉഴുതിടുകയും ചെയ്തു. ഈ തോട്ടത്തിൽ സ്ഥിരമായി പുല്ലുവളർത്താൻ ഞാൻ തീരുമാനിച്ചു. മലമു കളിലെ കാലാവസ്ഥകളിൽ ഋതുക്കളെല്ലാം ചെറുതാണ്. അതിനുള്ള

പരിഹാരം ഇതുതന്നെയാണെന്ന് തോന്നുന്നു. നൂറുകണക്കിന് വർഷങ്ങൾക്കുമുന്നേ കല്ലുകൾക്കിടയിൽ പാകിയ വിത്തുകളാണ്. അവ കാടായി മാറിയിരിക്കുന്നു. പഴയ കണക്കുകൾ പ്രകാരം ഡാനിയൽ വെബ്സ്റ്ററിന്റെ പ്രസംഗം കേൾക്കാൻ 18000 ആളുകൾ മലയുടെ ഭാഗത്ത് കുടിയിരുന്നത്രേ. ഇപ്പോൾ ഡാനിയൽ വെബ്സ്റ്റാർ കുഴിമാടത്തിൽ നിന്ന് വന്നാൽപോലും 1800 ആളുകൾ കൂടാനുണ്ടാകുമോ എന്ന് സംശയമാണ്. അവർ ദൂരെ എങ്ങോ പോയി. അവരും മക്കളും പേരക്കുട്ടികളും. ഞാൻ ഈ വീട്ടിലേക്ക് തിരിച്ചെത്തിയപ്പോഴേക്കും അവരെല്ലാം വീടു തേടി പോയിട്ടുണ്ടായിരുന്നു.

ഇനിയും പീക്കിങ്ങിലേക്ക് ഒരു മടക്കയാത്രയില്ലെന്ന് ഞാൻ പതിയെ മനസ്സിലാക്കിത്തുടങ്ങിയിരുന്നു. അവിടുത്തെ വീടും മനസ്സിൽ ഇല്ലാതെയാവണം. നൂറ്റാണ്ടുകളുടെ പഴക്കമുള്ള, കനത്ത മതിലുകളുള്ള പീക്കിങ്ങിലെ ആ വീട്ടിലേക്ക് എനിക്കൊരു മടക്കമില്ല. ആ ഗേറ്റിന് പുറത്തേക്കും അകത്തേക്കും ജെറാൾഡ് പോവുകയും തിരിച്ചുവരികയും ചെയ്യും. എന്നാൽ അതിനകത്ത് എന്റെ ഇടം എന്നെന്നേയ്ക്കുമായി ശൂന്യമാണ്. അവിടുത്തെ വേരുകൾ ഇല്ലാതെയാവണം. ഞാനെന്റെ പൈതൃക ഭൂമിയിലേക്ക് മടങ്ങിവന്നിരിക്കുന്നു. ജെറാൾഡ് അയച്ച ആ കത്തിനെപ്പറ്റി ബാബയോട് സംസാരിച്ചാലോ എന്ന് ഞാൻ എന്നോടുതന്നെ ചോദിച്ചു. അങ്ങനെയെങ്കിൽ എനിക്കും ജെറാൾഡിനുമിടയിൽ എന്താണുണ്ടായത് എന്ന് ബാബയ്ക്ക് മനസ്സിലാകുമായിരുന്നു. പക്ഷേ ആ രഹസ്യങ്ങളെ മറ്റാരുമായും പങ്കുവെക്കുന്നതും എനിക്ക് സഹിക്കാനാകുമായിരുന്നില്ല. ഇന്ന് മെയ് പതിനഞ്ച്. ഞങ്ങളുടെ, എന്റെയും ജെറാൾഡിന്റെയും വിവാഹദിവസമാണ്. ഞാനീ ദിവസം തോട്ടത്തിൽ ചെലവഴിച്ചു. പുൽവിത്തുകൾ വിതച്ചു. തൊഴുത്തു വൃത്തിയാക്കാനും പശുക്കളെ കറക്കാനും മാറ്റിനെ പറഞ്ഞുവിട്ടു. നിർത്താതെ പണിയെടുക്കുമ്പോഴും പക്ഷേ, ഞാൻ ഓർത്തുകൊണ്ടിരുന്നു.

ഇരുപതു വർഷങ്ങൾക്കുമുമ്പ് ഞങ്ങളുടെ വലിയ സ്വീകരണമുറിയിൽ വച്ചാണ് ഞങ്ങൾ വിവാഹിതരായത്. എന്റെ അമ്മയും അവരുടെ സഹോദരനും ഭാര്യയുമല്ലാതെ മറ്റാരും പങ്കെടുത്തിരുന്നില്ല. എന്റെ അമ്മാവനും അമ്മായിക്കും പിന്നീട് എന്തു സംഭവിച്ചു എന്നറിയില്ല. ജെറാൾഡിന്റെ കൂടെ ചൈനയിലേക്ക് പോയപ്പോൾ അവിടെ ഞാൻ മാതൃകാപരമായ ഒരു ദാമ്പത്യം അനുഭവിച്ചു. അവിടെ എല്ലാവരേയും പോലെ ഞാൻ ജീവിച്ചു. എന്തുകൊണ്ടാണങ്ങനെ എന്ന് എനിക്കറിയില്ല. ആളുകൾ പീക്കിങ്ങിലേക്ക് വന്നുകഴിഞ്ഞാൽ അവിടെ താമസിക്കുകയും അവരുടെ ജീവിതം ജീവിക്കുകയും ചെയ്യുന്നു. എനിക്ക് മനസ്സിലാകാത്ത കാര്യ

ങ്ങൾ ജെറാൾഡ് പറഞ്ഞുതരും. തെരുവിൽ ആളുകൾ പറയുന്ന കാര്യ ങ്ങൾ പോലും എന്നോട് പറയും. അദ്ദേഹത്തിന് ഒന്നും അപരിചിതമ ല്ലാത്തതിനാൽ എനിക്കും ഒന്നും അവിടെ അപരിചിതമായില്ല.

ശാശ്വതമെന്ന് കരുതിയ ആ നഗരംപോലും മാറിയിരിക്കുന്നു. ആ നീണ്ട ആലസ്യം കഴിഞ്ഞിരിക്കുന്നു. ഭീതിദമായ ഒരു പുതിയ ശക്തി ജനങ്ങളെ ബാധിച്ചിരിക്കുന്നു. അവിടെ എന്നെ ആവശ്യമില്ല എന്ന് ഞാൻ എന്നോടുതന്നെ പറഞ്ഞു. തൊട്ടയൽപക്കത്തെ സുമയ് പോലും ഇനി പഴയതുപോലെ എന്നെ സ്നേഹിക്കില്ല എന്ന് തോന്നി. ഞങ്ങൾ ഞങ്ങ ളുടെ കുട്ടികളെ നോക്കിയിരുന്നതും വർത്തമാനം പറഞ്ഞതും ചിരിച്ചതും വിലനിലവാരം ചർച്ച ചെയ്തതും ഒക്കെ ഞാനോർക്കുന്നു. പ്രായം ചെന്ന ശ്രീമതി ലീ എന്നെ ഇപ്പോൾ സ്നേഹിക്കുന്നില്ല എന്നും എനിക്ക് വിശ്വ സിക്കാനാവുന്നില്ല. അവർ എന്നെ ചേർത്തിരുത്തി തലോടുമായിരുന്നു. അവരൊക്കെയാണ് എന്റെ കൂട്ടുകാർ. ഞാൻ ഇപ്പോഴും അവരെ സ്നേഹി ക്കുന്നു, അവരെന്നെയും. ജെറാൾഡ് എഴുതിയതുപോലെ അവരും പറ യുമായിരിക്കും. "ഞാൻ നിന്നെ സ്നേഹിക്കും, എന്നും സ്നേഹിക്കും. പക്ഷേ..."

സ്നേഹമുള്ളിടത്ത് പക്ഷേകൾ എങ്ങനെ ഉണ്ടാകുന്നു? എനിക്ക് ഉത്തരം കിട്ടാത്ത ചോദ്യം അതാണ്. ഞങ്ങൾക്കിടയിൽ ഇപ്പോൾ മൗനവും കൂട്ടിനുണ്ട്.

ഞാൻ അത്താഴമുണ്ടാക്കാൻ വരുമ്പോൾ ബാബ അടുക്കളയിലെ ടെറ സിൽ അസ്തമയം ആസ്വദിക്കുകയായിരുന്നു. അദ്ദേഹം പതിവായി ചൈനീസ് ഗൗൺ ധരിക്കും. ചൈനീസ് പുസ്തകങ്ങൾ വായിക്കും. ചില പ്പോഴൊക്കെ ചൈനീസ് സംസാരിക്കും. അദ്ദേഹം എന്തിനെപ്പറ്റിയാവും ചിന്തിക്കുന്നത് എന്നറിയില്ല. പക്ഷേ താഴ്വരയിലെ ഞങ്ങളുടെ ഡോക്ടർ ഡോ. ബ്രോസ് സ്പോൾഡൻ പറയുന്നത് ഒരുപക്ഷേ, അദ്ദേഹത്തിന് ഹൃദയാഘാതം പോലെ എന്തെങ്കിലും സംഭവിച്ചിരിക്കും എന്നാണ്.

"ആരും അറിയാതെ അങ്ങനെ സംഭവിക്കുമോ?" ബ്രൂസ് സ്പോൾഡൻ നല്ല ഒരു ഡോക്ടർ മാത്രമല്ല മനുഷ്യനുമാണ്. വേറെ കൂടുതലറിയാൻ അവസരമുണ്ടായിട്ടില്ല. റെനിക്കോ എനിക്കോ അസുഖം വരാറില്ല. അതിനാൽ അദ്ദേഹത്തിന്റെ ആവശ്യം വരാറില്ല.

"അങ്ങനെ സംഭവിക്കാം. അതിനൊന്നും ചെയ്യാനില്ല. ഇപ്പോൾ ചെയ്യു ന്നതുപോലെ ശ്രദ്ധിച്ചാൽ മാത്രം മതി." ഡോക്ടർ ഒട്ടും ധൃതി കൂട്ടിയില്ല. എന്റെ അപേക്ഷ പ്രകാരമാണ് ഡോക്ടർ വന്നത്. കാരണം വീട്ടിലേക്ക് ഞാൻ കൂട്ടിക്കൊണ്ടുവന്ന ഈ വൃദ്ധനെ എനിക്ക് മനസ്സിലാകുന്നില്ലായി

രുന്നു. അദ്ദേഹം ഏതോ ഒരാളല്ല. ജെറാൾഡിന്റെ പിതാവാണ്. ഞാൻ ഓർക്കുന്നു. പീക്കിങ്ങിൽ ബാബയുടെ മനസ്സ് സൂക്ഷ്മമായിരുന്നു. പണ്ഡിതോചിമായിരുന്നു. അദ്ദേഹത്തിന്റെ വീട്ടിൽ അന്ന് ജെറാൾഡിനൊപ്പം താമസിക്കാൻ ചെല്ലുമ്പോൾ എനിക്ക് ഭയമായിരുന്നു. അതേസമയം ഞാനദ്ദേഹത്തിൽ ആകൃഷ്ടയുമായിരുന്നു. ബാബയ്ക്ക് എല്ലാറ്റിനെക്കുറിച്ചും അറിവുണ്ടായിരുന്നു. അദ്ദേഹത്തിൽനിന്നും ലഭിക്കുന്ന അറിവുകൾക്കും നല്ല തെളിമയുണ്ടായിരുന്നു.

"ജെറാൾഡ്, നിങ്ങളുടെ അച്ഛനെ ഞാനെങ്ങനെയാണ് സന്തോഷിപ്പിക്കേണ്ടത്?" പീക്കിങ്ങിലെ ആദ്യത്തെ രാത്രി. എനിക്ക് കരച്ചിൽ വരുന്നുണ്ടായിരുന്നു.

"പ്രിയപ്പെട്ടവളേ, നീ അച്ഛനെ സന്തോഷിപ്പിക്കാനായി ഒന്നും ചെയ്യണ്ട. അച്ഛൻ ഇതിനകം തന്നെ നിന്നിൽ സന്തോഷവാനാണ്. ആദ്യത്തെ സമയങ്ങളിൽ തന്നെ അച്ഛൻ ആളുകളെ ഇഷ്ടപ്പെടും. നിന്നോടുള്ള സ്നേഹത്തിന്റെ മറ്റൊരു കാരണം നീ ഒരിക്കലും അഭിനിയക്കുന്നില്ല എന്നതാണ്. ഒരിക്കലും അച്ഛനും അതു ചെയ്യില്ല. നീയായി നിന്നുകൊണ്ടുതന്നെ നിങ്ങൾക്ക് പരസ്പരം സ്നേഹിക്കാനാകും."

ബാബയ്ക്ക് അതേ സ്വാഭാവികതയും അദ്ദേഹത്തിന്റേതായ രീതികളും ഇപ്പോഴുമുണ്ട്. ഒരു വാക്കുപോലും പറയാതെ, വിദ്യാർത്ഥിയായ റെനിക്ക് അവന് നഷ്ടമാകുന്ന സാമ്പ്രദായിക ശീലങ്ങൾ ബാബപോലും പറഞ്ഞുകൊടുത്തു. ഞാനിരിക്കാതെ ബാബ ഒരിക്കലും മേശയ്ക്കരികിലെ കസേരകളിൽ ഇരിക്കാറില്ല. അദ്ദേഹത്തിന്റെ ചെറിയ നടത്തകൾക്കുമുന്നേ നിർബന്ധമായും എന്നോടു പറയും. തിരിച്ചെത്തിയാൽ എന്നെ അന്വേഷിച്ചുവന്ന് അറിയിക്കും. മാപ്പിൾ മരങ്ങൾക്കിടയിലൂടുള്ള യാത്ര അദ്ദേഹത്തിന് ഇഷ്ടമാവുന്നുണ്ട്. അദ്ദേഹം കാണുന്ന ചെറിയ കാര്യങ്ങൾപോലും എന്നോട് വന്നുപറഞ്ഞുതരും. അങ്ങനെ ഞങ്ങൾക്കിടയിൽ വർത്തമാനങ്ങൾ ഉണ്ടായി. സ്കൂളിൽ ബാസ്ക്കറ്റ്ബോൾ കളി കൂടിയുള്ളതിനാൽ ആ ദിവസങ്ങളിൽ റെനി വൈകിയാണ് വരാറ്. ബാബ എനിക്കൊപ്പം അടുക്കളയിൽ ഇരിക്കും. ഞങ്ങൾ സംസാരിക്കും. പക്ഷേ എത്രമാത്രം വ്യത്യസ്തമായിരിക്കുന്നു ഇപ്പോൾ ഈ സംസാരം. അദ്ദേഹം ശൈശവാവസ്ഥയിലേക്ക് പോയതല്ല. അതല്ല ഉണ്ടായത്. അദ്ദേഹത്തിൽനിന്നും മറ്റെന്തോ വിട്ടുപോയിരിക്കുന്നു. മുതിർച്ചയുള്ള ആ തമാശ പോയിരിക്കുന്നു. മൗനത്തിലായിരിക്കുന്നു. മനസ്സ് വിശ്രമാവസ്ഥയിലായി. അദ്ദേഹം മാന്യനും ഒന്നിച്ചുജീവിക്കാൻ വളരെ ഇഷ്ടം തോന്നുന്നയാളുമാണ്. അദ്ദേഹം പഴയ ജീവിതത്തിലേക്ക് ഇനി തിരിച്ചുപോകില്ല. ഒരുപക്ഷേ, അതിപ്പോൾ അദ്ദേഹത്തിന് അറിയാമായിരിക്കും. അദ്ദേഹം ഇപ്പോഴത്തെ ജീവിതം സ്വീകരിച്ചുകഴിഞ്ഞു. എവി

ടെയാണ് താനിപ്പോൾ ഉള്ളത് എന്നുപോലും അദ്ദേഹത്തിന് അറിയും എന്നെനിക്ക് തോന്നുന്നില്ല. ചില സമയത്ത് താൻ ആരാണെന്നുപോലും അദ്ദേഹം മറന്നുപോകുന്നുണ്ട്. ചിലപ്പോഴൊക്കെ സംശയത്തോടെ റെനിയെ നോക്കും. പക്ഷേ ഒന്നും ചോദിക്കില്ല. എനിക്ക് തോന്നുന്നത് അത് ജെറാൾഡാണോ, ജെറാൾഡിന്റെ മകനാണോ അതോ അദ്ദേഹത്തിന്അവനെ അറിയുക്കയെങ്കിലും ചെയ്യുമോ എന്ന് അദ്ദേഹം തന്നോടുതന്നെ ചോദിക്കുകയാണോ എന്നാണ്. ഇദ്ദേഹത്തെ ജെറാൾഡിന്റെ 'കത്ത്' കാണിക്കുക എന്നത് എത്രമാത്രം ക്രൂരമായിരിക്കും. എനിക്ക് അതേപ്പറ്റി പറയാനാവില്ല. ഞാൻ ഒരിക്കലും അതു ചെയ്യില്ല.

ഇന്നു രാത്രി അത്താഴത്തിനുശേഷം റെനി കൂട്ടുകാരോടൊത്ത് സിനിമ കാണാൻ പോയി. ഇന്ന് ശനിയാഴ്ചയാണ് ഞാൻ സമ്മതിച്ചു. ഈ ആഴ്ചയിലെ അവന്റെ സ്കൂൾ റിപ്പോർട്ട് തരക്കേടില്ലാത്തതാണ്.

ഞാനും ബാബയും തനിച്ചായിരുന്നു. ഞാൻ വിളക്കു കൊളുത്തി. തുന്നിപ്പകുതി വച്ച തുണിയുമായി ബാബയുടെ അടുത്ത് ഇരുന്നു. റെനിക്കുവേണ്ടി സ്വെറ്റർ തുന്നുകയാണെങ്കിലും ശരിയാണ്, ഞാൻ ജെറാൾഡിനെ ഓർക്കുകയാണ്. ഞങ്ങൾ പിരിഞ്ഞതിനുശേഷം ഇതുവരെ ഒരു വിവാഹവാർഷികദിവസം പോലും ജെറാൾഡിൽ നിന്ന് ഒരു കത്ത് ലഭിക്കാതിരുന്നിട്ടില്ല. എന്റെ ജെറാൾഡ് സമയത്തിനുതന്നെ അത് എന്റെ കൈയിൽ ലഭിക്കത്തക്കവിധം ഹോങ്കോങ്ങിൽനിന്ന് അയക്കാൻ എങ്ങനെയും ശ്രമിക്കുമായിരുന്നു. എന്റെ കയ്യിൽ, മുകളിലെ ചന്ദനപ്പെട്ടിയിൽ ഇപ്പോഴും ആ കത്ത് ഇരിപ്പുണ്ട്. മറ്റൊരു സന്ദർഭത്തിലാണെങ്കിൽ ഈ വേർപാടും ഒരിക്കൽ ഇല്ലാതാവുമെന്ന് വിചാരിച്ചുകൊണ്ട് ഞാനത് വായിക്കുമായിരുന്നു. ഇന്ന് പക്ഷേ, അവ ഒരിക്കൽക്കൂടി വായിക്കാനുള്ള ധൈര്യം എനിക്കുണ്ടാകുമോ എന്നറിയില്ല.

ഞാൻ സംസാരിക്കാൻ തുടക്കമിട്ടാൽ മാത്രമേ ബാബ സംസാരിക്കുകയുള്ളൂ. അതുവരെ ക്ഷമയോടെ എന്നെ നോക്കിക്കൊണ്ടിരിക്കും. ഇന്നത്തെ രാത്രി ആ മൗനം എനിക്ക് സഹിക്കാൻ പറ്റില്ലായിരുന്നു. അതുകൊണ്ട് ഞാൻ വേഗം മിണ്ടിത്തുടങ്ങി.

"ബാബ എപ്പോഴാണ് ജെറാൾഡിന്റെ അമ്മയെ വിവാഹം ചെയ്തത്? ഓർക്കുന്നുണ്ടോ?"

ബാബ ഒട്ടും അതിശയപ്പെട്ടില്ല. ഒരുപക്ഷേ ആ സമയത്ത് ബാബയും അതുതന്നെ ഓർക്കുകയാവാം.

"ഞാനവളെ ഓർക്കുന്നു. അവളുടെ പേര് ഐ ലാൻ എന്നാണ്. സർനെയിം ഹാൻ. അവരൊരു നല്ല സ്ത്രീയും നല്ല ഭാര്യയുമായിരുന്നു."

"ബാബ അവരെ വിവാഹം ചെയ്യാനെന്താ കാരണം?"

അദ്ദേഹം ഒന്നാലോചിച്ചു.

"എനിക്ക് ഓർക്കാനാവുന്നില്ല. ചക്രവർത്തിയുടെ ഉപദേഷ്ടാക്കളിലൊരാളായിരുന്നു ഞാൻ. കൂട്ടുകാരനായ ഹാൻ ഹുയാൻ അവളെ ആലോചിച്ചത്. ഞാനൊറ്റയ്ക്കാണെന്നറിഞ്ഞോണ്ടാവാം. അയാൾക്ക് എന്നേക്കാൾ ചെറുപ്പമുള്ള ഒരനിയത്തി ഉണ്ടായിരുന്നു. അവളാണ് ഐ-ലാൻ."

"നിങ്ങളിവിടെ ഒറ്റയ്ക്കായിരുന്നോ."

"അതെ എന്നു തോന്നുന്നു. അല്ലെങ്കിൽ ഞാൻ വിവാഹം കഴിക്കുമായിരുന്നില്ല."

'ബാബ, നിങ്ങൾ സ്നേഹത്തിലായിരുന്നോ?"

അദ്ദേഹം ഒരു നിമിഷം അനങ്ങാതെയായി. എന്റെ അച്ഛന്റെ ചാരുകസേരയിൽ ഇരിക്കുകയായിരുന്നു. ബാബ ധരിച്ചിരുന്ന ഗൗണിന്റെ ചുവന്ന റിബ്ബണിന്മേൽ വെളിച്ചം തട്ടി തിളങ്ങുന്നുണ്ടായിരുന്നു. വെളുത്ത തലമുടിയും നീണ്ട വെള്ളത്താടിയും തിളങ്ങുന്നുണ്ടായിരുന്നു. പക്ഷേ, ആ കണ്ണുകൾ അത് ചിന്തയുടെ ആധിക്യത്താൽ വിഷമിക്കുകയായിരുന്നു.

"വിഷമിക്കാതെ, അതൊക്കെ എത്രയോ പണ്ടാണ്."

"നിന്നോട് അതേപ്പററി പറയുന്നതിനുള്ള വിഷമം കൊണ്ടല്ല. ഞാൻ ഓർക്കാൻ ശ്രമിക്കുന്നതാണ്. അന്ന് ഞാൻ പ്രണയത്തിലായിരുന്നു എന്ന് തോന്നുന്നു. പ്രണയത്തിലായിരുന്നു. പക്ഷേ അത് ഐലാനുമായിട്ടല്ല. ഞാൻ മറ്റാരുമായോ പ്രണയത്തിലായിരുന്നു. അവളെയാണ് ഞാൻ ഓർക്കാൻ ശ്രമിക്കുന്നത്."

"അവർ ചൈനക്കാരിയായിരുന്നോ?"

അല്ലെന്നറിഞ്ഞുകൊണ്ടുതന്നെ ഞാൻ ചോദിച്ചു.

"അല്ല, ചൈനാക്കാരിയല്ല."

"പിന്നെ?"

"അതല്ലേ എനിക്കോർക്കാൻ കഴിയാത്തത്."

"അവരുടെ പേര്?"

"എനിക്കവരുടെ പേര് ഓർക്കാനാവുന്നില്ല."

ഓഹ്! എന്തൊരവസ്ഥയാണത്? എന്റെ കയ്യിൽനിന്നും തുന്നാനിരുന്ന തുണി താഴെ വീണു. പ്രണയത്തിലാവുക, പിന്നെയൊരുകാലം പ്രണയിനിയുടെ പേരുപോലും ഓർത്തെടുക്കാനാവാത്ത ഒരു കാലത്തിലൂടെ കടന്നുപോവേണ്ടിവരിക. ഇങ്ങനെയൊക്കെ സംഭവിക്കുമോ? ഇനിയുമൊരു കാലത്ത് ഒരുപക്ഷേ വർഷങ്ങൾക്കുശേഷം പീക്കിങ്ങിൽ ജെറാൾഡ് എന്റെ പേരുപോലും മറന്നുപോകുമോ?

ബാബ അപ്പോഴും ഓർക്കാൻ ശ്രമിക്കുകയായിരുന്നു. അദ്ദേഹത്തിന്റെ

ഓർമ്മകൾ ഭൂതകാലത്തിൽ ചികഞ്ഞു. പിന്നെയും സംസാരിക്കാൻ തുടങ്ങി.

"ഞാനൊറ്റയ്ക്കായിരുന്നു. അതിനുകാരണം ഞാൻ സ്നേഹിച്ചിരുന്ന, എനിക്കിപ്പോൾ പേര് ഓർത്തെടുക്കാനാവാത്ത അവരാണെന്ന് ഞാൻ കരുതുന്നു. അവർ എനിക്ക് സ്നേഹം തിരിച്ചുതന്നില്ല. എന്നെ സ്നേഹിക്കാൻ കഴിയാതിരുന്ന ആരെയോ സ്നേഹിച്ചതിന്റെ ഓർമ്മയുണ്ട്. ഒരുപക്ഷേ ഞാൻ വിവാഹാഭ്യർത്ഥന നടത്തിയിരുന്നിട്ടുണ്ടാകും. എനിക്കോർമ്മയില്ല. ഞാൻ ഉറപ്പായും തനിച്ചായിരുന്നു. അപ്പോഴാണ് യു-റെൻ അവന്റെ സഹോദരിയെക്കുറിച്ച് പറഞ്ഞത്. ഒരു ചൈനാക്കാരിയെ വിവാഹം കഴിക്കുന്നത് നല്ലതാണ് എന്നു തോന്നി. ചൈനയിലെ ജോലിയിൽ എന്നെ സഹായിക്കാൻ അവർക്ക് കഴിയും."

ഞാൻ വീണ്ടും തുന്നാൻ തുടങ്ങി.

'ഒരു ചൈനാക്കാരി അതുവരെ വിവാഹം കഴിക്കാതെയിരുന്നത് അതിശയം തന്നെ."

ബാബ കുറച്ചുകൂടെ അനായാസമായി സംസാരിക്കാൻ തുടങ്ങി.

"അങ്ങനെയല്ല. അവളുടെ വിവാഹം നിശ്ചയിച്ചതായിരുന്നു. പക്ഷേ പ്രതിശ്രുത വരൻ പെട്ടെന്ന് മരിച്ചുപോയി. കോളറയോ മറ്റോ ബാധിച്ചതാണെന്ന് തോന്നുന്നു. അവർക്കന്ന് പ്രായം പതിനഞ്ചോ മറ്റോ ആവണം. ഞങ്ങൾ വിവാഹിതരാകുമ്പോൾ അവർക്ക് 25ഉം എനിക്ക് 30ഉം ആയിരുന്നു."

"അവർ ഒരു വിദേശിയെ വിവാഹം ചെയ്യാൻ തയ്യാറായത് ആശ്ചര്യം തന്നെ!"

എന്തായാലും ബാബയുടെ മനസ്സിന്റെ ഒരറ എനിക്ക് തുറക്കാൻ കഴിഞ്ഞിരിക്കുന്നു. ജെറാൾഡിന്റെ അമ്മയെക്കുറിച്ചറിയാനുള്ള സ്വാർത്ഥമോഹമാണ് എനിക്കുള്ളതെന്ന് ശരിതന്നെ. ബാബ അവരെക്കുറിച്ച് ഒന്നും സംസാരിക്കുകയുണ്ടായിട്ടില്ല. പീക്കിങ്ങിലെ വീട്ടിൽ അവരുടെ ഒരു ചിത്രം പോലുമില്ല. ജെറാൾഡിനാവട്ടെ അവരെക്കുറിച്ച് സംസാരിക്കുന്നത് സഹിക്കാൻപോലും പറ്റില്ലായിരുന്നു. വേദന നിറഞ്ഞ സ്നേഹമായിരുന്നു ജെറാൾഡിന് അവരോട്. എന്തുകൊണ്ടാണ് അത്രമാത്രം വേദന എന്ന് എനിക്കറിയില്ല.

വളരെ ശാന്തമായ രാത്രിയായിരുന്നു അത്. ചൂടും തണുപ്പും മാറി മാറി വരും. ഇന്ന് ചൂടുള്ള ദിവസമായിരുന്നു. വിളക്കിൽനിന്ന് വീഴുന്ന ശലഭങ്ങളെ അകറ്റാനായി ഞാൻ ജനാലകൾ അടച്ചിട്ടു. വീടും ശാന്തമായിരുന്നു. അന്നത്തെ ജോലികൾ എല്ലാംതന്നെ തീർന്നിരിക്കുന്നു. എനിക്കും ബാബയ്ക്കും സ്വതന്ത്രമായി സംസാരിക്കാൻ യാതൊരു തട

സ്സവും ഇല്ലായിരുന്നു. ചിലപ്പോഴൊക്കെ ഒരു കുട്ടിയെപ്പോലെയും ചില നേരത്ത് ഇംഗ്ലീഷും ചില നേരത്ത് ചൈനീസുമായി ബാബ മിണ്ടിക്കൊണ്ടിരുന്നു. വെർമോണ്ടിലെ ഈ വീട്ടിലിരുന്നുകൊണ്ട് അയഞ്ഞ പീക്കിങ്ങ് ഭാഷ കേൾക്കുന്നത് അതിശയകരമാംവിധം മനോഹരമായിരുന്നു. എന്റെ അമ്മ എന്തു കരുതുമായിരിക്കും? എന്റെ അച്ഛൻ എങ്ങനെ കേൾക്കുമായിരിക്കും? ചിലപ്പോൾ ഒന്നും മനസ്സിലാവില്ലായിരിക്കും. പക്ഷെ എനിക്കു മനസ്സിലാവുന്നു. ചൈനീസ് ഭാഷ പഠിച്ചതിൽ ഇപ്പോൾ സന്തോഷം പോലും തോന്നുന്നു. എനിക്കുവേണ്ടി ജെറാൾഡ് കണ്ടുപിടിച്ച ചൈനീസ് ഭാഷാധ്യാപകൻ ചെന്നിനോട് ഈ രാത്രി ഞാൻ കടപ്പെട്ടിരിക്കുന്നു.

ഇതാണ് ബാബ പറഞ്ഞ കഥ

ആ ചാരുകസേരയിലിരുന്ന് മെലിഞ്ഞു വിളറിയ കൈകൾ ഒന്നിനു മേൽ മറ്റേത് വച്ച് ബാബ ചിലപ്പോഴൊക്കെ എന്നെയും മറ്റുചിലപ്പോൾ ജാലകത്തിനപ്പുറത്തെ ഇരുളിലേക്കും നോക്കിയിരുന്നു. അദ്ദേഹത്തിന്റെ ഓർമ്മകളിലേക്ക് ജീവിതം തിരിച്ചെത്തിയതുപോലെ ആ കഥകൾ വന്നു കൊണ്ടിരുന്നു. പക്ഷേ എനിക്കറിയാമായിരുന്ന പ്രൗഢിയും ജ്ഞാനവുമുള്ള ജെറാൾഡിന്റെ പിതാവായല്ല അത്, ഒരു വൃദ്ധൻ അയാളുടെ യുവത്വത്തിന്റെ വ്യത്യസ്ത മുഖങ്ങൾ പറയുംപോലെ.

പഴയ ബുദ്ധരീതികൾക്കനുസരിച്ച് അവർ അന്ന് വിവാഹിതരായിരുന്നിരിക്കാം. കൺഫ്യൂഷ്യസും നാസ്തികതയും അവരുടെ വിദ്യാഭ്യാസ കാലത്ത് സ്വാധീനിച്ചിട്ടുണ്ടാകാമെങ്കിലും വിവാഹവും ജനനമരണങ്ങളും കുടുംബങ്ങളുടെ ഒത്തുചേരലിനായി ബുദ്ധിസ്റ്റുകൾ കണ്ടെത്താറുണ്ടായിരുന്നു.

"അവരുടെ രക്ഷിതാക്കൾ ഒരു അമേരിക്കക്കാരനെ സ്വീകരിക്കാൻ തയ്യാറായിരുന്നോ?"

"അവരുടെ മാതാപിതാക്കൾ നേരത്തെ മരിച്ചുപോയിരിക്കണം. മൂത്ത സഹോദരൻ ഹാൻ യുറെൻ ആയിരിക്കണം കുടുംബത്തിന്റെ തലവൻ. ആദ്യമൊന്നും അയാൾക്കവരെ ബോധ്യപ്പെടുത്താനായിട്ടുണ്ടായില്ല. അവൾ അക്കാലത്ത് സ്വയം ഒരു വിധവയായി കണക്കാക്കിയിരിക്കണം. ഒരുപക്ഷേ മറ്റനേകം ചൈനീസ് വിധവകളേയും പോലെ ഒരു ഭിക്ഷുണിയായി മാറേണ്ടയാളാണെന്ന് കരുതിയിരിക്കാം. എന്നാൽ തന്റെ വിശ്വസങ്ങൾക്ക് നിരക്കാത്ത ഒരു ജീവിതം അവൾ തെരഞ്ഞെടുത്തില്ല. അവർ വിദ്യാഭ്യാസം തുടർന്നു."

"അവർ സുന്ദരിയായിരുന്നോ?"

"അല്ല. ചില സന്ദർഭങ്ങളിൽ അവർക്ക് സൗന്ദര്യമുള്ളതുപോലെ

തോന്നിയിരുന്നു."

"ആ സമയങ്ങൾ?"

അതൊരു അനാവശ്യചോദ്യമായിരുന്നു. ചിലപ്പോൾ അവർ പ്രണയത്തിലും സുന്ദരിയായിരിക്കില്ലേ?

പക്ഷേ ബാബ ആ ചോദ്യത്തിൽ അസ്വസ്ഥനായില്ല. ശാന്തസ്വരത്തിൽ മറുപടി പറഞ്ഞു. "അവർ ആസ്വദിക്കുന്ന കവിതകൾ എനിക്കുവേണ്ടി വായിച്ചുതരുന്ന സന്ദർഭങ്ങളിൽ. അവർക്കത് സന്തോഷമുള്ള കാര്യമായിരുന്നു."

"ജെറാൾഡിന്റെ ജനനത്തിനുശേഷം അവർ സന്തോഷവതി ആയിരുന്നോ?"

അവ്യക്തമായ എന്തോ ഒരു വിഷമം ബാബയുടെ മുഖത്ത് മിന്നിമാഞ്ഞു. അതിന് സന്തോഷമെന്നാണോ പറയേണ്ടത് എന്നെനിക്കറിയില്ല.

"അവൾക്ക് നല്ല മാറ്റമുണ്ടായിരുന്നു. അതിനുശേഷം അവൾ കവിതകളോ അവളുടെ പ്രിയപ്പെട്ട ല്യൂട്ടോ വായിക്കുകയുണ്ടായില്ല. അതിനുപകരം അവർ വിപ്ലവത്തിൽ ആകൃഷ്ടയാവുകയാണുണ്ടായത്. അതിനുംമുന്നെ അവൾ രാഷ്ട്രീയകാര്യങ്ങളിലൊന്നും ശ്രദ്ധിക്കാറുണ്ടായിരുന്നില്ല. ജെറാൾഡിന്റെ ജനനത്തിനു മുന്നെ അവൾ പത്രം വായിക്കുന്നതുപോലും കണ്ടതായി ഞാനോർക്കുന്നില്ല. പക്ഷേ, അതിനുശേഷം ഞാനോർക്കുന്നു, അവൾ പുസ്തകങ്ങളും മാഗസിനുകളും വായിക്കാൻ തുടങ്ങി. സൺ യാത് സെന്നുമായി അവൾ സൗഹൃദത്തിലായി. അതിന്റെ പേരിൽ വഴക്കിട്ടത് ഞാൻ ഓർക്കുന്നുണ്ട്."

"ബാബ, നിങ്ങൾ വഴക്കിടുന്നത് എനിക്ക് ചിന്തിക്കാനാവുന്നില്ല." അദ്ദേഹമതു കേട്ടില്ല. അഥവാ കേട്ടതായി നടിച്ചില്ല. "എനിക്ക് സൺ യാത് സെന്നിനെ ഇഷ്ടമായിരുന്നില്ല. ഞാനയാളെ വിശ്വസിച്ചില്ല. ഞാൻ ആ സമയത്ത് രാജാവിന്റെ ഉപദേശകനായിരുന്നുവെന്ന് നീ മനസ്സിലാക്കണം. പഴയ രീതിയിലുള്ള ഭരണമാണ് നല്ലതെന്ന് ഞാൻ വിശ്വസിച്ചു. മാത്രവുമല്ല, സൺ ശരിയായ രീതിയിൽ വിദ്യാഭ്യാസം ലഭിച്ചയാളായിരുന്നില്ല."

ബാബ സംസാരിക്കുന്നത് ഞാൻ അതിശയത്തോടെ കേട്ടിരുന്നു. എനിക്കറിയാമായിരുന്ന ബാബ എന്റെ മുന്നിൽ തെളിയുന്നതുപോലെ. ഞാനെന്റെ തുന്നൽ നിർത്തിവെച്ച് ബാബ സംസാരിക്കുന്നത് ശ്രദ്ധിച്ചിരുന്നു.

"അവളും ഞാനും തികച്ചും വ്യത്യസ്തരായിരുന്നു. പരമ്പരാഗതമായ രീതിയിൽ വളർത്തപ്പെട്ട അവൾ പെട്ടെന്ന് ഞാൻ വിവാഹം ചെയ്ത ആളിൽനിന്നും തികച്ചും വ്യത്യസ്തയായ ഒരുവളായിത്തീർന്നു. സാധാ

രണ ചെനാക്കാരികളായ സ്ത്രീകളെപ്പോലെ അവൾ വീട്ടിൽനിന്നും പുറത്തേക്ക് പോകാറില്ലായിരുന്നു. എന്നാൽ മകൻ വളർന്നതോടെ അവൾ അങ്ങുമിങ്ങും സഞ്ചരിക്കാൻ തുടങ്ങി. എവിടെപ്പോയെന്ന് ഞാൻ ചോദിച്ചാൽ മീറ്റിംഗിനെന്ന് പറയും. അങ്ങനെയാണ് അവൾ സൺ യാത് സെന്നിനെ കേൾക്കാൻ പോവുകയായിരുന്നുവെന്ന് ഞാൻ അറിഞ്ഞത്. അയാൾ ഒരു പുതുപ്പണക്കാരനാണ്. ....ന്റെ മകൻ. ഞാനതവളോട് പറഞ്ഞു. പക്ഷേ അവൾ എന്നെ അതിന്റെ പേരിൽ കുറ്റപ്പെടുത്തി."

ബാബയ്ക്ക് ശബ്ദമിടറി.

"എന്താണ് ബാബയെ കുറ്റപ്പെടുത്തിയത്?"

ബാബ എന്നെ സഹതാപപൂർവ്വം നോക്കി. അദ്ദേഹത്തിന്റെ ചുണ്ടുകൾ വിറച്ചു. "അവൾ പറഞ്ഞു. ഒരു വിദേശിയായതുകൊണ്ടാണ് ഞാൻ വിപ്ലവത്തെ അനുകൂലിക്കാത്തതെന്ന്. എന്റെ ശമ്പളത്തിനുവേണ്ടി രാജഭരണം നിലനിൽക്കാൻ ഞാൻ ആഗ്രഹിക്കുന്നുവെന്നും അവൾ പറഞ്ഞു. ഞാൻ ഉടനെ രാജിവെക്കാമെന്നു പറഞ്ഞപ്പോഴും അതുകൊണ്ടൊരു മാറ്റവുമുണ്ടാകാനില്ലെന്നും അവൾ പറഞ്ഞു. ഞങ്ങൾ വ്യത്യസ്ത പാതയിലാണെന്നും ഒരിക്കലും ചേരില്ലെന്നും അവൾ പറഞ്ഞു. ഞാൻ എന്നോടുമാത്രമേ നീതി പുലർത്തുന്നുള്ളൂ എന്നും അവൾ പറയുകയുണ്ടയി. അവൾ വളരെ മാന്യയും നല്ലവളുമായിരുന്നു.

പക്ഷേ പെട്ടെന്ന് ക്രൂരയും എന്നോട് ക്രൂരതയുള്ളവളുമായി അവൾ മാറി. ഞാനവളെ ഒരിക്കലും സ്നേഹിച്ചിരുന്നില്ലെന്നുപോലും അവൾ പറഞ്ഞു."

ഓഹ്! അതാണാ മാറ്റത്തിന് കാരണം. ഒരു സ്ത്രീ എന്ന നിലയിലും എനിക്കത് മനസ്സിലായി. അവൾ സ്നേഹിക്കുകയും സ്നേഹിക്കപ്പെട്ടിരുന്നില്ലെന്ന് തിരിച്ചറിയുകയും ചെയ്തു. അതുകൊണ്ട് വീടുവിട്ടിറങ്ങുകയും അഭയമന്വേഷിച്ച് പലയിടത്തും കറങ്ങിനടക്കുകയും ചെയ്തു. ബാബയ്ക്ക് അറിയാത്തതോ മറന്നതോ ആയ ആ കാര്യം എനിക്ക് പറയാനുള്ള കരുത്തില്ല.

"ജെറാൾഡ് കാരണമാണോ?"

"എനിക്കറിയില്ല." ബാബ തല വെട്ടിച്ചുകൊണ്ടിരുന്നു.

പക്ഷേ, എനിക്കറിയാം. തന്റെ മകനെ കണ്ടതോടെ അവരുടെ ഹൃദയം ഉണർന്നു. പകുതി വെള്ളക്കാരനായ ആ കുഞ്ഞ് തന്റെ വിധിയെക്കുറിച്ചുള്ള അജ്ഞതയിലാണ് ജനിച്ചിരിക്കുന്നത്. ആ കുഞ്ഞ് അവന്റെ അച്ഛന്റെ രാജ്യത്തിലേക്കു പോയാൽ അവൾക്കു സ്നേഹിക്കാനാരുമില്ലാതാവും. അവന്റെ രാജ്യം അവളുടെ രാജ്യത്തിലായിരിക്കണം. അതവൾക്ക്അവനുവേണ്ടി സംരക്ഷിക്കേണ്ടതുണ്ട്.

അങ്ങനെ അവൾ, ആ അമ്മ മകനുവേണ്ടി ഒരു പുതിയ രാജ്യം ഉണ്ടാക്കാൻ ശ്രമിക്കുന്നു. ഞാൻ അത് വളരെ ക്രൂരമായാണ് പറയുന്നത് എന്നതിൽ എനിക്ക് സംശയമില്ല. അവർ അങ്ങനെയൊന്നും പറഞ്ഞിട്ടില്ല. ഒരുപക്ഷേ അവർ അങ്ങനെയൊന്നും ചിന്തിച്ചിട്ടുകൂടിയുണ്ടാവില്ല. പക്ഷേ അവരിതെല്ലാം ചെയ്തത് അവരുടെ കുടുംബത്തിനുവേണ്ടിയാണ് എന്നതിൽ എനിക്ക് സംശയമില്ല. വിദേശികൾ അവിടെ അനുഭവിക്കാനിടയുള്ള അപമാനങ്ങൾ അവർക്ക് ബോദ്ധ്യമുള്ളതാണ്. എല്ലാ തർക്കങ്ങളും എന്തൊക്കെയോ ശരികൾക്കുവേണ്ടിയുള്ളതാണ്. നമ്മുടേതായ പല രഹസ്യകാരണങ്ങളാലുമാണ് നാമോരോന്ന് ചെയ്യുന്നത്. അത് പൗരാവകാശങ്ങളിലായാലും അങ്ങനെതന്നെ. അവർക്ക് അവരുടെ മകനെ സംരക്ഷിക്കണം. ജെറാൾഡിനുവേണ്ടി അവരുണ്ടാക്കാൻ ശ്രമിച്ച ആ കവചം എനിക്കിപ്പോൾ കാണാൻ കഴിയും."

ബാബ സംസാരം നിർത്തി.

"പിന്നെ എന്തുണ്ടായി ബാബാ?"

അദ്ദേഹം നിശ്വസിച്ചു.

ഞാനെന്റെ തുന്നൽസാമഗ്രികൾ തിരികെയെടുത്തു. പക്ഷേ അദ്ദേഹം വഴുതിമാറി. അദ്ദേഹത്തിന്റെ മനസ്സും ചഞ്ചലമായി. ഞാനുംകൂടുതലൊന്നും കേൾക്കാവുന്ന അവസ്ഥയിലായിരുന്നില്ല. എങ്കിലും എനിക്കു പറ്റുന്നതുപോലെ പിന്നീടതു തുടരാൻ ശ്രമിച്ചു.

"അമ്മ മരിക്കുമ്പോൾ ജെറാൾഡിന് എന്ത് പ്രായമുണ്ടായിരുന്നു?"

അതിശയിപ്പിക്കുന്ന രീതിയിൽ ഓർമ്മ വീണ്ടെടുത്ത് ബാബ പ്രതികരിക്കുകയും അതിന്റെ ആഘാതത്തിൽ ഞാൻ തുന്നൽ നിർത്തിപ്പോവുകയും ചെയ്തു.

"അവൾ മരിച്ചതല്ല, അവളെ കൊന്നതാണ്."

"എന്ത്?"

ഞങ്ങൾ പരസ്പരം തുറിച്ചുനോക്കിക്കൊണ്ടിരുന്നു. ബാബയുടെ കണ്ണുകളിൽ എന്തോ ഒന്ന് വന്നുനിറഞ്ഞു. അത് സങ്കടമോ അവ്യക്തതയോ ആയിരുന്നില്ല. ഭയമായിരുന്നു.

"ഞാനവളെ താക്കീതു ചെയ്തിരുന്നു." ബാബ തുടരുകയാണ്. അദ്ദേഹം അപ്പോൾ വിറക്കുന്നുണ്ടായിരുന്നു. സിൽക്ക് കാലുറയ്ക്കുള്ളിൽ ആ വയസ്സായ കാൽമുട്ടുകൾ വിറകൊണ്ടു. "അവൾ പിടിക്കപ്പെടുകയായിരുന്നെങ്കിൽ എനിക്കവളെ രക്ഷിക്കാനാവില്ലെന്ന് ഞാൻ പറഞ്ഞിരുന്നു. നിനക്ക് മനസ്സിലാകുന്നുണ്ടോ? വളരെ അക്രമകാരിയായ ഒരു വിപ്ലവകാരിയായി അതിനകം അവൾ മാറിക്കഴിഞ്ഞിരുന്നു. വെറുമൊരു രാജ്യസ്നേ

ഹിയല്ല, അവൾ അവരിലൊരാളായി മാറിക്കഴിഞ്ഞിരുന്നു."

"ബാബ!"

"സത്യമാണ്. ആദ്യം അവൾ സൺ യാത് സെന്നിന്റെ ഭാര്യയുടെ സുഹൃത്തായി. ആ രണ്ടു സ്ത്രീകളും മണിക്കൂറുകളോളം ഒരുമിച്ചു ചെലവഴിച്ചു. പലപ്പോഴും എന്റെ വീട്ടിൽ. അവസാനം എനിക്ക് എതിർക്കേണ്ടി വന്നു. എന്നെയോർത്തു മാത്രമല്ല, ജെറാൾഡിനെ യോർത്തും എനിക്ക് ഭയമായിരുന്നു. ഞാനവളോട് പറഞ്ഞു. അവൾക്ക് ആ... കാണണമെങ്കിൽ - അതെ, ആ പദമാണ് ഞാനുപയോഗിച്ചത്. ഞാൻ പറഞ്ഞു നിനക്കാ .... കാണണമെന്ന് നിർബന്ധമാണെങ്കിൽ അതെന്റെ വീട്ടിൽ വച്ചാകരുത്. എന്റെ മകന്റെ മുന്നിൽവച്ചുമാകരുത്. അവൾ ആ വാക്കുകൾ പെറുക്കിയെടുത്ത് വാളുപോലെ എന്റെ നേർക്കു ചൂണ്ടി.

"നിങ്ങളുടെ മകൻ?"

എന്റെ മുറിയിൽനിന്നെന്നപോലെ വ്യക്തമായി അവരുടെ ചൈനീസ് ശബ്ദം ഞാനിവിടെ കേട്ടു. വർഷങ്ങൾക്കുമുൻപ് ആയിരക്കണക്കിന് മൈലുകൾക്കപ്പുറത്തു നിന്നുമാണ് ഞാനാ വാക്കുകൾ കേട്ടത്.

"ബാബ തുടരൂ..."

"അവൾ എന്റെ വീടുവിട്ടിറങ്ങി. പിന്നീടൊരിക്കലും ഞാനവളെ കണ്ടിട്ടില്ല."

"അവൾ മരിച്ചില്ലേ?"

"ഇല്ല. അപ്പോഴില്ല. ഞാനവളുടെ സഹോദരനെ തേടിച്ചെന്നു. ഞങ്ങൾ രണ്ടുപേരും ചേർന്ന് അവളെ അന്വേഷിച്ചു. നീ മനസ്സിലാക്കണം, അയാൾ പൂർണ്ണമായും എനിക്കൊപ്പമായിരുന്നു. എനിക്ക് അയാളുടെ സഹോദരിയെ ഭാര്യയായി തന്നുപോയതിന്റെ പേരിൽ അദ്ദേഹം എന്നോട് ക്ഷമ യാചിച്ചു. അവളിലുള്ള അവകാശങ്ങൾ ഉപേക്ഷിക്കുകയും അവരുടെ കുടുംബത്തിൽ നിന്നുതന്നെ ആ പേര് മായ്ചുകളഞ്ഞതായി പറയുകയും ചെയ്തു. ഒടുവിൽ അയാൾ തന്നെയാണ് അവളെ കണ്ടെത്തിയത്. പക്ഷേ, എവിടെവച്ചാണ് കണ്ടതെന്ന് എന്നോട് പറഞ്ഞതേയില്ല. അതറിയാതിരിക്കുകയാണ് നല്ലത് എന്നാണ് പറഞ്ഞത്. അയാൾ എന്താണ് അർത്ഥമാക്കിയതെന്ന് എനിക്ക് അറിയാമായിരുന്നു. അവൾ അവരുടെ സംഘടനയിൽ അംഗമായി. വിപ്ലവപ്രവർത്തനങ്ങൾ നടത്തുമ്പോൾ അവൾ അവരോടൊപ്പമായിരുന്നു. അവളും സൺ യാത് സെന്നിന്റെ ഭാര്യയും സഹോദരിമാരെപ്പോലെ അടുപ്പമുള്ളവരായി മാറി.

"പിന്നീട് ജെറാൾഡ് അവരെ കാണുകയുണ്ടായോ?"

ബാബ ഏതു കഥ പറയുമ്പോഴും ജെറാൾഡിനെയാണ് ഞാൻ കണ്ടത്. അദ്ദേഹം ആ വലിയ വീട്ടിൽ വളരുന്നത്. അച്ഛനോടൊപ്പം ഏകനായി... ഒരുപക്ഷേ, അമ്മയെ സ്വപ്നം കണ്ടാവണം. അമ്മയെ സ്വപ്നം കാണാത്ത കുട്ടികളുണ്ടോ? കോളേജ് വിദ്യാഭ്യാസകാലം കഴിഞ്ഞ് ഒരു വർഷം ഞാൻ ന്യൂയോർക്കിലെ ഒരു ഓർഫനേജിൽ കുട്ടികളെ പഠിപ്പിക്കാൻ പോയിരുന്നു. പെൺകുട്ടികളെ പുനരധിവസിപ്പിക്കുന്ന ഒരിടം. മുറികൾ നിറയെ കുട്ടികൾ. അവരുടെ കിടക്കകൾ. പകൽ മുഴുവൻ അവർ കളിക്കുകയും ചിരിക്കുകയും ചെയ്യും. പക്ഷേ രാത്രി... രാത്രിയിൽ അവരുടെ അടക്കാനാവാത്ത കരച്ചിൽകേട്ട് ഞാൻ ഞെട്ടിയുണർന്നു. എന്റെ മുറി വേറൊരു കെട്ടിടത്തിലായിരുന്നു. എനിക്കവരുടെ അടുത്ത് രാത്രിയിൽ ജോലിയൊന്നുമില്ല. മാത്രമല്ല, അവിടെ അവരെ നോക്കാൻ നഴ്സുമാരുണ്ട്. എന്നിട്ടും പിന്നെയും പിന്നെയും ഞാൻ എഴുന്നേറ്റു. ഒരു കുട്ടി ഉറങ്ങാനാവാതെ 'അമ്മ' എന്ന് വിതുമ്പുകയും അതുകേട്ട് ആ മുറിയിലുള്ള ഇരുപതോ മുപ്പതോ കുട്ടികളുടെ ഉറക്കം ഞെട്ടുകയും അവരൊക്കെയും അമ്മ, അമ്മ എന്ന് തോങ്ങുകയും ചെയ്തു. രാത്രിയിൽ അമ്മയില്ലാത്ത കുട്ടികളുടെ കൂട്ടക്കരച്ചിലുകൾ അടുത്ത മുറികളിലേക്കും ക്രമേണ ആ കെട്ടിടമാകെയും തേങ്ങലുകളാലുണരും. അവർക്ക് ഓർക്കാനോ അറിയാനോ ആവാത്ത അമ്മമാർക്കുവേണ്ടിയുള്ള കരച്ചിൽ. ആ സങ്കടങ്ങളുടെയെല്ലാം ഉത്തരവാദി ആരാണ്? സഹിക്കാനായില്ല. ഞാനെന്റെ ജോലി ഉപേക്ഷിച്ച് പോയി. പക്ഷേ, കരയുന്ന ആ കുട്ടികളെ ഞാനൊരിക്കലും മറക്കില്ല. അവരുടെ അറിയാത്ത അമ്മമാരെ സ്വപ്നം കാണുന്ന കുട്ടികൾ. ജെറാൾഡ് എന്ന ഈ കുട്ടിയും അവന്റെ വിദേശീയനായ പിതാവിനോടൊപ്പം ഏകനായി ആ വീട്ടിൽ കരയുന്ന ആ കുട്ടികളുടെ ഇടംതന്നെ സ്വീകരിച്ചിരിക്കുന്നു.

"അവൻ അവന്റെ അമ്മയെ കണ്ടിരുന്നോ?"

അവളക്കാര്യത്തിൽ ശരിയായിരുന്നു. വീടുവിട്ടു പോയതിനുശേഷം മകനെ കാണാൻ അവൾ ഒരിക്കലും രഹസ്യമായി വന്നതേയില്ല. പക്ഷേ, അവളുടെ സഹോദരനോടു പറഞ്ഞുവിട്ടിരുന്നു, ജെറാൾഡ് അവരുടെ കൂടെ പോകുന്നതിനുവേണ്ടി.

"ബാബ അതിനു തയ്യാറായിരുന്നോ?"

"ആദ്യം സമ്മതിച്ചില്ല. അവന്റെ മനസ്സ് അസ്വസ്ഥമാവാൻ ഞാൻ ആഗ്രഹിച്ചിരുന്നല്ല. ഞാനത് ഹാൻ യു റെന്നിനോടും പറഞ്ഞു. അവൾ കുഞ്ഞിന്റെ മനസ്സ് കളങ്കപ്പെടുത്തരുതെന്നും ഞാൻ പറഞ്ഞു. അവൾ പറഞ്ഞു ജെറാൾഡിന്റെ ഗുരു ഞാൻ മാത്രമായിരിക്കും. അവൾ മക

ന്റെമേൽ ഒന്നും പഠിപ്പിക്കുകയില്ല എന്ന്. അതുകൊണ്ട് അമ്മയെ കാണാൻ ഞാനവന് അനുവാദം കൊടുത്തു. അങ്ങനെ പീക്കിങ്ങിലെ അവളുടെ പഴയ വീട്ടിൽ അവർ കാണാറുണ്ടായിരുന്നു."

"മണിക്കൂറുകളോ അതോ ദിവസങ്ങളോ?"

"ചിലപ്പോഴൊക്കെ മണിക്കൂറുകൾ. ചിലപ്പോൾ ദിവസങ്ങൾ. അവളുടെ സംഘടനാപ്രവർത്തനങ്ങൾ അനുവദിക്കുന്ന ഇടവേളകൾ മാത്രം. എപ്പോഴും അതിനായിരുന്നു മുൻതൂക്കം."

ശരിയാണ്. ആ കുട്ടിക്കത് വിഷമമായിരിക്കും. ജെറാൾഡ് ആളുകളോട് വളരെ വികാരപരമായും ഏറെ സംശയത്തോടെയുമാണ് ഇടപെട്ടിരുന്നത്. വിവാഹത്തിനുമുമ്പ് ഞാനദ്ദേഹത്തെ സ്നേഹിക്കുന്നുണ്ടോ എന്ന് സംശയമായിരുന്നല്ലോ. വിവാഹശേഷം, ഞാൻ അദ്ദേഹത്തെ സ്നേഹിക്കുന്നുവെന്ന് മാത്രമല്ല, അദ്ദേഹം സ്നേഹിക്കാൻ കൊള്ളാവുന്ന ഒരാളാണെന്നുകൂടി എനിക്കദ്ദേഹത്തെ വിശ്വസിപ്പിക്കേണ്ടിവന്നു. അതിനായി ഞാൻ അസൂയ അഭിനിയിക്കുകപോലും ചെയ്തു. ഉദാഹരണമായി ലെഗേഷൻ ബാളിൽ ഞങ്ങളെ വിരുന്നു ക്ഷണിച്ചപ്പോൾ ഞാൻ പറഞ്ഞു, "ജെറാൾഡ്, ഒന്നിലധികം തവണ ഞാനല്ലാതെ മറ്റൊരു പെൺകുട്ടിയുടെ കൂടെ നൃത്തം ചെയ്യരുത്. ചെയ്യുമോ?"

"സില്ലിയാവാതെ.." ജെറാൾഡ് ചുവന്നു.

സത്യത്തിൽ അദ്ദേഹത്തിനറിയില്ല, ഞാനൊരിക്കലും അസൂയാലുവല്ലെന്ന്. എനിക്കദ്ദേഹത്തെ വിശ്വാസമാണ്. കാരണം, എനിക്കെന്നെ വിശ്വാസമാണ്. ആ ബാളിൽ എത്ര മിടുക്കികളായ പെൺകുട്ടികൾ വേറെ ഉണ്ടായിരുന്നാലും ഞാൻ അസൂയാലുവാകില്ലായിരുന്നു. അസൂയപ്പെടാൻ മാത്രം സുന്ദരനാണ് ജെറാൾഡ് എന്നത് ഞാനും സമ്മതിക്കും. എന്നാൽ അദ്ദേഹം എന്റെയാണ്. അതിസുന്ദരികളായ മെലിഞ്ഞ ചൈനീസ് പെൺകുട്ടികളുടെ കാര്യത്തിൽപ്പോലും ഞാൻ പേടിച്ചിട്ടില്ല. ഞാനോർക്കുകയായിരുന്നു. എനിക്ക് അന്ന് അസൂയയില്ലായിരുന്നു എന്നതിൽ എനിക്ക് സന്തോഷം തോന്നുന്നു. എങ്കിലും എന്റെയാ നിർദ്ദേശം അദ്ദേഹത്തെ സന്തോഷിപ്പിച്ചു. എന്റെ പ്രേമഭാജനമാണെങ്കിലും അദ്ദേഹത്തിന്റെ ജ്ഞാനവും ബുദ്ധിശക്തിയും എത്രമാത്രമാണെന്ന് എനിക്കറിയാമായിരുന്നു. എങ്കിലും അദ്ദേഹം ചിലപ്പോഴൊക്കെ അത്രയേറെ നിഷ്കളങ്കനുമാണ്.

"എനിക്കിഷ്ടപ്പെടാതിരുന്നത്" ബാബ തുടർന്നു. "കുട്ടി അവന്റെ അമ്മയുടെ പൂർവ്വികരുടെ ആ വീട്ടിൽ കഴിയാൻ തീരുമാനിച്ചതാണ്. അവൻ ഒരിക്കലും സ്വന്തമായി സമ്മതത്തോടെ എന്റെ അരികിലേക്ക് വന്നില്ല. ബന്ധുക്കളും വേലക്കാരുമൊക്കെ അവന് മിഠായിയും മറ്റും നൽകി സന്തോഷിപ്പിക്കാറുണ്ടായിരിക്കാം. നിനക്കു മനസ്സിലാകുന്നുണ്ടോ?"

എനിക്ക് മനസ്സിലാകുന്നു. പുരാതനമായ അത്തരം ചൈനീസ് പരമ്പരാഗത കുടുംബങ്ങൾ അവരുടെ ആൺകുഞ്ഞുങ്ങളെ അത്ര ഗാഢമായി സ്നേഹിച്ചിരുന്നു. അവരുടെ നിത്യജീവിതത്തിന്റെ പ്രതീക്ഷ തന്നെ ഈ ആൺകുട്ടികളാണ്. ആൺകുട്ടികൾ സംരക്ഷിക്കപ്പെടുകയും ലാളിക്കപ്പെടുകയും സ്നേഹിക്കപ്പെടുകയും ചെയ്യും. നൂറ്റാണ്ടുകൾ പഴക്കമുള്ള സ്നേഹത്തിന്റെ ആ കടലിലേക്ക് അവർ ആഗീരണം ചെയ്യപ്പെടും. അത്രയേറെ കരുത്തുറ്റവനും സ്വയം പര്യാപ്തനുമായ ഒരാൾക്കു മാത്രമേ ആ സ്നേഹത്തിനുള്ളിൽനിന്നും സ്വതന്ത്രനായ ഒരു വ്യക്തിയായി ഉദിച്ചുയരാനാകുകയുള്ളൂ. എന്റെ മരിച്ചുപോയ പെൺകുട്ടി ഒരാണായിരുന്നെങ്കിൽ ഒരുപക്ഷേ അങ്ങനെ ആയേക്കാമായിരുന്നു എന്ന് തോന്നുന്നു. പക്ഷേ, അതൊരു പെൺകുഞ്ഞായിപ്പോയി. അവളുടെ പേര് റുവാൻ എന്നായിരുന്നു. ഞാനവളെപ്പറ്റി ചിന്തിക്കാതിരിക്കാൻ ഒരുപാട് ശ്രമിച്ചു. ഒരുപാടു കുട്ടികളെ ഞാൻ കണ്ടെങ്കിലും അവളെപ്പോലെ ഒരാളെ കണ്ടിട്ടില്ല. അവളെന്റെ ആദ്യത്തെ കുഞ്ഞായിരുന്നു. ഹോസ്പിറ്റൽ മുറിയിൽ വന്ന് അവളെ ആദ്യം കാണുമ്പോൾ ജെറാൾഡിന്റെ കണ്ണുകളിലുണ്ടായ നിരാശ ഞാനോർക്കുന്നു. ജെറാൾഡിൽ അത്രയും ചൈനാക്കാരനുണ്ടെന്ന് അത് കാണിച്ചുതന്നു. എന്റെ വലതുകൈ മടക്കിൽ കിടക്കുകയായിരുന്നു അവൾ. എത്ര വിചിത്രമായാണ് ഒരാളിങ്ങനെ ആവശ്യമില്ലാത്ത ചെറിയ കാര്യങ്ങളെ വിശദമായി ഓർത്തിരിക്കുന്നത്.

“അങ്ങയുടെ മകളാണു സർ’ ഞാൻ ജെറാൾഡിനോട് പറഞ്ഞു. അക്കാലത്ത് ഞാൻ വളരെയേറെ സന്തോഷവതിയായിരുന്നു. എന്റെ ജീവിതത്തോടും ഭർത്താവിനോടും വീടിനോടും പീക്കിങ്ങിനോടും ചൈന എന്ന രാജ്യത്തോടും ഒക്കെയും നിറയുന്ന സ്നേഹത്താലുള്ള സന്തോഷം.

അദ്ദേഹം കട്ടിലിൽ അരികിലിരുന്ന് ഗൗരവത്തോടെ കുഞ്ഞിനെ നോക്കിക്കൊണ്ടിരുന്നു. തന്റെ നിരാശ മറച്ചുവെക്കാൻ അദ്ദേഹം പരമാവധി ശ്രമിക്കുന്നത് ഞാൻ കണ്ടു.

“ഇവൾ തീരെ ചെറുതാണ്.” അദ്ദേഹം പറഞ്ഞു. “അങ്ങനെയല്ല ജെറാൾഡ്.” എനിക്ക് ദേഷ്യം വന്നു. “ഇവൾക്ക് 3.62 കിലോഗ്രാം തൂക്കമുണ്ട്. മാത്രമല്ല ബുദ്ധിയുള്ള കുട്ടിയുമാണ്.”

“ബുദ്ധി” ഉറങ്ങുന്ന ആ കുഞ്ഞുമുഖത്തേക്ക് നോക്കി അദ്ദേഹം പിറുപിറുത്തു.

“അതെ” ഞാനെപ്പോഴും അവൾക്കുവേണ്ടി തർക്കിക്കുമായിരുന്നു. എനിക്കറിയാമായിരുന്നു അവൾക്കുവേണ്ടി ജെറാൾഡിനോട് വാദിക്കരു

തെന്ന്. അവൾ മിടുക്കിയും ബുദ്ധിമതിയും സുന്ദരിയുമായിരുന്നു. അഞ്ചാമത്തെ വയസ്സിൽ മരിക്കുവോളം അവൾ അങ്ങനെതന്നെയായിരുന്നു.

ഓഹ്! ഞങ്ങൾ വിവാഹിതരായ ദിവസമോർമ്മിക്കുന്ന ഈ രാത്രിയിൽ അവളുടെ മരണത്തെപ്പറ്റി ഓർക്കാൻ പാടില്ല ഞാൻ.

"ബാബ ക്ഷീണിച്ചിരിക്കുന്നു." ഞാൻ നിർത്തിയ തുന്നൽ തുടരാൻ ശ്രമിച്ചു. "ബാബ ഉറങ്ങാൻ ചെല്ലൂ. നമുക്കിനി മറ്റൊരവസരത്തിൽ സംസാരിക്കാം."

"ഞാൻ പറഞ്ഞുതീർത്തില്ല." അദ്ദേഹം അസഹിഷ്ണുതയോടെ പറഞ്ഞു. അതുകൊണ്ട് ഞാൻ കാത്തിരുന്നു.

"ജെറാൾഡിന്റെ അമ്മ എങ്ങനെയാണ് കൊല്ലപ്പെട്ടത് എന്ന് നിന്നോട് ഞാൻ പറഞ്ഞില്ല."

ഇല്ല, അദ്ദേഹമത് പറഞ്ഞില്ല. അതിയായി ഭയപ്പെടേണ്ട എന്തോ ഒന്നാണത് എന്ന് എനിക്കു കാണാം. അദ്ദേഹത്തിന്റെ വിടർന്ന് പുറത്തേക്ക് തള്ളിയ കണ്ണുകളിലും വിളറിയ നാസികയിലും മുറുകിയ ചുണ്ടുകളിലും എനിക്കത് കാണാനാകുന്നുണ്ട്.

"അവളെ വെടിവെച്ച് കൊല്ലുകയായിരുന്നു." അദ്ദേഹം സഹിക്കാനാകാതെ പിന്നെയും വിറച്ചുകൊണ്ടിരുന്നു.

"ബാബ, മതി പറയാതിരിക്കൂ. അതേപ്പറ്റി ഒന്നും ചിന്തിക്കാതിരിക്കൂ."

ഞാൻ ഒന്നും പറഞ്ഞതേയില്ലെന്നതുപോലെ അദ്ദേഹം തുടർന്നുകൊണ്ടേയിരുന്നു. "1930-കളിൽ നാൻകിംഗിൽ വച്ച് നാഷണലിസ്റ്റ് ഗവൺമെന്റിന്റെ രഹസ്യപ്പോലീസ് അവളെ പിടികൂടി. ആ സമയത്ത് അവൾ ഒറ്റക്ക് ജീവിക്കുകയായിരുന്നു. അവളുടെ സുഹൃത്ത് മാഡം സൺ അപ്പോൾ അവളോടൊപ്പം ഉണ്ടായിരുന്നില്ല. മറ്റുള്ളവരോടൊപ്പം മാർച്ചിന് അവൾ പോയിരുന്നില്ല. എന്ത് കാരണം കൊണ്ടാണ് അവൾ നഗരത്തിൽ തുടരുന്നത് എന്ന് എനിക്കറിയില്ലായിരുന്നു. ഒരുപക്ഷേ അവൾ ഒരു ചാരവനിതയായിരിക്കാം. എനിക്കറിയില്ല. പക്ഷേ മഞ്ഞുകാലത്തിലെ ഒരു തണുത്ത പ്രഭാതത്തിൽ ഡ്രം ടവറിനടുത്ത് ഭിത്തിക്കഭിമുഖമായി നിശാവസ്ത്രത്തിൽ അവൾ കൊല്ലപ്പെട്ടു കിടന്നു."

എനിക്ക് മറ്റൊന്നും ചോദിക്കാനില്ലായിരുന്നു. എന്നിട്ടും ഞാൻ ചോദിച്ചു.

"ബാബ, ഇക്കാര്യമെങ്ങനെ അറിഞ്ഞു?"

"അവർക്കൊരു ജോലിക്കാരിയുണ്ടായിരുന്നു." ഒരു പ്രായം ചെന്ന സ്ത്രീ. അവരെന്നെ തേടിവന്നു. അവൾ പറഞ്ഞു. അവളുടെ യജമാനത്തി എങ്ങനെയും എന്നെ കണ്ടെത്തണമെന്ന് പറഞ്ഞിരുന്നുവെന്ന്. അദ്ദേഹത്തിന്റെ ശബ്ദം പതറി മൗനത്തിലാണ്ടു.

"ഇനിയൊന്നും പറയാൻ ബാക്കിയില്ല." അദ്ദേഹത്തിന്റെ ശരീരം മുഴുവനായി വിറക്കാൻ തുടങ്ങി. അദ്ദേഹം കണ്ണുകളടച്ചു.

"വരൂ ബാബ, എന്റെ കൂടെ വരൂ. ബാബ വല്ലാതെ ക്ഷീണിച്ചിരിക്കുന്നു. ഞാനദ്ദേഹത്തെ മുറിയിലേക്ക് കൊണ്ടുപോയി. ഉറങ്ങുംവരെ കൂടെയിരുന്നു.

ഒരു ചോദ്യം കൂടെ ചോദിക്കണം എന്ന് എനിക്കാഗ്രഹമുണ്ടായിരുന്നു. ജെറാൾഡിനോട് അദ്ദേഹത്തിന്റെ അമ്മയുടെ മരണത്തെക്കുറിച്ച് പറഞ്ഞിട്ടുണ്ടോ എന്ന ചോദ്യം കൂടി. എനിക്ക് തോന്നുന്നു അത് പറഞ്ഞിട്ടുണ്ട്. ഒരുപക്ഷേ ആ ചോദ്യം തന്നെ അനാവശ്യമാണ്. ചൈനക്കാർ പരസ്പരം ഒന്നും ഒളിക്കാറില്ല. അവരെല്ലാം പറയും. അല്ലെങ്കിലും അവിടെ ആർക്കാണ് ഒരു രഹസ്യം സൂക്ഷിക്കാനാവുക. ഒരുപക്ഷേ വൃദ്ധയായ ആ ജോലിക്കാരിയോ ബാബയോ പറഞ്ഞില്ലെങ്കിൽക്കൂടി മറ്റാരെങ്കിലും അത് പറയും. ജെറാൾഡ് അറിയും.

*** ***

ഇന്നലെ ഞാൻ ചോദിക്കാതിരുന്ന ആ ചോദ്യത്തിന്റെ ഉത്തരം കിട്ടി. ചൈനീസ് സ്റ്റാമ്പോടുകൂടിയ ഒരു മാഗസിൻ പോസ്റ്റുമാൻ കൊണ്ടുവന്നു. മൂന്നു സ്റ്റാമ്പുകളുണ്ടായിരുന്നു അതിൽ. ഇത്തരം പുതിയ കമ്മ്യൂണിസ്റ്റു സ്റ്റാമ്പുകൾ ഞാനതിനു മുമ്പ് കണ്ടിട്ടില്ലായിരുന്നു. ഒന്ന് ഓറഞ്ച് നിറം. മറ്റൊന്ന് പർപ്പിൾ മൂന്നാമത്തേത് നീല. മൂന്നിലും ഒരു ചെറുപ്പക്കാരന്റെ മുഖമുണ്ടായിരുന്നു. ഒരാൾ പട്ടാളക്കാരൻ, മറ്റൊരാൾ മെക്കാനിക്ക്. മൂന്നാമത്തേത് ഒരു കർഷകരൻ. PO-B, നമ്പർ 305, പീക്കിങ്ങ്, ചൈന എന്നല്ലാതെ കവറിന് പുറത്ത് പേരൊന്നുമില്ല. പക്ഷേ, എനിക്കറിയാം അത് ജെറാൾഡാണ് അയച്ചതെന്ന്. ആ മാഗസിൻ 1930 മെയ് 15ന് നാൻ കിംഗിൽ വച്ച് കൊല ചെയ്യപ്പെട്ട ഒരു രക്തസാക്ഷിക്ക് സമർപ്പിക്കപ്പെട്ടതായിരുന്നു. അവരുടെ പേര് ഹാൻ ഐലാൻ എന്നായിരുന്നു. അത് ജെറാൾഡിന്റെ അമ്മയായിരുന്നു. കവറിൽ അവരുടെ ഒരു ചിത്രവും ഉണ്ട്. നന്നായി വെളിച്ചം കിട്ടുന്ന ഒരു ജനാലയ്ക്കരികിലിരുന്ന് ഞാനത് നോക്കിക്കൊണ്ടിരുന്നു. ശാന്തമെങ്കിലും ഗൗരവമേറിയ മെലിഞ്ഞുനീണ്ട മുഖം. വലിയ കണ്ണുകൾ. ഇരുണ്ട തലമുടിക്കു മുന്നെ വിടർന്ന നെറ്റിത്തടം. ചെറുപ്പത്തിൽ വളരെ ആർദ്രമായിരുന്നേക്കാവുന്ന ആ ചുണ്ടുകൾ ദൃഢമാണ്. ഈ മുഖത്തുനിന്നും ജെറാൾഡിന്റെ മുഖം ഉയർന്നു വരുന്നത് എനിക്ക് കാണാൻ പറ്റും. ആ വരകൾ അതുതന്നെയാണ്.

അങ്ങനെ, ഞാൻ ചോദിക്കാതിരുന്ന ആ ചോദ്യത്തിന് ഉത്തരമുണ്ടായിരിക്കുന്നു. ജെറാൾഡിന് എല്ലാം അറിയാം. ആ വൃദ്ധയായ വേലക്കാരി

ജെറാൾഡിന് അമ്മയുടെ ഒരു സന്ദേശം കൈമാറിയിരിക്കും എന്നതിലും എനിക്ക് സംശയമില്ല. അവനോട് അമ്മ എങ്ങനെ കൊല്ലപ്പെട്ടു എന്നും എന്തിന് എന്നും പറഞ്ഞിട്ടുണ്ടാകും.

അദ്ദേഹത്തിനറിയാം, അദ്ദേഹം ഓർക്കുന്നുമുണ്ട്. അദ്ദേഹമാണ് ഞങ്ങളുടെ വിവാഹം മെയ് 15ന് എന്ന് തീരുമാനിച്ചത്. പക്ഷേ എന്നോട് എന്തുകൊണ്ട് എന്ന് പറഞ്ഞിരുന്നില്ല. പക്ഷേ, എനിക്ക് ഇപ്പോഴതറിയാം. അദ്ദേഹത്തിന് എനിക്കായി ഒരു കത്തയക്കാൻ ഇപ്പോൾകഴിയില്ല. പക്ഷേ അദ്ദേഹം തന്റെ അമ്മയുടെ ചിത്രവും അവരുടെ ജീവിതകഥയും അയച്ചിരിക്കുന്നു. ഭാര്യയും അമ്മയുമായ ഒരു സ്ത്രീയുടെ കഥയല്ല, അദ്ദേഹത്തിന്റെ ജനനശേഷം വിപ്ലവകാരിയായ ഒരു സ്ത്രീയുടെ കഥ. ഇതിലെങ്ങും അദ്ദേഹത്തെക്കുറിച്ച് പരാമർശമില്ല. പക്ഷേ ഞാൻ അറിയണം എന്ന് അദ്ദേഹം ആഗ്രഹിക്കുന്നു. ഞനതറിയാനും മനസ്സിലാക്കാനും അദ്ദേഹം ആഗ്രഹിക്കുന്നു. പ്രിയപ്പെട്ടവനേ, ഞാനതിനു ശ്രമിക്കാം."

*** ***

തന്റെ പുരുഷനില്ലാത്ത, ഒരു സ്ത്രീ ഒറ്റയ്ക്ക് ജീവിക്കുകയെന്നത് അത്ര എളുപ്പമല്ല. ഒരുപാട് ഭാരം എനിക്കത് വച്ചുതന്നിട്ടുണ്ട്. ഞാനേറെ കാഠിന്യമുള്ളവളായിരിക്കുന്നു. പഴയ, ആർദ്രഹൃദയമുള്ള ആളല്ല. നിത്യേനയുണ്ടാവുന്ന പ്രണയത്തിന്റെ പരിശീലനം ഇല്ലാതാവുകയും ഉപയോഗശൂന്യമായൊരു വസ്തുവെന്നപോലെ എന്നെ എനിക്കനുഭവപ്പെടുകയും ചെയ്തു. ഭർത്താവുണ്ടാവുകയും പിന്നീടദ്ദേഹത്തെ നഷ്ടമാവുകയും ചെയ്ത മറ്റ് സ്ത്രീകളൊക്കെ എങ്ങനെയാവും ജീവിച്ചിട്ടുണ്ടാവുക എന്ന് ഞാൻ അത്ഭുതപ്പെട്ടിട്ടുണ്ട്. എനിക്കതു പറയാൻ കഴിയില്ല. കാരണം ജെറാൾഡ് ജീവിച്ചിരിപ്പുണ്ട്. അദ്ദേഹം മരിച്ചിട്ടില്ല; ജീവനോടെയുണ്ട്. പതിവായി വിശുദ്ധഗ്രന്ഥങ്ങൾ വായിക്കുന്ന ആളല്ല ഞാൻ. എന്നാൽ ഈയിടെയായി മനസ്സിന്റെ അത്തരം ദാഹങ്ങൾ എനിക്കറിയാനാകുന്നുണ്ട്. ഇന്നത്തെ ഉയർത്തെഴുന്നേൽപ്പിന്റെ ഈസ്റ്റർദിനമല്ല. ജൂൺ മാസത്തിന്റെ ആദിയിലെ ഒരുദിവസം. ആപ്പിൾ മരങ്ങൾ നിറഞ്ഞു പൂത്തുനിന്നു. പച്ചകളിൽ പുതിയ പച്ച. എനിക്ക് എന്നിലൂടെ എന്റെ രക്തമൊഴുകുന്നത് അറിയാനാകുന്നുപോലെ തോന്നി. ശക്തമായും എന്റെ ആത്മാവ് ഒരു തുണയ്ക്കായി വിലപിക്കുന്നതുപോലെ. അച്ഛന്റെ പുതിയ നിയമം ഞാൻ തുറന്നു. അവൻ മരിച്ചിട്ടില്ല. ജീവിച്ചിരിക്കുന്നു. അത് ധാരാളമായിരുന്നു. ഞാൻ പുസ്തകമടച്ചുവെച്ച് എന്റെ ജോലികളിലേക്ക് മടങ്ങിപ്പോയി.

ഇതുവരെ തന്നതിലും മികച്ച ഫലം ഇത്തവണ തന്നു. തൊഴുത്തിലേക്ക് ചെന്നപ്പോൾ സിസിലിപ്പശു ആരോഗ്യമുള്ള ഒരു പശുക്കിടാ

വിനെ തന്നിരിക്കുന്നു. രണ്ടുപേരും നന്നായിരിക്കുന്നു. അവൾക്ക് പ്രസവത്തിനുവേണ്ടി ഒരുക്കിക്കൊടുത്ത ഇടത്തിൽ കിടന്ന് സിസിലി ഒരമ്മയുടെ അഭിമാനത്തോടെ എന്നെ നോക്കി. ഒരു ജഴ്സിപ്പശു എന്ന നിലയിൽ സിസിലിയിൽ യാതൊരു തെറ്റും കണ്ടുപിടിക്കാനില്ല. ഞാനടുത്തു ചെന്നപ്പോൾ ഏതോ വലിയ നേട്ടം കൈവരിച്ചവളെന്ന ആനുകൂല്യം ആവശ്യപ്പെട്ടുകൊണ്ടെന്നതുപോലെ അവൾ എഴുന്നേൽക്കാതെ കിടന്നു. പശുക്കിടാവ് വളരെ ആരോഗ്യമുള്ളവളും അഴകുള്ളവളുമായിരുന്നു. ഞങ്ങൾ അപരിചിതരാകയാൽ അത് എന്നെ തുറിച്ചുനോക്കിക്കൊണ്ടിരുന്നു. സിസിലി അവളെ ആശ്വസിപ്പിക്കാനെന്നവണ്ണം നക്കിത്തുടച്ചു. പ്രസവം നടന്നതിന്റെ അടയാളംപോലും ബാക്കിയില്ലാതെ എല്ലാം അവൾ വൃത്തിയാക്കി. സിസിലി വളരെ വൃത്തിബോധമുള്ള പശുവാണ്. തൊഴുത്ത് വൃത്തികേടാക്കിയിടാറില്ല. വളരെ ശുചിയായ അവസ്ഥയിലേ അവൾക്ക് സന്തോഷത്തോടെ ഇരിക്കാനാവൂ. അവൾക്ക് ഒരു സമ്മാനമെന്നോണം മാറ്റ് തയ്യാറാക്കിയ ഭക്ഷണം ഇഷ്ടമില്ലാഞ്ഞിട്ടും എന്നോടുള്ള ഇഷ്ടംകൊണ്ടെന്നപോലെ അവൾ കഴിച്ചു.

അവിടെനിന്നും സന്തോഷത്തോടെ ഞാൻ പുറത്തുവന്നു. മിടുക്കിയായൊരു പശുക്കിടാവും കൂടെ ഉണ്ടായതിനാൽ മാത്രമല്ല, തികച്ചും സന്തോഷം കൊണ്ടുതന്നെ. മനസ്സിന്റെ ആവശ്യങ്ങളെന്തൊക്കെയായിരുന്നാലും ജീവിതം ഒഴുകിക്കൊണ്ടിരിക്കുന്നു. ഞാൻ തോട്ടത്തിലേക്കു പോയി. നിറയെ കളകൾ വളർന്നിരിക്കുന്നു. ഞാൻ ഏറ്റവും വെറുക്കുന്ന ഒരു ജോലി കള പറിക്കലാണ്. വിത്തുകൾ മുളച്ചിരിക്കുന്നു. കളയും. അവ തമ്മിലുള്ള മത്സരം തുടങ്ങിക്കഴിഞ്ഞു. പകൽ മുഴുവൻ ഞാൻ ജോലി ചെയ്തു. ബാബയ്ക്കും എനിക്കുമായി ഉച്ചഭക്ഷണമുണ്ടാക്കാനായി മാത്രമേ അത് നിർത്തിയുള്ളൂ. മാറ്റ് ഉച്ചഭക്ഷണവുമായി അപ്പുറത്ത് ടെറസിലേക്ക് പോകും. റെനിയാവട്ടെ സ്കൂളിൽ അവസാനവർഷമായതിനാൽ ഉച്ചക്ക് വീട്ടിലെത്താറില്ല. അടുത്ത ശരത്കാലത്ത് റെനി കോളേജിൽ പോകും. അതിനുശേഷം എന്തെന്ന് എനിക്കറിയില്ല. ഏകാന്തതയെക്കുറിച്ചോർത്ത് എനിക്ക് ഭയമുണ്ട്. പക്ഷേ അവനെ പിടിച്ചു നിർത്താൻ പാടില്ല. ഞങ്ങൾ രണ്ട് വൃദ്ധജനങ്ങൾ - ഞാനും ബാബയും ഇവിടെ ഒരുമിച്ച് ജീവിക്കും. പക്ഷേ, ഞാൻ വൃദ്ധയല്ല. ഇന്ന് രാത്രി ചന്ദ്രൻ പൂർണ്ണമായി ഉദിച്ചുയരുമ്പോൾ എനിക്ക് ഉറങ്ങാൻ കഴിയില്ല. ഈ വൈകുന്നേരവും റെനി വീടിനുപുറത്തായിരുന്നു. അവൻ ആരെയോ പ്രണയിക്കുന്നുണ്ടെന്നു തോന്നുന്നു. അവനിന്ന് ഏറ്റവും ഇഷ്ടപ്പെട്ട കടുംനീല സ്യൂട്ടും വെള്ള ഷർട്ടും നിറമുള്ള ടൈയ്യും ധരിച്ചിട്ടുണ്ട്. ഞായറാഴ്ചക

ളിൽ ധരിക്കാറുള്ള ഷൂസ് പോളിഷ് ചെയ്തിട്ടിരിക്കുന്നു. ആരാണവൾ എന്ന് എനിക്കറിയില്ല. ഞാൻ കാത്തിരുന്നേ പറ്റൂ.

ബാബ നേരത്തെ ഉറങ്ങാൻ പോയി. സമയം 8.30 ആവുമ്പോഴേക്കും പുതച്ചുകിടക്കാൻ ബാബക്ക് ഇഷ്ടമാണ്. പക്ഷേ, ഇപ്പോൾ രാത്രി തുട ങ്ങുന്നതേയുള്ളൂ. ഞാൻ ടെറസിൽ ചന്ദ്രന് അഭിമുഖമായി ഇരുന്നു. ജൂൺമാസമെങ്കിലും രാത്രിക്ക് തണുപ്പുണ്ട്. ഞാനെന്റെ വെളുത്ത ഷാൾ പുതച്ച് ചാരുകസേരയിൽ ചാഞ്ഞുകിടന്ന് പ്രിയപ്പെട്ടവനെ ഓർത്തു. അദ്ദേഹം ജീവിച്ചിരിക്കുമ്പോൾ ഞങ്ങളുടെ പ്രണയം ഇല്ലാതാവാൻ ഞാൻ അനുവദിക്കില്ല. ഞാനെന്റെ സ്വപ്നങ്ങളെ ഉണർത്തി. പോഷിപ്പി ച്ചു. പ്രിയതമൻ മരിച്ചെന്നാൽ ഒരുവൾ ചിലപ്പോൾ സ്വപ്നം കാണില്ലാ യിരിക്കാം. പക്ഷേ ഞാനൊരു വിധവയല്ല. എന്റെ പ്രിയപ്പെട്ടവൻ ജീവി ച്ചിരിക്കുന്നു. അതുകൊണ്ട് തന്നെ എന്റെ മനസ്സ് കടലിനും കരകൾക്കു മപ്പുറം അദ്ദേഹത്തിന്റെ നാട്ടിലേക്ക് ഒരു പ്രേതാത്മാവിനെപ്പോലെ ഒഴു കിച്ചെന്നു. ഇതിനുമുമ്പും ഞങ്ങൾ പിരിഞ്ഞതിനുശേഷം എത്രയോത വണ ഇതാവർത്തിച്ചിരുന്നു. അത്രയധികം വർഷങ്ങളൊന്നുമായിട്ടില്ല. അഞ്ചുവർഷത്തെ വിരഹം. മാത്രവുമല്ല, ഈ വിരഹം ഏതുസമയത്തും അവസാനിക്കാം. അദ്ദേഹം ഇങ്ങോട്ട് എന്റെയരികിലേക്ക് വരാൻ തീരു മാനമെടുത്തേക്കാം. അങ്ങനെയുണ്ടായാൽ, ഞാനദ്ദേഹത്തോട് ഒന്ന് ചോദിക്കുകപോലുമില്ല. നിങ്ങളെങ്ങനെ അത് ചെയ്തു? നിങ്ങൾക്കെ ങ്ങനെ അതിന് കഴിഞ്ഞു? ഇങ്ങനെയൊരു ചോദ്യം പോലും ഉണ്ടാവില്ല. ഞാനെന്റെ കൈകൾ വിരിച്ച് അദ്ദേഹത്തെ സ്വീകരിക്കുകമാത്രം ചെയ്യും. വർഷങ്ങളോളം ഞങ്ങൾ ഒരുമിച്ച് ജീവിച്ചാലും ഒരിക്കലും എന്റെ ഹൃദ യത്തെ ആധിപിടിപ്പിച്ച ഒരു ചോദ്യം പോലും എന്നിൽനിന്നും ഉണ്ടാവി ല്ല. അദ്ദേഹം മടങ്ങിവന്നു. അതുതന്നെ മതിയെനിക്ക്.

അവിടെ ചന്ദ്രനുദിച്ചുനിൽക്കുന്നു. പീക്കിങ്ങിലെ ഒരു വേനൽക്കാല രാത്രിയിൽ ഞങ്ങൾ കിഴക്കുഭാഗത്തെ മുറ്റത്തിരിക്കുകയായിരുന്നു. ഞങ്ങ ളുടെ ആ വീട് ഒരു പ്രഭുവിന്റെ ഉടമസ്ഥതയിലുള്ളതായിരുന്നു. കൊട്ടാ രത്തിന്റെ അത്ര വലുതല്ല, എങ്കിലും അതിൽ താമസിക്കുന്നവർക്ക് ആ വീട് തീർച്ചയായും അവരുടേതായ രീതിയിൽ മോടി പിടിപ്പിക്കുവാനുള്ള ഇടങ്ങളുള്ളതിനാൽ ഏറെ ഇഷ്ടമാകുന്നതാണ്. വളരെ മനോഹരമായ ചന്ദ്രാകൃതിയിൽ അലങ്കരിച്ച ഗേറ്റുകളാണ് മുറ്റത്തിനുള്ളത്. മുളകളാൽ ഭിത്തിയെ മറച്ചുവെക്കുന്ന ഒരു താമരക്കുളം കിഴക്കുഭാഗത്തുണ്ട്. തെരുവ് വീടിന്റെ മറുഭാഗത്തായതിനാൽ മുറ്റം ശാന്തമാണ്. കിഴക്കുഭാഗത്തെ മുറ്റം അവസാനിക്കുന്നത് എന്റെയും ജെറാൾഡിന്റെയും കിടപ്പുമുറിയി ലേക്കാണ്. ഉള്ളിൽ വലിയ ചൈനീസ് കിടക്ക ചുവരിനഭിമുഖമായുണ്ട്.

ആദ്യകാലത്ത് വധുവായിരുന്ന നാൾ ഞാനാ കിടക്കയെച്ചൊല്ലി പരാതിപ്പെട്ടിരുനനു. അത് വളരെ കട്ടികൂടിയതായിരുന്നു. ഞാനൊരു ചൂരൽകൊണ്ട് നിർമ്മിച്ച കട്ടിൽ ആവശ്യപ്പെട്ടു. സൂര്യകാന്തിപ്പട്ടുപോലുള്ള മിനുസമാർന്ന സാറ്റിൻതുണി കൊണ്ടുള്ള കിടക്ക എനിക്ക് ഇഷ്ടമായിരുന്നു. എന്നാൽ കട്ടിൽ ഇഷ്ടമായിരുന്നു. ഇതുകൊണ്ട് എനിക്ക് ചൈനീസ് ജീവിതത്തിന്റെ സൗന്ദര്യം മാത്രമേ ഇഷ്ടമുള്ളൂ. കാഠിന്യം ഇഷ്ടമല്ലെന്ന് ജെറാൾഡ് എന്നെ കളിയാക്കി. എന്തിനിത്ര കഠിനമായ കട്ടിലിൽ ഉറങ്ങണമെന്നും സ്പ്രിംഗ് മെത്തകളിൽക്കിടക്കുന്നത് പാപമാണോയെന്നും എന്തുകൊണ്ട് രണ്ടിന്റെയും നല്ലത് സ്വീകരിച്ചുകൂടെന്നും ഞാൻ തർക്കിച്ചു. ഒടുവിൽ ജെറാൾഡ് ഒരു അമേരിക്കൻ സ്പ്രിംഗ് മെത്തതന്നെ ഓർഡർ ചെയ്തു. പിന്നീട് ഞങ്ങൾക്കിടയിലൊരു കളിതന്നെയുണ്ടായി. ഈ പുതിയ കിടക്കയാണ് നല്ലതെന്നു ഞാനും പഴയ ചൈനീസ് കിടക്കയാണ് നല്ലതെന്ന് ജെറാൾഡും. ഞാനും ജെറാൾഡും ആ ദിവസങ്ങളിൽ ധാരാളമായി ചിരിക്കുമായിരുന്നു. എന്നോടല്ലാതെ, തന്റെ വിദ്യാർത്ഥികളുമായോ റെനിയുമായോ ബാബയുമായോ ഒരിക്കലും ജെറാൾഡ് ചിരിക്കുന്നത് കണ്ടതായി ഞാനോർക്കുന്നില്ല. ചൈനക്കാർക്ക് വളരെ അനായാസമായി ചിരിക്കാൻ കഴിയും. എന്നാൽ ജെറാൾഡ് ഗൗരവക്കാരനാണ്. പലപ്പോഴും വിഷാദവാനുമാണ്. അത്തരം സന്ദർഭങ്ങളിൽ അദ്ദേഹം തികച്ചും മൗനത്തിലായിരിക്കും. ഞാൻ പറയുന്ന ഒന്നിനും അപ്പോൾ അദ്ദേഹത്തെക്കൊണ്ട് സംസാരിപ്പിക്കാനാകില്ല. സ്നേഹം കൊണ്ടുമാത്രമേ അദ്ദേഹത്തെ എന്റെയരികിലേക്ക് മടക്കിക്കൊണ്ടു വരാനാകൂ. ഹൃദയത്തിന്റെ, മനസ്സിന്റെയുള്ളിൽനിന്നും വരുന്ന ഊഷ്മളവും ശാരീരികവുമായ സ്നേഹംകൊണ്ടുമാത്രം. ഇവിടെ ടെറസിൽ തനിച്ചിരുന്ന് ഞാനെന്റെ കൈകൾ അകലെ, കടലിനപ്പുറത്തേക്ക് നീട്ടി.

*** ***

റെനി തിരിച്ചെത്തിയപ്പോൾ പാതിരാത്രിയായിരുന്നു. അപ്പോഴും ടെറസ്സിൽ ഇരിക്കുകയായിരുന്ന എന്നെക്കണ്ട് മോം എന്നെ കാത്തിരിക്കുകയൊന്നുമില്ലല്ലോ എന്ന് തിരക്കി.

അതെ പെട്ടെന്ന് അവൻ അമേരിക്കക്കാരനായിരിക്കുന്നു. അമ്മയെന്ന് ഞാനും അവന്റെ അച്ഛനും പതിവായി പറഞ്ഞുകൊടുക്കാറുള്ള വിളി, മോം എന്നായിരിക്കുന്നു. ഞാനൊന്നും പറഞ്ഞില്ല. ഇവിടെനിന്നും വളരെ അകലെയാണെന്നിരിക്കെ അവന് അവന്റെ അച്ഛന്റെ നിഴലിൽ ജീവിക്കുന്നതിന്റെ ആവശ്യമെന്താണ്?

“അല്ല.” ഞാൻ പറഞ്ഞു. “ഞാൻ ഇവിടെയിരുന്ന് നിന്റെ അച്ഛനെക്കുറിച്ചോർക്കുകയായിരുന്നു. അദ്ദേഹം എന്തു ചെയ്യുകയായിരിക്കുമെ

ന്ന്. ജോലി ചെയ്യുകയാവും മിക്കവാറും."

ഞാനെന്തെല്ലാം കാര്യങ്ങൾ ഓർമ്മിപ്പിച്ചു!

റെനി ഉത്തരം പറഞ്ഞില്ല. മനപ്പൂർവ്വമെന്നോണം ഒരു സിഗരറ്റു കത്തിച്ചു. എനിക്കറിയാമായിരുന്നു അവൻ സിഗരറ്റ് വലിക്കുമെന്ന്. എനിക്കറിയാമെന്ന് അവനും അറിയാമായിരുന്നു. എന്നാൽ എന്റെ മുന്നിൽവെച്ച് അത് ആദ്യമായിരുന്നു.

"എനിക്കും ഒന്ന് തരൂ.." ഞാൻ ആവശ്യപ്പെട്ടു.

അവൻ അതിശയത്തോടെ എന്നെ നോക്കി സിഗരറ്റു നീട്ടി.

"അമ്മ വലിക്കുമെന്ന് എനിക്കറിയില്ലായിരുന്നു." അവൻ സിഗരറ്റു കത്തിച്ചുതന്നു.

"ഞാൻ വലിക്കാറില്ല. പക്ഷേ നീയതാസ്വദിക്കുന്നുവെങ്കിൽ എനിക്കുമായിക്കൂടെ?" ഞാൻ മറുപടി പറഞ്ഞു.

അവന് ലജ്ജ തോന്നിയെന്നും ആ സിഗരറ്റിന്റെ ആനന്ദം നഷ്ടമായി എന്നും എനിക്കു മനസ്സിലായി. ചിലപ്പോൾ ചെറുപ്പക്കാർക്ക് ഇങ്ങനെ ചിലത് ധിക്കരിക്കാനായി ഉണ്ടാവേണ്ടതുണ്ട്. യുവാക്കൾ ഇത്തരം അനുവദനീയതകൾ വെറുപ്പുണ്ടാക്കും. അവരോട് വെല്ലുവിളികൾകൊണ്ട് ഒന്നും നേടാനാകില്ല. റെനി വളരെ വേഗം തന്നെ സിഗരറ്റ് കെടുത്തിക്കളഞ്ഞു. എന്റേത്. പക്ഷേ, ഞാൻ അവസാനംവരെ വലിച്ചു.

"ഇത്രയേയുള്ളോ ഇതിലൊക്കെ? ഞാൻ കൂടുതൽ പ്രതീക്ഷിച്ചു."

ചന്ദ്രൻ നിറഞ്ഞ് തലയ്ക്ക് മുകളിലെത്തി. നക്ഷത്രമില്ലാത്ത, വിളറിയ ആകാശത്ത് ഒരു വെളുത്ത ഗോളം. റെനി ടെറസിലെ അടുത്ത കസേരയ്ക്ക് പിറകിൽ കൈകൾ പിണച്ചു കിടന്നു.

"അമ്മയ്ക്ക് കല്യാണം കഴിയുമ്പോൾ എത്ര പ്രായമുണ്ടായിരുന്നു?" ഇതായിരുന്നു അവന്റെ ചോദ്യം.

"എനിയ്ക്ക് 23 വയസ്സായിരുന്നു. ഗ്രാജേഷൻ കഴിഞ്ഞേ ഉണ്ടായിരുന്നുള്ളൂ."

"ഓ.. അപ്പോ പ്രായമുണ്ടായിരുന്നു."

"എനിക്കങ്ങനെ തോന്നുന്നില്ല. ഞാനും നിന്റെ അച്ഛനും ഒരു വർഷം എൻഗേജ്ഡ് ആയിരുന്നു."

"എന്തുകൊണ്ടാണ് അതിനുമുമ്പ് വിവാഹം ചെയ്യാതിരുന്നത്?"

എത്രയൊക്കെ എനിക്കീ കുട്ടിയോട് പറയാനാകും? കാഴ്ചയിൽ നിലാവിൽ, ആ നിലാവിൽ അവന്റെ രൂപം ഒരു കുട്ടിയുടേതല്ല. മൂന്നു മൂന്നര ഇഞ്ചോളം ഈ വർഷം വളർന്നിട്ടുണ്ട്. അവന് ഇപ്പോൾത്തന്നെ ജെറാൾഡിനേക്കാൾ വലുപ്പമുണ്ട്. അവന്റെ മുഖത്തെ പേശികൾ ഉറപ്പും മുറുക്കവുമുള്ളതായിരിക്കുന്നു. ഇതൊക്കെ പുരുഷത്വത്തിന്റെ പുറമെ

യുള്ള ലക്ഷണങ്ങൾ ആണെന്നാകിൽ അവന്റെയുള്ളിലും മുതിർന്നിട്ടു ണ്ടാകണം.

"എനിക്ക് ചൈന ഇഷ്ടമാകുമോ എന്ന് നിന്റെ അച്ഛന് സംശയമായി രുന്നു. അതിനുമുപരി അദ്ദേഹത്തിലുള്ള ചൈനാക്കാരനെ എനിക്ക് സ്നേഹിക്കാനാകുമോ എന്നതിൽ ഉറപ്പുവേണമായിരുന്നു. അങ്ങനെ ഒരു ഉറപ്പ് ഉണ്ടാകുന്നതുവരെ അദ്ദേഹം എന്നെ വിവാഹം ചെയ്യുമായിരുന്നി ല്ല. അതിന് സമയമെടുത്തു. ഒരൊറ്റ സമയത്തിൽ അദ്ദേഹം തന്നെ മുഴു വനായി തന്നതേയില്ല.'

അവൻ ആലോചനയിലാണ്ടു.

"എന്തായിരുന്നു അദ്ദേഹത്തിലെ ചൈനീസ് ഭാഗം." ഒടുവിൽ ചോദ്യ മുണ്ടായി.

"നിനക്കറിയില്ലേ.." ഞാൻ ഒഴിഞ്ഞുമാറാൻ ശ്രമിച്ചുകൊണ്ടു ചോദി ച്ചു. എങ്ങനെ ഉത്തരം പറയണമെന്ന് എനിക്കറിയില്ലായിരുന്നു.

"ഇല്ല. എനിക്കദ്ദേഹത്തിന്റെ രൂപം നന്നായി ഓർത്തെടുക്കാൻപോലും കഴിയുന്നില്ല."

"എന്തുകൊണ്ട് റെനീ? നമ്മൾ അവിടെനിന്നും പോരുമ്പോൾ നിനക്ക് പന്ത്രണ്ട് വയസ്സുണ്ട്."

"എനിക്കറിയാം. എനിക്കോർമ്മയുണ്ടാകേണ്ടതാണ്. എന്തുകൊണ്ടാ ണതിനു കഴിയാത്തതെന്ന് എനിക്കറിയില്ല."

അവൻ അവന്റെ അച്ഛനെ ഓർക്കാൻ ആഗ്രഹിക്കുന്നില്ല. അതാണ് കാരണം. പക്ഷേ, അങ്ങനെ അവനോട് പറയാൻ എനിക്ക് കഴിയില്ല. അതൊരു കുറ്റപ്പെടുത്തലാവും. എനിക്കവനെ കുറ്റപ്പെടുത്തിക്കൂടാ. ഈ സമയത്തെ അവനെ ഓർമ്മിപ്പിക്കാനായി ഞാനുപയോഗിക്കട്ടെ.

"അദ്ദേഹം എങ്ങനെയായിരിക്കും കാണാൻ എന്ന് നിനക്കറിയാമ ല്ലോ."

"അദ്ദേഹം ചൈനാക്കാരനെപ്പോലെതന്നെയാണ് കാണാൻ." റെനി പറഞ്ഞു.

"അപ്പോ നിനക്കോർമ്മയുണ്ട്. അദ്ദേഹം ചൈനാക്കാരനെപ്പോലെയാ ണ്. അദ്ദേഹം എന്നാൽ ചൈനാക്കാരുടെ കൂട്ടത്തിൽ നിന്നാൽ അമേരി ക്കക്കാരനെപ്പോലെയുമാണ്."

"അദ്ദേഹം ഇവിടെയാണെങ്കിൽ ചൈനാക്കാരനെപ്പോലെയും. ശരി യല്ലേ?"

"അതിലെന്താണ്. ചൈനാക്കാർ വളരെ സുന്ദരന്മാരാണ്. പ്രത്യേകി ച്ചും നിന്റെ മുത്തശ്ശിയും മുത്തശ്ശനും ജീവിച്ച വടക്കൻ ഭാഗങ്ങളിലെ പുരുഷന്മാർ. നിന്റെ വലിയ കാരണവരായ ഹാൻ യുറെന്നിനെ നീ

ഓർക്കുന്നുണ്ടോ?"

"ഇല്ല."

"ശരിയാണ്. ചിലപ്പോൾ ഓർമ്മ കാണില്ല. ഞങ്ങൾ വീണ്ടും ഹാൻ യു റെന്നിനെ കാണുകയുണ്ടായിട്ടില്ല. അദ്ദേഹം ജപ്പാന്റെ സഹകാരിയായിരുന്നു."

പീക്കിങ്ങിലേക്ക് തിരിച്ചുവന്നപ്പോൾ അദ്ദേഹം അപ്രത്യക്ഷനായി. റെനിക്ക് അതേ അറിയൂ.

"നിന്റെ അമ്മാവനെ ഒരു രാജ്യദ്രോഹിയായി നീ അറിയില്ലെന്നു കരുതുന്നു. എനിക്കുറപ്പുണ്ട്. അദ്ദേഹത്തിന് അദ്ദേഹം നല്ലതാണ് ചെയ്യുന്നത് എന്ന വിശ്വാസമായിരുന്നു. പീക്കിങ്ങ് തകർന്നില്ലായിരുന്നെങ്കിൽ അതൊരിക്കലും അദ്ദേഹത്തിന്റെ നാടാകില്ലായിരുന്നു. യുദ്ധത്തിന്റെ സമയത്ത്, ശത്രു മതിലിനകത്തുവന്നാൽ രാജ്യസ്നേഹിയായ ഏതൊരാളും തന്റെ രാജ്യത്തിന്റെ പക്ഷത്തേ നിൽക്കൂ. ചൈന പലപ്പോഴും അത്തരം രാജ്യസ്നേഹികളാൽ പരിപാലിക്കപ്പെട്ടതാണ്. മോംഗൽ ചക്രവർത്തിമാർ, മാഞ്ചസ് എന്നിവരെ ഓർത്തുനോക്കൂ.. ഹാൻ യു റെന്നിനെപ്പോലെയുള്ളവർക്ക് അവരോട് കീഴടങ്ങേണ്ടിവന്നു. ചക്രവർത്തിമാർ വന്നും പോയുമിരുന്നു. ചൈന പിന്നെയും ബാക്കിയായി. ഓർത്തുനോക്കൂ, പീക്കിങ്ങ് ഒരിക്കലും നശിപ്പിക്കപ്പെട്ടില്ല."

"റെനി ഇതൊന്നുംകേട്ട് പ്രതികരിച്ചില്ല. അവൻ ശ്രദ്ധിക്കുന്നുണ്ടായിരുന്നു. ഞാൻ അവന്റെ മുത്തശ്ശിയെ, ജെറാൾഡിന്റെ അമ്മയെ ഓർത്തു. പറയണോ അവനോട്. വേണ്ട. ഇപ്പോൾ വേണ്ട. പക്ഷേ, ഞാനവരുടെ ചിത്രവും ആ മാസികയും സൂക്ഷിച്ചുവച്ചിരുന്നു. സമയം വരും.

"എന്റെ അച്ഛൻ അമേരിക്കക്കാരനെന്നതിനേക്കാൾ ചൈനാക്കാരൻ ആയിരുന്നോ?"

മുകളിലെ ചന്ദ്രനെ തുറിച്ചുനോക്കിക്കൊണ്ട് റെനി എന്നോട് ചോദിച്ചു.

എനിക്ക് പറ്റാവുന്നത്ര സത്യസന്ധമായി ഞാൻ ഉത്തരം പറഞ്ഞു. "എനിക്കിതു പറയാൻ വിഷമമുണ്ട്. ഞാനെന്നോടുതന്നെ ചോദിച്ച ചോദ്യമാണിത്. അദ്ദേഹം ചൈനക്കാരനാവുമ്പോൾ തികച്ചും ചൈനക്കാരനും അല്ലാത്തപ്പോൾ തികച്ചും അമേരിക്കക്കാരനുമാണ്."

"ഉദാഹരണത്തിന്?"

റെനിക്ക് ഒരു ശാസ്ത്രജ്ഞനെപ്പോലെ കൃത്യതയുള്ള മനസ്സാണ്. ഞാനെങ്ങനെയാണ് അവന് ഉത്തരം നൽകേണ്ടത്. ഞാനും ജെറാൾഡും സ്ത്രീയും പുരുഷനുമാവുന്ന സമയങ്ങളെക്കുറിച്ച് എനിക്കെങ്ങനെയാണ് പറയാനാവുക. ഞങ്ങൾ മാത്രമാകുന്ന സമയങ്ങളിൽ, ഭാര്യയും ഭർത്താ

വുമാകുമ്പോൾ ജെറാൾഡ് അമേരിക്കക്കാരനാണ്. അതാണ് അദ്ദേഹത്തിന്റെ ശരിയായ സ്വത്വം. ആ സമയത്ത് പാരമ്പര്യവും ശീലങ്ങളും മാറ്റിവെക്കും. ഞങ്ങൾക്കിടയിൽ യാതൊരു അപരിചിതത്വവും കടന്നു വന്നതേയില്ല.

"കുടുംബത്തിലേക്ക് വരുമ്പോൾ അദ്ദേഹം ചൈനക്കാരനാണ്. ഒരു ചൈനക്കാരനായ പിതാവിനെപ്പോലെയാണ് നിന്നോട് പെരുമാറിയിട്ടുള്ളത്. മാന്യമായും സ്നേഹമായും. അദ്ദേഹം ഒരിക്കലും നിന്നെ മറക്കാൻ അനുവദിക്കാത്തത്, എപ്പോഴും ശ്രമിച്ചത് നീ ഒരു മകൻ മാത്രമല്ല, ഒരു പേരക്കുട്ടിയുമാണ്. എത്രയോ പഴക്കമുള്ള പാരമ്പര്യം നിന്റെ പിറകിലുണ്ട് എന്നാണ്. ശരിയല്ലേ?"

"അതെ.. പക്ഷെ അമ്മേ, എനിക്ക് മറ്റൊരു പാരമ്പര്യവുമുണ്ട്. നിങ്ങളുടേത്. ഒരുപക്ഷെ ഞാൻ കൂടുതലായും അവരെപ്പോലെ ആയിരിക്കാം."

"ചിലപ്പോഴങ്ങനെയായിരിക്കാം."

ഈ സംഭാഷണങ്ങളുടെ ശരിയായ അർത്ഥം അവന് മനസ്സിലായിട്ടില്ല എന്ന് എനിക്ക് മനസ്സിലായി. ഈ ചെറുപ്പക്കാരനോട് എനിക്കെന്തു ചെയ്യാനാകും, കാത്തിരിക്കുകയല്ലാതെ.

അവൻ പിന്നെയും തുടർന്നു.

"അമ്മേ എന്നിലുള്ള ചൈനീസ് ഭാഗം ഒരു പെൺകുട്ടി എന്നെ സ്നേഹിക്കുന്നതിനെ ബാധിക്കുമോ?"

"അമ്മേ, ഒരു അമേരിക്കൻ പെൺകുട്ടി?"

"തീർച്ചയായും."

അത് തീർച്ചയായിരിക്കുന്നു.

"തീർച്ചയായും ഇല്ല." ഞാൻ പറഞ്ഞു. അതിനേക്കാൾ എളുപ്പത്തിൽ പറയാനാവുക നിന്നിലെ അമേരിക്കക്കാരനെ ചൈനീസ് പെൺകുട്ടി ഒരിക്കലും ഇഷ്ടപ്പെടില്ല എന്നാണ്."

"ഞാനൊരിക്കലും ഒരു ചൈനീസ് പെൺകുട്ടിയുടെ പിറകെ പോകില്ല."

"തീർച്ചയായും പോവും. മിക്ക ചൈനീസ് പെൺകുട്ടികളും അതീവ സുന്ദരികളാണ്."

"ഞാനൊരിക്കലും ചൈനയിലേക്ക് തിരിച്ചുപോവില്ല." അവൻ പറഞ്ഞു.

"നിന്റെ അച്ഛൻ ഇങ്ങോട്ടു വരുന്നില്ലെങ്കിൽ അദ്ദേഹത്തെ കാണാൻ നിനക്കു പോകേണ്ടിവരും റെനീ"

"അദ്ദേഹം ഇങ്ങോട്ടു വരുമോ? അമ്മയ്ക്ക് തോന്നുന്നുണ്ടോ?"

ഇതാണ് - ഇതാണ് മുകളിലത്തെ നിലയിൽ പൂട്ടിവെച്ച് ആ കത്തു

കളെക്കുറിച്ച് അവനോട് പറയാനുള്ള സമയം. ഉടനെയോ കുറച്ചു കഴിഞ്ഞോ അത് പറയേണ്ടിവരും. പക്ഷേ ഞാനത് പറയാൻ ഭയന്നു. അവനത് മനസ്സിലാക്കാനുള്ള പ്രായമായിട്ടില്ല. കാരുണ്യം എന്തെന്നതിനെക്കുറിച്ച് അജ്ഞനുമാണ്.

"വരുമെന്ന് ഞാൻ പ്രതീക്ഷിക്കുന്നു. നമുക്ക് രണ്ടുപേർക്കും അങ്ങനെ കരുതാം റെനീ.."

"ആരാണാ പെൺകുട്ടി?"

തീർച്ചയായും ഒരു പെൺകുട്ടിയുണ്ട്. എല്ലാ സംഭാഷണങ്ങളും അതിലേക്കാണ് നീങ്ങുന്നത്. ഞാൻ പെട്ടെന്ന് ക്ഷീണിതനായി.

"അമ്മയെങ്ങനെയറിഞ്ഞു..." അവൻ അതിശയിച്ചു.

"ഓ.. എനിക്കറിയാം. നീ കരുതുന്നതിനേക്കാൾ കാര്യങ്ങൾ എനിക്കറിയാം." ഞാൻ ചിരിക്കാൻ ശ്രമിച്ചു.

അവൻ വീണ്ടും കസേരയിൽ ചാഞ്ഞു.

"പറയാൻ മാത്രമൊന്നുമായിട്ടില്ല. അവൾ, താഴെ, ചുവപ്പും വെളുപ്പും പെയിന്റിട്ട വേനൽക്കാല വസതിയില്ലേ, അവിടുത്തെ കുട്ടിയാണ്."

താഴെ വീടുകളിൽ ഈയിടെ അനക്കം കണ്ടിരുന്നു. ഞാൻ അത്രയധികം തിരക്കിലായിരുന്നു. അല്ലെങ്കിൽ അവരെ ക്ഷണിച്ചേനെ. ചിലപ്പോഴൊക്കെ അയൽക്കാരായ ഈ വേനൽക്കാല വിരുന്നുകാരെ ഞാൻ വീട്ടിലേക്കു വിളിക്കാറുണ്ട്. ഇനി തീർച്ചയായും ഞാനവിടെ പോകും.

"എന്താണവളുടെ പേര്?"

"അലിഗ്ര"

"അലംകൃതമായ പേര്."

"മനോഹരവുമാണ് അല്ലേ."

"ചിലപ്പോൾ"

"അലിഗ്ര വുഡ്സ് എന്നാണ് മുഴുവൻ പേര്."

"അവളുടെ അച്ഛൻ എന്തു ചെയ്യുന്നു?"

"ന്യുയോർക്കിൽ എന്തോ വ്യാപാരമാണ്."

"അദ്ദേഹം ഇവിടെ അധികമുണ്ടാവാറില്ല. അലിഗ്ര ഇവിടെ അവളുടെ അമ്മയോടൊപ്പമാണ്."

"നീ എങ്ങനെ കണ്ടു?"

"അവൾ റോഡിനു താഴെ മോർ വെള്ളച്ചാട്ടത്തിനരികിലേക്ക് നടക്കുകയായിരുന്നു. ആ നേരത്ത് അവിടെ അപ്പോൾ ഞാനുമുണ്ടായിരുന്നു. എന്നോട് അവൾ വഴി ചോദിച്ചു."

"നിനക്കവളെ ശരിക്കും ഇഷ്ടമാണെങ്കിൽ എന്നെ കൊണ്ടുവന്നു കാണിക്കാമായിരുന്നു." എല്ലാ മുന്നറിയിപ്പുകളും എന്റെയുള്ളിലാണ് കല

ഹമുണ്ടാക്കുന്നത്. എന്റെ മകൻ അപകടത്തിലാണ്. എന്റെ കൈയിലേക്ക് പിറന്നുവീണ ആ കുഞ്ഞ് മുതിർന്നു അവനെ ഒരുപെൺകുട്ടി നോക്കാൻ തുടങ്ങി. എന്തുതരം പെൺകുട്ടിയാവാം ഇത്?

"തണുക്കുന്നു. നമുക്ക് അകത്തുകടന്ന് വാതിലടക്കാം." ഞാനെഴുന്നെറ്റു.

*** ***

ആ സൗഹൃദം അത്ര പെട്ടെന്നൊന്നും മാറ്റാനാവുകയില്ലെന്ന് ഞാൻ കരുതി. റെനി അലിഗ്രയെ ഇന്ന് ഇവിടേക്ക് കൂട്ടി വന്നു. എനിക്കു തോന്നുന്നു അവരെല്ലാ ദിവസവും കാണുന്നുണ്ട്. ഈ താഴ്വരയിൽ അത് എളുപ്പമാണ്. വേനൽക്കാലത്ത് സൂര്യൻ നേരത്തെ ഉദിക്കുകയും വൈകി അസ്തമിക്കുകയും ചെയ്യും. റെനി മാറ്റിനൊപ്പം നന്നായി ജോലി ചെയ്യാറുണ്ട്. ഞാൻ തോട്ടത്തിലോ ടെന്റ് ഹൗസലോ ആവുമ്പോഴൊക്കെ കരിമ്പിൻ തണ്ടുകൾ കഴുകുകയോ മാപ്പിൾ പഞ്ചസാര കൊണഅട് പാക്ക് ചെയ്യുകയോ സിറപ്പ് ബോട്ടിലിൽ നിറയ്ക്കുകയോ ചെയ്യാൻ സാധിക്കും. എന്നാലും അസ്തമയത്തിനും ഉറങ്ങാനുമായി മണിക്കൂറുകൾ പിന്നെയും ബാക്കിയാണ്. എപ്പോഴുമൊന്നും എവിടെപ്പോകുന്നുവെന്നോ എപ്പോൾ തിരിച്ചുവരുമെന്നോ എനിക്ക് ചോദിക്കാൻ ആവില്ല. അവനിപ്പോൾ സ്വാതന്ത്ര്യം ആഗ്രഹിക്കുന്നുണ്ട്.

ഇന്ന് അത്താഴത്തിനുശേഷം ഞാൻ മുറിയൊതുക്കുമ്പോൾ അവൻ റോഡിലേക്ക് എന്തോ ആവശ്യത്തിനെന്നതുപോലെ നീങ്ങുന്നുണ്ടായിരുന്നു. ഒരു മണിക്കൂറിനകം അവൻ തിരികെ ആ പെൺകുട്ടിയുമായി വന്നു.

"അമ്മേ ഇതാണ് അലിഗ്ര വുഡ്സ്."

ഞാൻ സ്വീകരണമുറി വൃത്തിയാക്കുകയായിരുന്നു. വിളക്കുകൾ തെളിച്ചു. ബാബ പ്രശാന്തമായ ഒരു മൗനത്തിലാണ്. ചാരുകസേരയിലിരിക്കുന്നുണ്ട്. കാലിൽ ചൈനീസ് ഷൂസ്. അദ്ദേഹത്തിന്റെ പരിയപ്പെട്ട ചൈനീസ് വസ്ത്രം ധരിച്ചിട്ടുണ്ട്. ഇന്ന് ഞാനദ്ദേഹത്തെ താടിയും മുടിയും കഴുകാൻ സഹായിച്ചിരുന്നു. അതിനാൽ അവ മഞ്ഞുപോലെ വെളുത്ത് മിനുപ്പാർന്നിരുന്നു.

"സുഖമായിരിക്കുന്നോ അലിഗ്ര" ഞാൻ എഴുന്നേൽക്കാതെതന്നെ ചോദിച്ചു. പക്ഷേ, ഞാൻ എന്റെ കണ്ണട ഊരി. ചൈനീസ് രീതി പ്രകാരം അപരിചതരെയോ സുഹൃത്തുക്കളെയോ കണ്ണടയിട്ട് സ്വീകരിക്കുന്നത് ഉചിതമല്ല.

ആ യുവതി എന്റെ നേരെ വശ്യമായൊന്ന് ചലിച്ചു, ഒട്ടും ഉപചാരങ്ങളില്ലാതെ തന്നെ. പിന്നെ തന്റെ മെലിഞ്ഞ കൈ നീട്ടി.

"സുഖമായിരിക്കുന്നോ ശ്രീമതി മാകിലിയോഡ്"

"ഇത് റെനിയുടെ മുത്തച്ഛനാണ്." ഞാൻ ബാബയെ നോക്കിപ്പറഞ്ഞു. മറ്റന്തോ കാരണങ്ങളാൽ ബാബ ബുദ്ധിമുട്ടുന്നുണ്ടായിരുന്നു.

അലിഗ്രയെ ആശംസിക്കുന്നതിനുപകരം അദ്ദേഹം വ്യക്തമായി ചൈനീസ് ഭാഷയിൽ ചോദിച്ചു.

"ആരാണ് ആ സ്ത്രീ?"

റെനി ചുവന്നു. അവൻ അവന്റെ ചൈനീസ് ഭാഷ മറന്നതായി അഭിനയിച്ചു. അവനെ ആശംസിക്കുമ്പോൾ അവനത് കൃത്യമായി ഓർമ്മ വരാറുണ്ട്. നല്ല ഇംഗ്ലീഷിൽ അവൻ പറഞ്ഞു.

"മുത്തശ്ശാ ഇത് എന്റെ കൂട്ടുകാരി അലിഗ്ര വുഡ്സ് ആണ്. അമ്മ അവളെ കാണാൻ ആഗ്രഹിച്ചതുകൊണ്ട് വന്നതാണ്."

ബാബ റെനിയെ തുറിച്ചുനോക്കി. തല കുലുക്കിക്കൊണ്ടിരുന്നു. അലിഗ്രയോട് ഒരു വാക്കുപോലും പറയുകയോ അവളെ നോക്കുകപോലുമോ ചെയ്തില്ല.

"അവൾ വീട്ടിൽ രക്ഷിതാക്കളോടൊപ്പം ഇരിക്കണമായിരുന്നു." ബാബ ചൈനീസ് ഭാഷയിൽ വീണ്ടും പറഞ്ഞു.

ഞാൻ ചിരിച്ചു.

"അലിഗ്രാ നീ അദ്ദേഹത്തെ കാര്യമാക്കണ്ട. അദ്ദേഹം കുറേക്കാലം ചൈനയിലായിരുന്നു."

അതിനാൽ അമേരിക്കക്കാരനാണെന്നുപോലും മറന്നുപോയി.

അവളുടെ നീലക്കണ്ണുകൾ വികസിച്ചു.

"ചൈനയിലോ? റെനി എന്നോടൊന്നും പറഞ്ഞില്ല."

അപ്പോൾ റെനി അവളോടൊന്നും പറഞ്ഞിട്ടില്ല. ഞാനും കൂടുതലൊന്നും പറയാതെ ശ്രദ്ധിക്കണം.

"അതെ, ഞാനുത്സാഹത്തോടെ പറഞ്ഞു. ഞങ്ങളവിടെ താമസിച്ചിരുന്നു. റെനിയുടെ പിതാവ് ഇപ്പോഴും അവിടെയാണുള്ളത്. ശരിക്കും പറഞ്ഞാൽ റെനി പീക്കിങ്ങിലാണ് ജനിച്ചത്."

"സത്യം?"

"പരമാർത്ഥം"

"ഞാൻ വിചാരിച്ചു, ചൈന കമ്മ്യൂണിസ്റ്റുകാരുടേതാണെന്ന്."

"ഇപ്പോൾ അതേ."

"പിന്നെങ്ങനെ റെനിയുടെ പിതാവ്.."

"അദ്ദേഹം ഒരു വലിയ കോളേജിന്റെ മേധാവിയാണ്. അദ്ദേഹമത് തന്റെ കർത്തവ്യമായിക്കാണുന്നു."

"അതു ശരി."

പക്ഷേ അവൾക്കൊന്നും വ്യക്തമായിരുന്നില്ല.

അതെനിക്കറിയാം. അവൾ റെനിയെ നോക്കി ആലോചിച്ചുകൊണ്ടിരുന്നു. അവളുടെ കണ്ണുകൾ നീലനിറമുള്ളതും വലിയതുമായിരുന്നു.

"കുറച്ച് ഐസ്ക്രീം കൊണ്ടുവരൂ റെനീ.. ഫ്രീസറിൽ ധാരാളമുണ്ട്."

"വരൂ അലിഗ്ര." അവൻ അവളുടെ കൈപിടിച്ചു.

ഇതാണ് തുടക്കം. അവസാനമെന്തെന്ന് അറിയില്ല.

ഞങ്ങൾ ഇടുങ്ങിയ മനസ്സുള്ള ആളുകൾ താമസിക്കുന്ന താഴ്‌വരയിലാണ് ജീവിക്കുന്നത്. ഒരുവാക്ക് കിട്ടിയാൽ മതി പരദൂഷണത്തിന് തീപിടിക്കും. ഒരുവാക്ക് ഉദാഹരണമായി കമ്മ്യൂണിസ്റ്റെന്നോ, ചൈനയെന്നോ - ഒരു വാക്കുമതി.

"ഒറ്റയടിക്ക് എല്ലാം പറയണമായിരുന്നോ.." തിരിച്ചുവന്നപ്പോൾ റെനി ആക്രോശിച്ചു.

"ഞാനെല്ലാം പറഞ്ഞില്ല." ഞാൻ പറഞ്ഞു.

ബാബ കിടക്കാൻ പോയിരുന്നു.

ഞാൻ കാത്തിരുന്നതാണ്. അവനെന്നെ കുറ്റപ്പെടുത്തുമെന്ന് അറിയാമായിരുന്നു.

"ഞാൻ എന്തുകൊണ്ടാണ് വ്യത്യസ്തനായിരിക്കുന്നതെന്ന് അവൾക്കിപ്പോ മനസ്സിലായത്രേ." അവൻ പ്രയാസത്തോടെ പറഞ്ഞു.

എനിക്കവനെ ചേർത്തു പിടിക്കണമെന്നുണ്ടായിരുന്നു. പക്ഷേ അവനിപ്പോൾ അത് വെറുപ്പ് കൂട്ടുകയേ ഉള്ളൂ. സത്യം മുഴുവനായും തുറന്നു പറയുന്നതാണ് നല്ലത്.

"നീ നിന്നെ മുഴുവനായും അംഗീകരിച്ചേ മതിയാവൂ. നിന്റെ രക്തത്തിന്റെ നാലിലൊന്നോ അതിലധികമോ ശീലത്തിലും പാരമ്പര്യത്തിലും ചൈനീസ് അംശമുണ്ട്. എത്രയെന്ന് നമുക്കറിയില്ല. ഒരുകാര്യം എനിക്കറിയാം. നിന്നെ മുഴുവനായും അംഗീകരിക്കാതെ നിനക്ക് ഒരിക്കലും സന്തോഷിക്കാനാവില്ല റെനി. ഒരുഭാഗം മാത്രമല്ല, നിന്റെ പ്രൗഢമായ പാരമ്പര്യത്തെയും, അത് ഭൂഗോളത്തിന്റെ രണ്ട് വശങ്ങളിലുമാണെങ്കിലും നീ അംഗീകരിച്ചേ മതിയാവൂ."

ഞാനവനെ നോക്കിയില്ല. ഞാനവന്റെ കവിളിൽ ചുംബിച്ച് നടന്നുപോയി. ഈ അലിഗ്രമാരുടെ ലോകം അവന്റേതല്ല. അവനത് സ്വയം കണ്ടെത്തണം. ഈ മുറിവുകൾ ഉണങ്ങുമ്പോൾ അവൻ അവന്റേതാകുന്ന പെണ്ണിനെ കണ്ടെത്തും. ആർക്കറിയാം. അത് ചൈനയിൽനിന്നോ അമേരിക്കയിൽനിന്നോ? ആരാണതോർത്ത് ആശങ്കപ്പെടുന്നത്.

*** ***

എന്തായിരിക്കാം ജെറാൾഡ് എന്റേതാണെന്ന് അറിയിച്ചുതന്നത് എന്ന് ഞാൻ അതിശയിച്ചിട്ടുണ്ട്. ഇപ്പോൾ നോക്കുമ്പോൾ ഞാൻ ഒരു സാധാരണ പെൺകുട്ടി മാത്രമായിരുന്നു. എന്റെ കുട്ടിക്കാലത്തിന് വലുപ്പം വെപ്പിക്കാൻ ഒന്നുമുണ്ടായിരുന്നില്ല. അമ്മപോലും എന്നെ വളരെക്കുറച്ച് മാത്രമേ സ്വാധീനിച്ചിട്ടുള്ളൂ. അവർക്ക് വലിയ വികാരങ്ങളില്ല. അനുഭവങ്ങളുടെ ലോകവുമില്ല. പള്ളിയോ അവിശ്വാസിയായ പിതാവോ എന്നിൽ വലിയ ചലനങ്ങളുണ്ടാക്കിയിട്ടില്ല.

റാഡ്ക്ലിഫിൽ സീനിയർ വിദ്യാർത്ഥിനിയായിരുന്ന ആ വസന്തകാലം ഞാനോർക്കുന്നു. കൈനിറയെ പുസ്തകവുമായി ഫിലോസഫി ക്ലാസ്സിലേക്ക് ധൃതിയിൽ നടന്നുപോവുകയായിരുന്നു ഞാൻ. നന്നായി പഠിക്കുന്ന ഒരു കുട്ടിയായിരുന്നു. അന്നതിൽ ലജ്ജിക്കേണ്ടതുണ്ടായിരുന്നില്ല. ഇന്ന് റെനിയൊക്കെ പറയുന്നതിൽനിന്ന് പഠിത്തക്കാരികളായ പെൺകുട്ടികളെ ആൺകുട്ടികൾക്ക് ഇഷ്ടമാവില്ലെന്ന് തോന്നുന്നു. അലിഗ്ര കാണാൻ സുന്ദരിയാണെങ്കിലും ഒരു പൊട്ടിപ്പെണ്ണാണ് എന്നാണ് തോന്നുന്നത്. എനിക്കവളെ കൂടുതലറിയില്ല. ഞാനത്തരം അഭിനയം ശീലിച്ചിരുന്നില്ല. ക്ലാസിലെത്താൻ ഞാനന്നു വൈകി. കാഴ്ചകൾ കണ്ടു ഭ്രമിച്ചു പോയതാണ്. ഘനമുള്ള എന്തൊക്കെയോ വർഗ്ഗീകരണങ്ങൾ മനസ്സിലോർത്തുകൊണ്ട് കയറിവരുന്ന ആ സമയത്താണ് ജെറാൾഡ് ഹാളിന്റെ പടികൾ ചാടിയിറങ്ങിവരുന്നത് കണ്ടത്. ഞാൻ ഹാളിലേക്ക് കടക്കാൻ പോവുകയായിരുന്നു. ആ കാഴ്ച ഞാനൊരിക്കലും മറക്കില്ല. എന്റെ കണ്ണുകളിലേക്ക് അദ്ദേഹം വന്നിറങ്ങിയ ആ ദിവസം, ആ കറുത്ത മുടിയിഴകളിലേക്ക് വീഴുന്ന സൂര്യവെളിച്ചം ആ കറുത്ത കണ്ണുകളുടെ നോട്ടം, ആ ശരീരത്തിന്റെ മാർദ്ദവം.

ചൈനക്കാർക്ക് അവരുടെ ശരീരവടിവുകളാൽ ചില മാജിക്കുണ്ട്. റെനിക്കും ആഴമേറിയ ആ തൊലിപ്പുറമുണ്ട്. ഞങ്ങളുടെ ചെറിയ കൂട്ടത്തിൽ കഴിഞ്ഞ ശനിയാഴ്ച റെനിയുടെ കവിളു ചേർത്ത് അലിഗ്ര ചുവടുവെച്ചതിൽ അതിനാൽ എനിക്ക ഒട്ടും അതിശയമില്ല. എനിക്കും ജെറാൾഡുമൊത്ത് കവിളോട് കവിൾ ചേർത്ത് നൃത്തം ചെയ്യാൻ ഇഷ്ടമായിരുന്നു. ആദ്യദിവസങ്ങളിൽ ഞങ്ങൾ നൃത്തം ചെയ്യുമ്പോൾ പരസ്പരം സംസാരിക്കാറില്ല. പക്ഷേ, കണ്ണുകളിലേക്ക് ആഴ്ന്നിറങ്ങി നോക്കിക്കൊണ്ടിരിക്കും. അങ്ങനെയാണ് ഞാനെന്റെ മനസ്സ് എന്നേക്കുമായി കൊടുത്തത്. അദ്ദേഹം ആരാണെന്ന് ഞാൻ മനസ്സിലാക്കുകയും അദ്ദേഹം എന്റേതാണെന്ന് ഞാൻ പറയുകയും ചെയ്തു.

ഇതൊന്നും ഒരുദിവസം കൊണ്ടോ ഒരാഴ്ച കൊണ്ടോ അല്ല, ഒരു മാസത്തിനകം സംഭവിച്ചതായിരുന്നു. അദ്ദേഹം സുന്ദരനായിരുന്നു, എന്നു

മാത്രമല്ല, ഞാൻ കണ്ട ഏറ്റവും സുന്ദരനായ പുരുഷനും അദ്ദേഹമായിരുന്നു. ഞാൻ വളരെവേഗം അദ്ദേഹവുമായി സംസാരിക്കാൻ തുടങ്ങുകയും ക്ലാസ്റൂമിന്റെ വാതിൽവരെ ഒപ്പം നടക്കാൻ തുടങ്ങുകയും ചെയ്തു. ഇടനാഴിയിലൂടെ എനിക്കൊപ്പം നടക്കുമ്പോൾ അദ്ദേഹം വല്ലാതെ ലജ്ജാലുവാകുമായിരുന്നു. വിദേശിയായതിനാലും അവിടെ മറ്റ് കൂട്ടുകാർ ഇല്ലാത്തതിനാലും അദ്ദേഹം എന്നെ പറഞ്ഞുവിട്ടില്ല. ഞാൻ അദ്ദേഹത്തോട് എന്റെ അമ്മയെ വന്നു കാണാൻ ആവശ്യപ്പെട്ടു. അങ്ങനെ എല്ലാറ്റിനും തുടക്കമായി. ഞാൻ പ്രണയത്തിലായി.

ഒടുവിൽ അദ്ദേഹവും അതെന്നോടു സമ്മതിച്ചു. ഓഹ്... അതിന് എത്ര കാലമെടുത്തു. എനിക്കറിയില്ല. എനിക്കു തോന്നുന്നു അദ്ദേഹം ഒരിക്കലും അത് പറഞ്ഞില്ല. പറയാൻ ശ്രമിക്കുമ്പോഴൊക്കെ പതറുകയും പരാജയപ്പെടുകയും ചെയ്തു.

"പറയ്, പറയ്" ഞാൻ ചിരിച്ചുകൊണ്ട് പ്രോത്സാഹിപ്പിച്ചു.

"എനിക്കറിയില്ല. നിനക്ക് എന്നെ ഒരു സുഹൃത്തായി കാണാൻ പറ്റുമോ എന്ന്." അദ്ദേഹം വരണ്ട ചുണ്ടുകൾ നനച്ചുകൊണ്ട് പറഞ്ഞു.

"എനിക്ക് കഴിയും, കഴിയുന്നുണ്ട്." ഞാൻ പറഞ്ഞു.

ഞങ്ങളുടെ വിവാഹത്തിനുശേഷം ഞാനദ്ദേഹത്തോട് ചോദിക്കുകയുണ്ടായി. ആ ദിവസങ്ങൾ എന്തുകൊണ്ട് അതുപറയാൻ അത്ര പതറലുകൾ ഉണ്ടായതെന്ന്. അന്ന് ഞങ്ങൾ ചാൾസ് പുഴയോരത്ത് ബെഞ്ചിൽ ഇരിക്കുകയായിരുന്നു. താഴെ, ഞങ്ങളുടെ കാൽച്ചുവട്ടിൽ പുസ്തകങ്ങളുണ്ടായിരുന്നു. അദ്ദേഹം അതേപ്പറ്റി ഓർക്കുമ്പോൾ വീണ്ടും പഴയതുപോലെതന്നെ ഇടറാനും വിക്കാനും തുടങ്ങി. ഞങ്ങളാവട്ടെ മനോഹരമായ ഒരു രാത്രിയുടെ അവസാനത്തിൽ പീക്കിങ്ങിലെ ഞങ്ങളുടെ കിടപ്പറയിൽ ഉറങ്ങാനൊരുങ്ങുന്ന സമയമായിരുന്നു.

"അതിന് അതിനുകാരണം എലിസബത്ത്. ഒരു അമേരിക്കൻ യുവതിയുമായി ഞാൻ പ്രേമത്തിലാവണമെന്ന് ഞാനൊരിക്കലും കരുതിയിരുന്നില്ല."

"ഇപ്പോൾ കഴിയുന്നില്ലേ?" ഞാൻ കളിയാക്കി. "എന്നെയല്ലാതെ മറ്റാരെയായിരുന്നു നിങ്ങൾ വിവാഹം കഴിക്കുക?"

"ഞാൻ എപ്പോഴും വിചാരിച്ചിരുന്നത് ഒരു ചൈനീസ് പെൺകുട്ടിയെ വിവാഹം ചെയ്യുമെന്നായിരുന്നു. അമ്മയുടെ ആഗ്രഹവും അതായിരുന്നുവെന്നാണ് അമ്മാവൻ പറഞ്ഞിട്ടുള്ളത്." അദ്ദേഹം ഗൗരവപൂർവ്വം പറഞ്ഞു.

വർഷങ്ങൾക്കുമുമ്പ് ജെറാൾഡ് ഇതായിരുന്നു എന്നോട് പറഞ്ഞത്. അന്ന് മരിച്ചുപോയ ഒരു സ്ത്രീ എന്നല്ലാതെ അദ്ദേഹത്തിന്റെ അമ്മ

എനിക്ക് ആരുമായിരുന്നില്ല. അവർ പറയുന്ന കാര്യങ്ങൾ എന്നെ ബാധിച്ചതുമില്ല. ഈ വൈകിയ രാത്രി നേരംവരെ ഞാനത് ഓർത്തുപോലുമില്ല. ഇപ്പോൾ അലിഗ്ര അതെല്ലാം ഓർമ്മയിലെത്തിച്ചു.

ഞാൻ ജെറാൾഡിന്റെ അമ്മയുടെ ചിത്രം നോക്കിക്കൊണ്ടിരുന്നു. ഞാനത് വളരെ സൂക്ഷിച്ച് മാറ്റിവെച്ചിരിക്കുകയായിരുന്നു. ഇനിയെടുക്കില്ലെന്ന് ഓരോ തവണയും പറഞ്ഞെങ്കിലും ഒരുദിവസം അവ റെനിയെ കാട്ടേണ്ടി വന്നേക്കും. ഞാൻ അവരെ കണ്ടതിനുശേഷം ഓർക്കുമ്പോൾ അസ്വസ്ഥയാകും. ചൈനക്കാരികളുടെ ആ ശാന്തമായ കണ്ണുകൾക്കു പിന്നിൽ ഒരു കരുത്തുനറ്റ ഊഷ്മളത ഞാനറിഞ്ഞു. അവർ എന്നെ ശത്രുവായി കാണില്ലായെങ്കിൽ ഞങ്ങൾ നല്ല സുഹൃത്തുക്കളായേനെ. അവരാണത് തീരുമാനിച്ചത്, ഞാനല്ല, ചൈനീസ് സ്ത്രീകളാലോ പൂവുപോലെ മനോഹരികളായ ചൈനീസ് പെൺകുട്ടികളാലോ ഞാനൊരിക്കലും വഞ്ചിക്കപ്പെട്ടിട്ടില്ല. അവർ ലോകത്തിലെതന്നെ കരുത്തുറ്റ സ്ത്രീകളാണ്. എപ്പോഴും അധ്വാനിക്കും. എന്നാൽ ഒന്നും സമ്പാദിക്കാറില്ല. അവരുടെ പുരുഷന്മാർ സ്ത്രീകളെ അപേക്ഷിച്ച് ദുർബലരാണ്. എവിടെനിന്നാണ് ഈ സ്ത്രീശക്തി ലഭിക്കുന്നത്? അവഗണിക്കപ്പെടുന്നവരുടെ കരുത്ത്. ആൺമക്കൾക്കാണ് കരുതലും സ്നേഹലാളനകളും ലഭിക്കാറുള്ളത്. ആൺകുഞ്ഞുങ്ങളാണ് അവർക്ക് അഭികാമ്യം. പെൺകുഞ്ഞുങ്ങൾ ഇത് തലമുറകളായി അംഗീകരിച്ചുവന്നു. നിശ്ശബ്ദമായി സഹിച്ചുവന്നു. അവളാദ്യം തന്നെ അവളെക്കുറിച്ച് ചിന്തിച്ചു. പറ്റുന്നത്ര രഹസ്യമായി അവളെ സംരക്ഷിച്ചു. അവൾക്ക് ലഭിക്കാത്തത് മോഷ്ടിച്ചു. അവളെ മുറിപ്പെടുത്തുന്ന സത്യങ്ങളെ നുണകളാൽ മറച്ചു. അവളുടെ ലക്ഷ്യത്തിനും അവളുടെ സുരക്ഷിതത്വത്തിനും അവളുടെ സന്തോഷത്തിനും വേണ്ടി. എത്ര കരുത്തുറ്റ മഹതിയായിരുന്നു അവർ. ജെറാൾഡിന്റെ അമ്മ.

ചിത്രം ഡ്രോയറിൽതന്നെ വെച്ച് വീണ്ടും അടച്ചു. പക്ഷേ അതെന്നെ വേട്ടയാടിക്കൊണ്ടിരുന്നു. ഇന്ന് ശനിയാഴ്ച ബാബയും ഞാനും ഒരുമിച്ച് ഉച്ചഭക്ഷണം കഴിച്ചിരിക്കുകയായിരുന്നു. കൂടെ റെനി ഇല്ലായിരുന്നു. മീൻപിടിക്കാനോ മറ്റോ പോയി എന്നാണ് എന്നോടവൻ പറഞ്ഞത്. ആ സമയത്ത് വീണ്ടും അവരെപ്പറ്റി ചോദിക്കാതിരിക്കാനായില്ല.

"ബാബ, നമ്മൾ ജെറാൾഡിന്റെ അമ്മയെക്കുറിച്ച് സംസാരിച്ചതോർമ്മയുണ്ടോ?"

"നമ്മൾ സംസാരിച്ചിരുന്നോ?"

ബാബ വളരെ ശ്രദ്ധയോടെ ഭക്ഷണം കഴിച്ചുകൊണ്ടിരിക്കുകയായിരുന്നു.

"ഉവ്വ്. ബാബ. എനിക്കവരെക്കുറിച്ച് കൂടുതൽ അറിയാൻ ആഗ്രഹമുണ്ട്."

ബാബ പതിയെ ചോപ് സ്റ്റിക്കുകൾ താഴെവച്ചു.

"എന്താണ് നീ അറിയാൻ ആഗ്രഹിക്കുന്നത്?"

"എന്റെ കയ്യിൽ അവരുടെ ഒരു ചിത്രമുണ്ട് ബാബ."

നേരിയ വിളർച്ചയോടെ ബാബ തിരിഞ്ഞു.

"എങ്ങനെ കിട്ടി നിനക്ക്?"

ജെറാൾഡ് അയച്ചുതന്നതാണെന്ന് ഞാൻ പറഞ്ഞില്ല.

"കൊണ്ടുവരൂ."

ഞാൻ ഓടിപ്പോയി മുകളിൽനിന്നും അതെടുത്ത് കൊണ്ടുവന്ന് ബാബയുടെ മുന്നിൽവെച്ചു. ബാബ കണ്ണടയെടുത്ത് വെച്ച് ശ്രദ്ധാപൂർവ്വം ആ ചിത്രത്തിൽ നോക്കിനിന്നു.

"അതെ", ബാബ പതിയെ പറഞ്ഞു.

"അതെ എനിക്കവളെ തിരിച്ചറിയാനാകുന്നുണ്ട്. പക്ഷേ, ഇങ്ങനെയല്ല. അവൾ ശരിക്കും കാണാൻ ഇങ്ങനെയല്ല."

"അവർ കാണാൻ എങ്ങനെയാണ്?" ബാബ പുരികം ചുളിച്ച് ആലോചിച്ചുകൊണ്ടിരുന്നു, വിവാഹമുഖാവരണം നീക്കുമ്പോൾ അവൾ ഏകദേശം സുന്ദരിയായിരുന്നു.

"പറയൂ ബാബ.." ബാബ മിണ്ടാത്തതുകൊണ്ട് ഞാൻപറഞ്ഞു.

"അതിനുശേഷം എനിക്കറിയില്ല. അവൾ അവളുടെ മുഖം എനിക്കപരിചിതമായിരുന്നു."

"എന്തുകൊണ്ട് ബാബ"

"ഞാൻ ചോദിക്കാറില്ല. ചോദ്യങ്ങൾ ചോദിക്കാൻമാത്രം ഞങ്ങൾ അടുപ്പത്തിലായിരുന്നില്ല."

"പക്ഷേ, നിങ്ങൾക്കൊരു കുഞ്ഞുണ്ടായി." എനിക്കെന്നെ നിയന്ത്രിക്കാനയില്ല. നേരിയ ഒരു ചുവപ്പുരാശി ആ കവിളിലേക്ക് പടർന്നു.

"അതെ, ശരിയാണ്."

"ബാബ അങ്ങ് ജെറാൾഡിനെ നിഷേധിച്ചില്ലല്ലോ, അല്ലേ?" എനിക്കദ്ദേഹത്തെ നോക്കി ചിരിക്കാൻ തോന്നി.

"ഓഹ്, ഒരിക്കലുമില്ല, പക്ഷേ.."

"ഇല്ല ബാബ"

"നിനക്കറിയാമല്ലോ ഒരു കുഞ്ഞിന് ഒരാളിൽ ഒരുപാടൊന്നും ചെയ്യാനില്ല. ഞാനുദ്ദേശിച്ചത് അങ്ങനെ ചിലതു സംഭവിച്ചു."

"പുരുഷന്മാരെ സംബന്ധിച്ചിടത്തോളം അതു ശരിയാവാം. സ്ത്രീകൾക്കങ്ങനെയാവില്ല. ഞാനെന്തു പറയാൻ?"

ബാബ ശബ്ദം ശരിയാക്കി. "എന്തായാലും ജെറാൾഡ് ജനിച്ചതിനു ശേഷം അങ്ങനെയൊന്നും ഉണ്ടായിട്ടില്ല."

"നിങ്ങളുടെ തീരുമാനം?"

"അല്ല, അവളുടെ"

"എത്ര നന്നായി നിങ്ങൾ ഓർക്കുന്നു ബാബ"

"ഞാൻ പലതും മറന്നുപോവുന്നു. ഉദാസീനനായി പറഞ്ഞുകൊണ്ട് ബാബ തന്റെ ചോപ്സ്റ്റിക്ക് കയ്യിലെടുത്തു. വീണ്ടും ഭക്ഷണം കഴിക്കാൻ തുടങ്ങി. അദ്ദേഹത്തിന് ഓർമ്മകളുണ്ടെങ്കിലും അതിന്റെ വികാരങ്ങളറിയുന്നില്ല. ആർക്കറിയാം, വർഷങ്ങൾക്കുമുമ്പ് ചൈനാക്കാരിയായ ആ സ്ത്രീ ബാബയെ സ്നേഹിക്കാതിരിക്കുകയും ചെയ്തിരിക്കുമോ. അതുകൊണ്ടാവുമോ അവർ ആ കുഞ്ഞിനെ അവരുടേതുമാത്രമാക്കിയത്? ആർക്കാണത് പറയാനാവുക. ആ കുഞ്ഞ് പക്ഷേ ജെറാൾഡാണ്.

*** ***

ഇന്ന് രാത്രി കുന്നിനുമുകളിലാകെ നിലാവായിരുന്നു. അതിന്റെ നിഴലിൽ താഴ്വര കറുത്തിരുന്നു. ഞങ്ങളുടെ താഴ്വര വിശാലമാണ്. അതിനഭിമുഖമായാണ് എന്റെ ടെറസ്. ചരൽ നിറഞ്ഞ റോഡ് നിലാവിൽ വെള്ളിയണിഞ്ഞതുപോലെയിരുന്നു. കൈകോർത്തു പിടിച്ച രണ്ടുപേർ അതുവഴി പതിയെ നടന്നുപോകുന്നതു ഞാൻ കണ്ടു. അത് റെനിയും അലിഗ്രയുമായിരുന്നു.

ഇവർ വസന്തത്തിൽ കണ്ടുമുട്ടിയത് നന്നായി. ശൈത്യത്തിൽ പ്രണയത്തിലാവുക എളുപ്പമല്ല. എന്നാൽ വിവാഹങ്ങൾക്ക് ശൈത്യകാലം നല്ലതാണ്. നെരിപ്പോടുകളൊരുക്കുന്ന വൈകുന്നേരങ്ങൾ, മഞ്ഞിൽ പൊതിഞ്ഞ വിവാഹവീട്. പെക്കിങ്ങിൽ നന്നായി മഞ്ഞുവീഴ്ചയുണ്ടാകാറുണ്ട്. ഗേറ്റിനപ്പുറം ഏത് കെട്ടിനേക്കാളും നല്ല കട്ടിയിൽ മഞ്ഞുവീഴും. ചൈനക്കാർ മഞ്ഞിന്റെ സൗന്ദര്യം ഇഷ്ടപ്പെടുന്നവരാണ്. അവരുടെ പെയിന്റിംഗുകളിൽ മഞ്ഞിന്റെ ചേരുവകളുണ്ട്. എന്നാൽ മഞ്ഞുകാലത്ത് പുറത്തിറങ്ങുന്നത അവർ ഇഷ്ടപ്പെടുന്നില്ല. അവരുടെ ഷൂസുകൾ തുണികൾകൊണ്ടോ വെൽവറ്റുകൊണ്ടോ ഉള്ളതാണ്. അതുകൊണ്ടുതന്നെ മഞ്ഞുകാല രാത്രികളിൽ ഞങ്ങൾക്ക് വിരുന്നുണ്ടാകാറില്ല. പ്രായം ചെന്ന് ഞങ്ങളുടെ വാച്ച്മാൻ അയാളുടെ മുറിയിൽനിന്ന് പുറത്തിറങ്ങാറില്ല. ഞങ്ങളാവട്ടെ സുരക്ഷിതമായ സ്വകാര്യതയിലും. ഞങ്ങളപ്പോൾ പാത്രത്തിലേക്ക് കൽക്കരി കൂമ്പാരമിട്ട് കനലൂതിത്തെളിച്ച് വിളക്കുകളെല്ലാം കെടുത്തി തീ കാഞ്ഞിരിക്കും. അതായിരുന്നു പ്രണയത്തിന്റെ നിമിഷങ്ങൾ. നീണ്ട ഒരു രാത്രി മുഴുവൻ മണിക്കൂറുകളോളം നീണ്ട സന്തോഷവുമായി ഞങ്ങൾക്കുമുന്നിൽ.

ഇവിടെ, വെർമോണ്ടയിലെ ഈ താഴ്‌വരയിലും മഞ്ഞുകാലം എന്നെ തടവുകാരിയാക്കിയിരുന്നു. പക്ഷേ, അത് പ്രണത്താലല്ല. ഞാൻ നെരിപ്പോടിനടുത്ത് തനിയെ ഇരുന്നു. റെനി അവന്റെ പുസ്തകങ്ങളുമായി അവന്റെ മുറിയിലും. ഇപ്പോൾ ഗ്രീഷ്മമാണ്. ഇപ്പോഴും ഞാൻ തനിച്ചു തന്നെ. റെനി അലിഗ്രയ്ക്കൊപ്പവും. അവർ പാതയുടെ അവസാനത്തിലെത്തിയിരിക്കുന്നു. അവർ മാപ്പിൾ മരങ്ങളുടെ നിഴലുകളിലേക്കിറങ്ങിപ്പോയി. എനിക്കവരെ കാണാൻ കഴിഞ്ഞില്ല. ഇത് അവരുടെ ആദ്യ വൈകുന്നേരമല്ല. ഈ മാസത്തെ ചന്ദ്രികയ്ക്ക് ഒരു വ്യത്യാസം അനുഭവപ്പെടുന്നുണ്ടായിരുന്നു. അത് റെനി കാരണമാണെന്ന് ഞാനറിയുന്നുണ്ട്. അവനാകെ മാറിയിരിക്കുന്നു. സംസാരമില്ല. ജോലികളിലോ മറ്റോ തീരെ ശ്രദ്ധയില്ല. അവൻ ഒന്നും മിണ്ടാതെ വരികയും പോവുകയും ചെയ്യുന്നു. അഥവാ അവൻ എന്നെ കാണുകയാണെങ്കിൽത്തന്നെ എന്താണീ മാറ്റമെന്ന ചോദ്യത്തിന് നേരെ മുഖം തിരിച്ച് ഉത്തരം തരാതെ കടന്നുപോവുന്നു.

കഴിഞ്ഞ രാത്രി എനിക്കതു താങ്ങാനായില്ല. റെനി എന്നെ ഉപേക്ഷിച്ചുപോയാൽ പിന്നെ ഞാനാർക്കുവേണ്ടിയാണ്.. രാത്രി ഏറെ വൈകും വരെ ഞാൻ ടെറസ്സിൽ കാത്തിരുന്നു. കാറ്റിന് നല്ല തണുപ്പുണ്ടായിരുന്നു. ഞാനെന്റെ ചുവന്ന സ്കാർഫ് കൊണ്ട് എന്നെ പൊതിഞ്ഞു. റെനി കുന്നുകയറി വരുന്നത് ഞാൻ കണ്ടു. രാത്രിയിൽ അവനെ ശരിക്കും ഒരു പുരുഷനെപ്പോലെ തോന്നിച്ചു. ഉയരവും ശക്തിയും കരുത്തുമുള്ള ഒരാണ്. എന്തോ ചിലത് അവനെ ഒരു പുരുഷനാക്കി മാറ്റിയിരിക്കുന്നു. അവൻ എന്നെ കണ്ടു. പക്ഷേ ടെറസിലേക്ക് വരാതെ അടുക്കളയിലേക്ക് പോയി.

"റെനി"

വാതിൽ തുറക്കാനാഞ്ഞ അവന്റെ എന്റെ വിളി പിടിച്ചുനിർത്തി.

"എന്താ"

"ഒന്നടുത്തുവരൂ"

അവൻ വന്നു.

"അമ്മ ഇത്ര വൈകി.. ഉറങ്ങിയില്ലേ"

"ഞാൻ നിന്നെ കാത്തിരിക്കുകയായിരുന്നു."

"ഇനിമേൽ നിങ്ങളെന്നെ കാത്തിരിക്കേണ്ടതില്ല." അവന്റെ ശബ്ദം ഒരു പുരുഷന്റേതായിരുന്നു.

"നീ എവിടെ എന്നറിയാതെ എനിക്കുറങ്ങാനാവില്ല."

"അതറിയാതെ തന്നെ ഉറങ്ങാൻ ശീലിക്കേണ്ടിയിരിക്കുന്നു."

അവൻ വളരെ ശാന്തമായി പറഞ്ഞു. പക്ഷേ അതുകേട്ട് എനിക്ക്

കലശലായി ദേഷ്യം വന്നു. കാരണം അവൻ പറഞ്ഞത് ശരിയാണെന്ന് എനിക്കറിയാമായിരുന്നു. ആ അരിശത്തിൽ എനിക്കെന്റെയുള്ളിലെ അസ്വസ്ഥമായ സത്യം മൂടിവെക്കാനായില്ല.

"എനിക്കറിയാം. എല്ലാ വൈകുന്നേരവും നീ അലിഗ്രയോടൊപ്പമാണെന്ന്. എനിക്കവളെ ഇഷ്ടമല്ല." അന്ന് പ്രണയിക്കാൻ തുടങ്ങുന്ന പെൺകുട്ടിയെക്കുറിച്ചുള്ള എന്റെ അനിഷ്ടം ഞാനാദ്യമായി പറയുകയായിരുന്നു. എത്രയാഴത്തിൽ അവനവളെ സ്നേഹിക്കാൻ തുടങ്ങിയിരുന്നു എന്ന് എനിക്കറിയില്ല. പ്രണയത്തെക്കുറിച്ച് അവനെന്താണ് ധരിച്ചിരിക്കുന്നത് എന്നും എനിക്കറിയില്ല. ജെറാൾഡ് ഇവിടെ ഉണ്ടായിരുന്നെങ്കിൽ ഈ സമയത്ത് എനിക്ക് ഏറെ സഹായകമായേനെ. അദ്ദേഹത്തിന്റെ ഉപദേശം എനിക്ക് ആശ്വാസമായേനെ. പക്ഷേ അദ്ദേഹം റെനിയുമായി സംസാരിക്കുമായിരുന്നോ? എന്റെ അയൽക്കാരി മിസിസ് ലാൻഡ്സ് പറയുന്നത് പൊതുവേ അച്ഛൻമാർ ആൺകുട്ടികളോട് സംസാരിക്കില്ലെന്നാണ്. "കുട്ടികൾ മുതിർന്നു. വിവാഹിതരായി. പക്ഷേ അദ്ദേഹം സംസാരിക്കാറില്ല. അവരും."

"എന്തുകൊണ്ട് സംസാരിക്കാറില്ല?" ഞാനവരോട് ചോദിച്ചു. "എന്റെ ആൺകുട്ടികളുടെ മുമ്പിൽ നഗ്നയായി നിൽക്കുന്നതുപോലെ എനിക്ക് തോന്നും." അവർ തലതാഴ്ത്തി.

അവരുടെ ആൺമക്കൾ താഴ്വരയിലെ നല്ല പെൺകുട്ടികളെയാണ് വിവാഹം ചെയ്തത്. അവരുടെ ലളിതമായ, സുഘടിതമല്ലാത്ത ആ ജീവിതത്തിൽ ഒന്നും മിണ്ടാതിരിക്കുന്നതുതന്നെ നല്ലത്. ശാരീരികമായ അടുപ്പത്തിൽ വാക്കുകൾ അപ്രസക്തമായിരിക്കാം. എനിക്കറിയില്ല. പക്ഷെ, എനിക്ക് പ്രണയം അതിന്റെ പൂർണ്ണതയിൽ അറിയാനായിട്ടുണ്ട്. അത്രയും ഉയരത്തിലും അത്രയുമാഴത്തിലും എന്റെ മകനും അതറിയണമെന്ന് ഞാനാഗ്രഹിക്കുന്നു.

"ഇരിക്കൂ റെനി. ഒരു കാര്യം പറയാനുണ്ട്. അതിന് വൈകി എങ്കിലും വളരെ വൈകിയിട്ടില്ല." അവൻ ടെറസിന്റെ നേരിയ ഭിത്തിയിൽ ഇരുന്നു. ശിരസ്സിനു പിറകിൽ ഉദിച്ചുയർന്ന ചന്ദ്രൻ കാരണം അവന്റെ മുഖം നിഴലിലായിരുന്നു. എന്റേത് വെളിച്ചത്തിലും ഞാൻ തുടർന്നു. "അലിഗ്രയെ ഞാൻ അംഗീകാരിക്കാത്തതിന് കാരണം അവളല്ല. മറ്റു പല പെൺകുട്ടികളെപ്പോലെയും മനോഹരിയായ നല്ല പെൺകുട്ടിയാണ് അവൾ. അവൾക്ക് ചിലതരം പുരുഷന്മാരെ സന്തോഷിപ്പിക്കാനായേക്കാം. ഒരുപാട് സ്നേഹം വേണ്ടാത്ത പുരുഷന്മാരെ, സാധാരണക്കാരായ പുരുഷന്മാരെ. ഒരു ശരാശരി പുരുഷനെ ഒഴിവുദിവസങ്ങളിൽ സിനിമ കാണാത്ത, പുസ്തകം വായിക്കാത്ത, സാധാരണ പുരുഷന്മാ

രെ. അത്തരം പുരുഷൻ അലിഗ്രയിൽ സന്തുഷ്ടനായേക്കാം. അവൾ അവനിലും. അവർ പരസ്പരം നന്നായിരിക്കും. അവരുടെ ഹൃദയങ്ങൾക്ക് ഒരു കയ്യിൽ കൊള്ളുന്നതേ വേണ്ടു. അതുകൊണ്ട് അവർ പരസ്പരം നിറയും, പക്ഷെ റെനീ, നീ, ഒരു കുമ്പിൾ സ്നേഹംകൊണ്ട് തൃപ്തിപ്പെടുന്നവനല്ല. നിനക്ക് ഒഴുക്കുള്ള ശാശ്വതമായ ഒരു പ്രവാഹം തന്നെ വേണം. നീ തീർച്ചയായും കുറച്ചുകൂടെ ആഴമുള്ള ഒരു സ്ത്രീയെ കണ്ടെത്തണം. മകനേ, നിറഞ്ഞുതുളുമ്പുന്ന ഹൃദയമുള്ള ഒരു സ്ത്രീയെ. അവളെ നീ കണ്ടെത്തിയാൽ, എന്നെ വിശ്വസിക്കൂ, ഞാനൊരിക്കലും ഇതുപോലെ വൈകുംവരെ കാത്തിരിക്കില്ല. ഞാൻ സമാധാനമായി വിശ്രമിക്കുന്നുണ്ടാവും."

"അമ്മയ്ക്ക് അലിഗ്രയെ അറിയില്ല." അവൻ പറഞ്ഞു.

"ഒരമ്മയ്ക്ക് അവരുടെ മകൻ സ്നേഹിക്കുന്ന പെണ്ണിനെ അറിയാൻ കഴിയും."

ഞാനതിനുമുമ്പ് ഒരിക്കലും ഇങ്ങനെയൊന്നും സംസാരിച്ചിരുന്നില്ല. ചിന്തിച്ചുപോലുമില്ല. പക്ഷേ, ഇപ്പോൾ അത് വേണ്ടിവന്നിരിക്കുന്നു, തലമുറകളായി സ്ത്രീകൾ കൈമാറിവന്ന ആ സത്യം ഞാനെന്റെ മകനോട് പറഞ്ഞിരിക്കുന്നു.

"അമ്മയ്ക്ക് മകനോട് അസൂയയാണെന്നാണ് അലിഗ്ര പറയുന്നത്." അവൻ പറഞ്ഞു.

"അതിനുകാരണം എന്താണെന്നോ? അവൾക്കറിയാം, അവളല്ല നിനക്കു ചേരുന്ന പെണ്ണ്. എനിക്ക് അക്കാര്യം അറിയാമെന്നും അവൾക്കറിയാം."

ഞങ്ങൾ കയ്പ്പ് രുചിച്ചു. എങ്കിലും അവനെ കൂടുതൽ വിഷമിപ്പിക്കാൻ ഞാനാഗ്രഹിച്ചില്ല. അവനെ ഞാൻ മനസ്സിലാക്കാത്തതിനാൽ എന്നെ വിട്ടുപോകുന്നു എന്നൊന്നും അവൻ തീരുമാനിക്കരുത്. ഞാൻ ജെറാൾഡിനെ ഓർത്ത് വളരെ ശാന്തയായി.

"നിനക്ക് നല്ലൊരു പ്രണയമുണ്ടാകണമെന്നാണ് ഞാനാഗ്രഹിക്കുന്നത്. അത് ഞാനും നിന്റെ അച്ഛനും ഗാഢമായി പ്രണയിച്ചവരായതുകൊണ്ടാണ്. അത്ര സന്തോഷിച്ചവരായതുകൊണ്ടാണ്. ജെറാൾഡിനെ കണ്ട നിമിഷത്തിൽ എനിക്കറിയാമായിരുന്നു ജെറാൾഡ് എന്റേതാണ് എന്ന്. ഞാനൊരിക്കലും മറ്റൊരു പുരുഷനെ സ്നേഹിച്ചിട്ടില്ല. എന്നെയല്ലാതെ മറ്റൊരു സ്ത്രീയെ ജെറാൾഡും സ്നേഹിച്ചിട്ടില്ല. ഞങ്ങൾ പഴഞ്ചനായിരിക്കാം. എനിക്കറിയാം. ഇക്കാലത്ത് ഇങ്ങനെയൊന്നും സംഭവിക്കാറില്ലായിരിക്കാം. ഒരാളെ കണ്ടെത്തുംമുമ്പേ പലരിലൂടെയും കടന്നുപോകുന്നവരുണ്ടാകും. ആഴത്തിൽ പ്രണയമുള്ള ആളുകൾക്ക് അത്

സാധ്യമല്ല. ഞാനും നിന്റെ പിതാവും അത്തരത്തിലുള്ള ആളുകളാണ്. അതാണ് ഞങ്ങളുടെ പ്രണയത്തെ പൂർണ്ണതയിലെത്തിച്ചത്. ഞങ്ങൾ പരസ്പരം പകർന്ന സ്നേഹം അത്രമാത്രം പുതിയതും മറ്റാർക്കും കൊടുക്കാനാവാത്തതുമായിരുന്നു. അതങ്ങനെയാണ്."

മുകളിൽ പെട്ടിയിലടച്ചുവെച്ച ആ കത്ത് റെനിയെ കാണിക്കാതിരിക്കുന്നത് എത്ര നന്നായിരിക്കുന്നു. ആ കത്ത് എന്തുദ്ദേശിച്ചാലും ഞാൻ പറഞ്ഞതുമുഴുവൻ സത്യമായിരുന്നു. ജെറാൾഡ് ഇപ്പോഴും എന്നെ മാത്രമാണ് സ്നേഹിക്കുന്നത് എന്നെനിക്കറിയാം. പക്ഷേ, റെനിക്കറിയില്ല. അവന്റെ ഇണയെ കണ്ടെത്തുംവരെ അവന് അതറിയാൻ കഴിയില്ല.

"വിചിത്രം തന്നെ, എന്നിട്ടും എന്റെ അച്ഛൻ നിങ്ങൾക്ക് ഒരു എഴുത്തുപോലും അയക്കുന്നില്ല." അവൻ ക്രൂരമായി പറഞ്ഞു.

"വിചിത്രമല്ല. അദ്ദേഹത്തിനറിയാം അദ്ദേഹം എന്നെ സ്നേഹിക്കുന്നു എന്ന് എനിക്കറിയാമെന്ന്. അതുപോലെ ഞാനദ്ദേഹത്തെ സ്നേഹിക്കുന്നുവെന്നും. ഒരു മാറ്റവുമില്ലാതെ, അദ്ദേഹം കത്തുകളെഴുതാത്തതിന് ചില കാരണങ്ങളുണ്ട്. എനിക്കോ നിനക്കോ ഒന്നും ചെയ്യാനാകാത്ത ചില കാരണങ്ങൾ. ഇങ്ങനെയുള്ള പല കാരണങ്ങളാൽ ധാരാളം പേർ ഈ ലോകത്ത് വേർപിരിഞ്ഞ് ജീവിക്കുന്നുണ്ട്. ആ കാരണങ്ങൾ സ്നേഹത്തെ ഇല്ലാതാക്കാൻ നമ്മൾ സമ്മതിക്കരുത്. നമ്മൾ സ്നേഹപൂർവ്വം കാത്തിരിക്കുക തന്നെ ചെയ്യണം."

എനിക്ക് പറ്റുന്നത്ര ഞാൻ റെനിക്ക് പറഞ്ഞുകൊടുക്കാൻ ശ്രമിച്ചു. അവനത് അറിഞ്ഞിട്ടുണ്ടോ എന്ന് എനിക്കറിയില്ല. ചെറുപ്പത്തിൽ ഒരാൾക്ക് കാര്യങ്ങൾ കുറച്ചേ അറിയാനാകൂ. എന്നാലും എനിക്കതിശയം തോന്നുന്നു. ജെറാൾഡിനെ കണ്ട സമയത്തുതന്നെ ചെറുപ്പമായിരുന്നിട്ടുകൂടി എനിക്കറിയാമായിരുന്നു ജെറാൾഡാണ് എന്റെ പ്രിയനെന്ന്. അത് ജ്ഞാനംകൊണ്ടൊന്നുമായിരുന്നില്ല. എന്നെ സംബന്ധിച്ചിടത്തോളം ഇപ്പോഴും വലിയ അറിവൊന്നും ഇല്ലതാനും.

റെനി എഴുന്നേറ്റ് എന്റെയരികിൽ വന്നു. കവിളിൽ ചുംബിച്ചു. "അമ്മ പേടിക്കേണ്ട." അവൻ പറഞ്ഞു. "അലിഗ്രയെക്കുറിച്ച് പക്ഷേ, അമ്മയുടെ ധാരണ ശരിയല്ല. അവൾ എനിക്ക് ശരിയാണ്. ഞാൻ എന്റെ അച്ഛനോ അവൾ നിങ്ങളോ അല്ല. ഞങ്ങൾ ഞങ്ങളുടേതായ ജീവിതം ജീവിക്കും."

ഇതിന് എനിക്ക് ഉത്തരമില്ല. അവൻ മുകൾനിലയിലേക്ക് കയറിപ്പോയി. എത്രയോവട്ടം അവനെന്നെ അറിയിച്ചുകഴിഞ്ഞു. അവൻ അവന്റെ അച്ഛനല്ലെന്നും അവന് അവന്റെ ജീവിതമാണ് ജീവിക്കേണ്ടതെന്നും. അവന്റെ ജനാലയിൽ വെളിച്ചമണഞ്ഞപ്പോൾ ഞാൻ മുകളിലത്തെ നില

യിലേക്ക് പോയി. ആ രാത്രി ഉറക്കം അസ്വസ്ഥമായിരുന്നു. പീക്കിങ്ങിലെ വീട്ടിൽ എല്ലായിടത്തും അന്വേഷിച്ചിട്ടും ജെറാൾഡിനെ കാണാത്തതായി ഞാൻ സ്വപ്നം കണ്ടു. അദ്ദേഹം പോയിരുന്നു. ഞാൻ പേടിയോടെ എഴുന്നേറ്റു. വെർമോണ്ടിലെ എന്റെ സ്വന്തം വീട്ടിൽ ഞാൻ സുരക്ഷിതയായിരിക്കുന്നുവെന്നും തിരിച്ചറിഞ്ഞു. പക്ഷേ, എത്ര ഒറ്റയ്ക്ക്.

ഇന്ന് രാത്രി റെനി താഴ്‌വരയിലെ നിഴലിൽനിന്നും കയറിവരുമ്പോൾ അവന്റെ കൈകൾക്കുള്ളിൽ ഏറെനേരം അലിഗ്രയുണ്ടായിരുന്നു. രാത്രി ഏറെ വൈകി. പക്ഷേ, അവരത് ശ്രദ്ധിക്കുന്നതേയില്ല. ഈ നേരത്ത് ആരും അവരെ കാണാൻ അവിടെ ഉണ്ടാവുകയില്ല. ഞങ്ങളുടെ താഴ്‌വാരത്ത് ആളുകൾ നേരത്തെതന്നെ ഉറങ്ങാൻപോകും. എന്റെ മകൻ അവിടെ നിൽക്കുകയാണ്. നീളമുള്ള അവന്റെ കൈകൾ അലിഗ്രയെ ചുറ്റിവരിഞ്ഞിരിക്കുന്നു. മെലിഞ്ഞുനീണ്ട അവളുടെ മുഖം അവന്റെ മുഖത്തേക്ക് ഉയർന്നിരുന്നു. ആദ്യപ്രണയത്തിന്റെ മധുരമുള്ള ചുംബനത്തിനുശേഷം കൈകൾ കോർത്തുപിടിച്ച് നിലാവ് വീണ വഴിയിലൂടെ അവളുടെ വീട്ടിലേക്ക് പതിയെ നടന്നു. ഗേറ്റിനടുത്തുവരെ മാത്രമേ എനിക്കവരെ കാണാൻ കഴിഞ്ഞുള്ളൂ. അവൾക്കൊപ്പം അകത്തുകയറിയ അവൻ കാൽമണിക്കൂറോളം കഴിഞ്ഞാണ് തനിയേ പുറത്തുവന്നത്. അതിനുശേഷം പോക്കറ്റിനുള്ളിൽ കൈതിരുകി അവൻ കുന്നുകയറി വീട്ടിലേക്ക് വന്നു. എന്റെ ആശങ്കകളും ഭീതിയും അകന്നിട്ടില്ലെന്ന് അവനെ അറിയിക്കണമെന്ന് ഞാൻ തീരുമാനിച്ചിരുന്നു. ഇന്നലെ അവൾ എനിക്ക് ആരായിരുന്നോ അതുതന്നെയാണ് അവൾ ഇന്നു രാത്രിയും. അവനെന്നെ ടെറസിലെ കസേരയിൽ കാണുകയും ചെയ്തു. പക്ഷേ ഇത്തവണ അവനെന്നെ വിളിച്ചു.

“ഗുഡ്നൈറ്റ് മോം.”

“ഗുഡ്നൈറ്റ് മകനേ” ഞാൻ മറുപടി പറഞ്ഞു.

അവൻ അടുക്കളവശത്തുള്ള പുറകിലത്തെ സ്റ്റെപ്പുകയറി അവന്റെ മുറിയിലേക്ക് പോകുന്ന ശബ്ദം ഞാൻ കേട്ടു. (അതുവഴി ഞങ്ങളെ ശല്യപ്പെടുത്താതെ അകത്തുപോകുന്നതിനുവേണ്ടി പണിക്കാർക്കായി അച്ഛൻ പണിതുവെച്ചതായിരുന്നു ആ കോവണി.)

ഈ വേനലിൽ താൻ അടുക്കളയുടെ മുകളിലത്തെ മുറിയിലേക്ക് മാറുകയാണെന്ന് റെനി പ്രഖ്യാപിച്ചിരുന്നു. അങ്ങനെ എന്റെ തൊട്ടടുത്ത മുറിയിൽനിന്നും അവൻ മാറി. താഴ്ന്ന മേൽക്കൂരയുള്ളതും വലുപ്പമുള്ളതുമായ ഒരു നല്ല മുറിയാണത്. മുറിയോടുചേർന്ന് ബാത്ത്റൂമുണ്ട്. എന്റെ അച്ഛൻ ചെറിയ കാര്യങ്ങളിൽപോലും ശ്രദ്ധാലുവായിരുന്നു. ശനിയാഴ്ച രാത്രികളിൽ മാത്രം കുളിക്കുന്നവർക്ക് വേറെതന്നെ ഒരു

ബാത്ത്റൂം വേണം. ഇതാണ് അച്ഛന്റെ അഭിപ്രായം.

റെനി എന്തുകൊണ്ടാണ് ആ മുറി ആവശ്യപ്പെട്ടതെന്ന് എനിക്കറിയാം. അതുകൊണ്ട് അവന് എന്റെ മുറിയുടെ മുന്നിലൂടെ വരികയോ പോവുകയോ വേണ്ടതായില്ല. അവന് അതിനുള്ള അവകാശമുണ്ടെന്നത് ശരിയാണ്. അഥവാ അലിഗ്രയായിരുന്നു ഞാൻ റെനിക്കുവേണ്ടി സ്വപ്നം കാണുന്ന കുട്ടിയെങ്കിൽ എനിക്കതിൽ പ്രശ്നമില്ലായിരുന്നു. പക്ഷേ, അലിഗ്ര.. ഒരമ്മയ്ക്കും അവരുടെ മകനെ രക്ഷിക്കാനാവില്ല തന്നെ. അവൾ കാത്തിരുന്നേ പറ്റൂ. അന്ന് ഞാനവനോട് ഞങ്ങളുടെ പ്രണയത്തെക്കുറിച്ച് പറഞ്ഞതൊക്കെയും അവന് മനസ്സിലായിട്ടുണ്ടാകുമോയെന്ന് ഞാൻ സംശയിക്കുന്നു. തീർച്ചയായും മനസ്സിലായിട്ടുണ്ടാവില്ല. ഇതിങ്ങനെ തുടർന്നുപോയാൽ ഭാവിയിൽ അലിഗ്രയിൽനിന്നും അവൻ കൂടുതലായി ആഗ്രഹിക്കുകയും ആവശ്യപ്പെടുകയും ചെയ്യും. അവന്റെ അഭിരുചികൾ അവൾക്കും അപ്പുറത്തേക്കുള്ളതാണ്. അവൾക്കത് സങ്കടകരമാകും. കാരണം അവൾക്കറിയാം അവൾ അവന് മതിയായവളല്ല എന്ന്. അങ്ങനെ ആലോചിക്കുമ്പോൾ അലിഗ്ര സഹതാപം അർഹിക്കുന്നു. അവളെ റെനിയിൽനിന്നും സംരക്ഷിക്കേണ്ടതുണ്ടെന്നും എനിക്ക് തോന്നി. അൽപ്പം ചെറിയ ഹൃദയമാണെങ്കിലും അവളും ഒരു സ്ത്രീയാണ്. അവൾ വിഷമിക്കാൻ പാടില്ല. ഒരു സ്ത്രീയെന്ന നിലയിൽ ഞാനെന്റെ മകന്റെ മറുപക്ഷത്താണ്. ഇതുവരെ ഞാനതേപ്പറ്റി ചിന്തിച്ചിരുന്നില്ല. മാതൃത്വത്തേക്കാൾ ആഴം സ്ത്രീത്വത്തിനുതന്നെ.

ഇപ്പോൾ ഞാൻ പറഞ്ഞ ആ കണ്ടെത്തൽ ആശ്വസിപ്പിക്കുന്നതായിരുന്നു. ഞാനതിൽ എന്താണ് ചെയ്യുക എന്നെനിക്കറിയില്ല. പക്ഷെ, പെട്ടെന്ന് എനിക്കൊരു അയവ് കൈവന്നതുപോലെ. ഞാനിപ്പോൾ റെനിയെക്കുറിച്ചു മാത്രമല്ല ചിന്തിക്കുന്നത്. സ്ത്രീയെയും പുരുഷനെയും കുറിച്ചുമാണ് ചിന്തിക്കുന്നത്. റെനിക്കും എനിക്കും ജെറാൾഡിനെയുംപോലെ മനോഹരവും അനുഗ്രഹിക്കപ്പെട്ടതുമായ ഒരു ബന്ധം ലഭിക്കാൻ സാധ്യതയുണ്ട്. അന്നെന്നെ പിതാവ് കോളേജിലയക്കാൻ തീരുമാനിച്ചിരുന്നില്ല എങ്കിൽ ഞാനും ഇതുപോലെ, റെനിയെപ്പോലെ ആരെയെങ്കിലും തെരഞ്ഞെടുക്കേണ്ടിവന്നേനെ. ആ പ്രായത്തിലൊരാൾ തെരഞ്ഞെടുക്കുമായിരുന്ന ഒന്ന്. എന്റെ പിതാവ് എന്നെ രക്ഷിച്ചതുപോലെ എനിക്കും റെനിയെ രക്ഷിക്കേണ്ടതുണ്ട്. അലിഗ്രയേയും.

രാത്രി ഏറെ വൈകിയിരുന്നു. ഈ പുതിയ ഉത്തരവാദിത്തത്തെക്കുറിച്ച് ചിന്തിക്കാനുള്ള അവസ്ഥയല്ല. ഏറെ ക്ഷീണിച്ചിരിക്കുന്നു. രാവിലെയാകുമ്പോഴേക്കും വെളിച്ചം വരും. റെനി ഇന്ന് നല്ല സന്തോഷത്തി

ലായിരുന്നു. അവന്റെ ബന്ധത്തെക്കുറിച്ച് എന്നോടവൻ വ്യക്തമാക്കിക്കഴിഞ്ഞു എന്നാണ് അവന്റെ ധാരണ. ഇന്നുരാവിലെ അവൻ പടികളിറങ്ങിവന്നത് അത്ര സന്തോഷത്തോടെയാണ്. ജീവിതത്തിന്റെ മുഴുവൻ ഉന്മേഷവും അവന്റെ മുഖത്ത് കാണാമായിരുന്നു. അവന്റെ മുഖം തുടുത്തിരുന്നു. കണ്ണുകൾ പ്രണയത്താൽ തിളങ്ങുന്നുണ്ടായിരുന്നു. അവനെന്റെ കവിളിൽ അമർത്തി ചുംബിച്ചു. അതിനുശേഷം പ്രഭാതഭക്ഷണത്തിനായിരുന്നു.

"ഞാൻ തോട്ടത്തിലേക്ക് കരിമ്പിൻ ചെടികൾ വൃത്തിയാക്കാൻ പോകാമെന്നു തോന്നുന്നു. മാറ്റ് ഇവിടത്തെ പണികൾ കഴിഞ്ഞ് അങ്ങോട്ടു വരട്ടെ. നന്നായി വൃത്തിയാക്കിക്കൊടുത്താൽ വളങ്ങളൊക്കെ വേഗത്തിൽ പിടിക്കും."

"ശരിയാണ്." ഞാൻ പറഞ്ഞു.

പിന്നീടവൻ ധൃതിയിൽ ഇറങ്ങിപ്പോയി. ഞാൻ പാത്രങ്ങൾ കഴുകി. വീട് ഒതുക്കി. റെനി കരുതുന്നത് ഒരു പാത്രം കഴുകുന്ന മെഷീൻ ആകാമെന്ന്. പക്ഷേ, എനിക്കതിഷ്ടമല്ല. ഭക്ഷണത്തിനുശേഷമുള്ള അനുരണനങ്ങളുടെ നിമിഷങ്ങൾ എനിക്കിഷ്ടമാണ്. സോപ്പുവെള്ളത്തിന്റെ ചൂടും അടുക്കള ജനാലയിലൂടെയുള്ള ആ കാഴ്ചകളും ഇഷ്ടമാണ്. അതുമാത്രമല്ല, എന്റെ പാത്രങ്ങളും എനിക്കിഷ്ടമാണ്. ചിലതൊക്കെ ഞാൻ പീക്കിങ്ങിൽ നിന്നു കൊണ്ടുവന്നവയുമാണ്. ബാക്കി എന്റെ അമ്മയുടേതും. ഞാൻ കുഞ്ഞുനാൾ മുതൽ ഉപയോഗിച്ചിരുന്നവയുമാണ്. സ്ത്രീകൾ വീടിനെക്കുറിച്ചും ഭർത്താവിനെക്കുറിച്ചും കുട്ടികളെക്കുറിച്ചും പരാതി പറയുന്നതെനിക്ക് മനസ്സിലാവുന്നില്ല. നമുക്ക് പ്രിയപ്പെട്ട ദിനചര്യയല്ലേ. അത് മാത്രവുമല്ല, എനിക്ക് പുതിയ വസ്തുക്കളോടത്ര പ്രിയവുമില്ല. ഒരുപാത്രം പൊളിയുമ്പോൾ ജീവിതത്തിൽനിന്നും ചിലതുകൂടി അതോടൊപ്പം പോകുന്നുണ്ട്. ഇന്ന് രാവിലെ ഞാൻ നീലയിൽ മഞ്ഞ ബോർഡുള്ള ആ ചെറിയ ചൈനീസ് ബൗൾ ഉപയോഗിച്ചിരുന്നു. കഴുകുന്നതിനിടയിൽ നിർഭാഗ്യവശാൽ അതു കൈയിൽനിന്നും വഴുതിപ്പോയി. സിങ്കിനപ്പുറം വീണ് കഷണങ്ങളായി. എനിക്കെന്റെ കണ്ണീരടക്കാനായില്ല. എനിക്കതിന്റെ കഷണങ്ങൾ വാരി ചവറ്റുകൊട്ടയിലിടാൻ പോലും കഴിഞ്ഞില്ല. ഞാനവയെ പുറത്തുകൊണ്ടുവന്ന് പഴക്കം ചെന്ന ആ ആപ്പിൾ മരത്തിന്റെ ചുവട്ടിൽ കുഴിച്ചിട്ടു.

തിരികെ അടുക്കളയിലേക്ക് വരുമ്പോൾ ബാബ അവിടെയുണ്ടായിരുന്നു. ഭക്ഷണം കാത്തിരിക്കുന്നു. ബാബ കൂടുതൽ വൃദ്ധനും കുഞ്ഞുമായിരിക്കുന്നു. ഞാനദ്ദേഹത്തിന്റെ കോളറിൽ നാപ്കിൻ പിടിപ്പിച്ചു. പക്ഷേ, എന്നിട്ടും അദ്ദേഹം ഭക്ഷണം സ്പൂൺകൊണ്ട് എടുക്കുകയോ

ഴിക്കുകയോ ചെയ്തില്ല. ഞാൻതന്നെ കഴിപ്പിച്ചു. വളരെ ശാന്തമായി മിണ്ടാതെ ജാലകത്തിനപ്പുറത്തേക്ക് നോക്കി അദ്ദേഹം പതുക്കെ കഴിച്ചുകൊണ്ടിരുന്നു. ഈ ദിവസങ്ങളിലൊക്കെ അദ്ദേഹം ചൈനീസ് ഭാഷയിൽ സംസാരിക്കുകയും ചെയ്തു.

"ഞാൻ കിടക്കാൻ പോട്ടെ." ഭക്ഷണം കഴിച്ചുകഴിഞ്ഞ് ബാബ ചോദിച്ചു.

കുറച്ചുനേരം വെയിലുകൊണ്ടിരിക്കൂ ബാബ." ഞാൻ നിർദ്ദേശിച്ചു.

അദ്ദേഹം നിഷധാർത്ഥത്തിൽ തലയാട്ടി. ഞാൻ ഓർമ്മിപ്പിച്ചു. ബാബ ഓർക്കുന്നില്ലേ, പീക്കിങ്ങിലെ വൃദ്ധജനങ്ങൾ വെയിലുകായാനിരിക്കാറുള്ളത്. അവരൊരിക്കലും ഭക്ഷണം കഴിച്ചുകഴിഞ്ഞ് തിരികെ കിടക്കയിലേക്ക് പോകാറില്ല. അവർക്ക് സൂര്യപ്രകാശം ഇഷ്ടമാണ്. ഇന്ന് അധികം കാറ്റില്ല. ഇളംചൂടുള്ള കാലാവസ്ഥയുമാണ്.

ഇതുകേട്ടപ്പോൾ അദ്ദേഹം അനുസരണയോടെ എഴുന്നേറ്റു. ഞാൻ ബാബയുടെ കഴുത്തിനുചുറ്റും സ്കാർഫ് ചുറ്റി. ടെറസ്സിൽ ചുമരിനഭിമുള്ള ബെഞ്ചിൽ ഇരുത്തി. അദ്ദേഹം അവിടെ അനങ്ങാതിരുന്നു. കണ്ണുകൾ ഉറങ്ങുന്നതുപോലെ അടഞ്ഞിരുന്നു. ഞാൻ അക്കാര്യം പിന്നീട് മറന്നുപോയി. പക്ഷെ, ഉച്ചകഴിഞ്ഞ് ഓർമ്മ വന്നപ്പോൾ കുറ്റബോധംകൊണ്ട് ലജ്ജിച്ചുപോയി. ചെന്നപ്പോൾ ബാബ അവിടെത്തന്നെയുണ്ട്. ചൂടുകൊണ്ട് കവിളുകൾ പിങ്ക് നിറമായിരുന്നു. കണ്ണുകൾ വിഷമത്തോടെ തുറന്നു.

"എനിക്കിപ്പോൾ കിടക്കാൻ പോകാമോ?" ബാബ ദയനീയമായി ചോദിച്ചു.

"തീർച്ചയായും ബാബ. അല്പം ചോറും മുട്ടയും കഴിച്ചതിനുശേഷം."

ചൈനീസ ചായയുൾപ്പെടെ എല്ലാം തടസ്സം പറയാതെ കഴിപ്പിച്ചതിനുശേഷം ഞാൻ ബാബയെ കിടക്കയിലേക്ക് കൊണ്ടുപോയി. ആ തണുപ്പിൽ വേഗത്തിൽ ഉറക്കത്തിലേക്ക് വീണു. സൂര്യപ്രകാശവും കാറ്റും നന്നായിത്തന്നെ ഏറ്റുവെങ്കിലും എനിക്കെങ്ങനെയാണ് ബാബയെ മറന്നുപോകാൻ കഴിഞ്ഞത്. എന്റെ മനസ്സിനെ എങ്ങനെയാണ് ഞാൻ മകനിൽമാത്രം ചേർത്തുവയ്ക്കുന്നത്?

കുറേനേരത്തെ ആലോചനകൾക്കൊടുവിൽ മനസ്സ് നേരെയായി. അടിച്ചുവാരുകയോ കിടക്കയൊരുക്കുകയോ ചെയ്യുന്നതുപോലെ ചിന്തകൾക്ക് പറ്റിയ സമയം വേറെയില്ല. ശാരീരികാധ്വാനങ്ങൾ സിരകളെയും തലച്ചോറിനെയും ഉണർത്തുന്നു. അതെ, ഞാൻ അലിഗ്രയുടെ അമ്മയെ കാണാൻ പോവുകതന്നെ വേണം. ഞാൻ പറയാനാഗ്രഹിക്കുന്ന കാര്യം മനസ്സിലാക്കുന്നതിന് എത്രമാത്രം ധാരണാശക്തി അവർക്കുണ്ടെന്ന് അറി

യില്ല. തിരിച്ചുവന്നതിനുശേഷം റെനിയോട് ഞാൻ ചെയ്തതെന്താണെന്ന് പറയാം. എനിക്ക് രഹസ്യങ്ങളൊന്നും വേണ്ട. അവനോടും എന്നോടും തന്നെയും. എനിക്ക് ശരിയായിത്തന്നെ പെരുമാറേണ്ടതുണ്ട്.

ഞാൻ ഗേറ്റ് തുറക്കുമ്പോൾ ശ്രീമതി വുഡ്സ് പോർച്ചിൽ ഇരിക്കുകയായിരുന്നു. പൂച്ചെടികളും നടപ്പാതയുമുള്ള പച്ച ജനാലകളുള്ള പരമ്പരാഗത രീതിയിലുള്ള ഒരു വീടായിരുന്നു അത്. ഞാൻ ചെല്ലുമ്പോൾ അവർ എന്തോ തുന്നൽപ്പണിയിലായിരുന്നു. തുണികളിൽ ചിത്രത്തുന്നലുകൾ നടത്തുന്ന ആ കല എന്റെ അമ്മ എന്നെയും പഠിപ്പിക്കാൻ ശ്രമിച്ചിരുന്നു. അന്ന് പഠിച്ചതെന്താണെന്നുപോലും ഞാൻ മറന്നു.

ഞാൻ കയറിച്ചെല്ലുന്നതുകണ്ട് ശ്രീമതി വുഡ്സ് എഴുന്നേറ്റുവന്നു. അല്പം ശരീരപുഷ്ടിയുള്ള ഒരു മധ്യവയസ്കയായിരുന്നു അവർ. അധികം തടിച്ചിട്ടില്ല. എങ്കിലും സൗമ്യമായ മുഖം. ചുരുണ്ടമുടി. സാധാരണമായി ഒരു മധ്യവർഗ്ഗകുടുംബത്തിൽ കാണാവുന്നതരം നല്ല സ്ത്രീ. സാധാരണ അമേരിക്കൻ സ്ത്രീകളെപ്പോലെ അല്പം നാണമുള്ള ഭാവം. എന്തുകൊണ്ടാണ് അമേരിക്കൻ സ്ത്രീകൾക്ക് അങ്ങനെയൊരു സ്ഥിരഭാവമുണ്ടാകുന്നത് എന്നെനിക്കറിയില്ല. ചൈനക്കാരികൾ ഒട്ടും നാണംകുണുങ്ങികളല്ല. അവർ പക്ഷെ, അങ്ങനെയുള്ളതായി അഭിനയിക്കും. പത്തിൽ ഒമ്പതുപേരും അഭിനയിക്കും. കാരണം പുരുഷന്മാർ അത്തരം സ്ത്രീകളെ ഇഷ്ടപ്പെടുന്നുവെന്നാണ് അവരുടെ ധാരണ. എന്നാലവരൊരിക്കലും ധൈര്യം കുറഞ്ഞവരല്ല.

"കടന്നുവരൂ.."

അല്പം ജിജ്ഞാസയോടെ അവരെന്നെ സ്വീകരിച്ചു.

ഞാൻ ശ്രീമതി ജെറാൾഡ് മാക്വിലിയോഡ്. ആ റോഡിനു മുകളിലായി താമസിക്കുന്നു." ഞാൻ പരിചയപ്പെടുത്തി.

"എനിക്ക് നിങ്ങളുടെ മകൻ റെനിയെ അറിയാം. വരൂ അകത്തിരിക്കാം. ഇവിടെയാകെ പ്രാണികളുണ്ട്. ഞാനകത്തേക്ക് പോകാൻ ഒരുങ്ങുകയായിരുന്നു."

ഞങ്ങൾ അകത്തുകയറി. ചുവന്ന കാർപ്പെറ്റ് വിരിച്ച ഒരു ഇടുങ്ങിയ ഹാൾ. മുകളിലത്തെ നിലയിലേക്ക് പോവുന്ന കുത്തനെയുള്ള ഏണിപ്പടി. വലതുഭാഗത്തായി വൃത്തിയുള്ള ഒരു തീൻമേശ. ഇടത് നന്നായി ഫർണിഷ് ചെയ്ത സാധാരണ കാണാറുള്ള സ്വീകരണമുറി. വളരെ സന്തുഷ്ടവും സൗകര്യമുള്ളതുമായ വീടായിരുന്നു അത്. മേശമേൽ ചില മാഗസിനുകളല്ലാതെ പുസ്തകങ്ങളൊന്നുമില്ല. പുസ്തകങ്ങളില്ലാത്ത ഒരു വീട്ടിൽ റെനി എങ്ങനെയാണ് ജീവിക്കുക?

"ഇരിക്കൂ.. എന്റെ ഭർത്താവിന്റെ കസേരയാണ്. അതിനാൽ ഏറ്റവും

നല്ല ഇരിപ്പിടം." അവർ പറഞ്ഞു.

ആ സമയത്ത് അവരുടെ കണ്ണിൽ പെട്ടെന്ന് തെളിഞ്ഞ ആ തിളക്കം എനിക്കിഷ്ടമായി. ഞാൻ ഇരുന്ന് നേരെ കാര്യത്തിലേക്ക് കടന്നു.

"റെനിയും അലിഗ്രയും തമ്മിലുള്ള അടുപ്പത്തെക്കുറിച്ച് നിങ്ങൾക്കറിയാമെന്ന് എനിക്കുറപ്പുണ്ട്. നിങ്ങളതേക്കുറിച്ച് എന്തു കരുതുന്നു എന്ന് അറിയാനെനിക്കാഗ്രഹമുണ്ട്. അവർ ചെറുപ്പമാണ്. അടുത്തൊന്നും മറ്റ് ചെറുപ്പക്കാരില്ലതാനും."

അവരുടെ മുഖം ശ്രദ്ധയാൽ കൂർത്തു. കുഞ്ഞിന്റേതുപോലുള്ള വട്ടമുഖവും വട്ടക്കണ്ണുകളുമാണവരുടേത്. അവർ വളരെ ഭംഗിയുള്ള ഒരു കുഞ്ഞായിരുന്നിരിക്കണം. അലിഗ്ര അവരേക്കാൾ ഭംഗിയുള്ളവളാണ്. അവളുടെ അച്ഛൻ നീണ്ടുമെലിഞ്ഞതാവണം. അലിഗ്രയും അമ്മയുടെ ശരീരമാണ്. അവർ സംസാരിക്കാനായി കാത്തിരിക്കുമ്പോൾ എന്തൊക്കെ വിഡ്ഢിത്തങ്ങളാണ് ഞാൻ ചിന്തിച്ചുകൂട്ടുന്നത്.

അവർ ചെറുപ്പമാണ്. അലിഗ്രയുടെ പിതാവ് ഒരല്പം വേവലാതിയാണ്. അലിഗ്ര സ്വതന്ത്രയായിരിക്കാൻ ഞങ്ങൾ ആഗ്രഹിക്കുന്നുണ്ട്. പക്ഷേ, അടുത്ത കൊല്ലമേ അവൾ ഹൈസ്കൂൾ പൂർത്തിയാക്കുകയുള്ളൂ. ഞങ്ങൾ ന്യൂജഴ്സിയിലെ പാസിക്കിലാണ് താമസം. അവിടെ നല്ല സ്കൂളുകൾ ഉണ്ട്. അവൾ സ്കൂൾ പൂർത്തിയാക്കരുതെന്ന് ഞങ്ങളൊരിക്കലും ആഗ്രഹിക്കുന്നില്ല, അല്ല - ഇല്ല. ഞാൻ ഭീതിയോടെ പറഞ്ഞു. റെനി തീർച്ചയായും കോളേജിൽ പോവും. ഹാർവാർഡിൽ അവന്റെ അച്ഛനും മുത്തച്ഛനും പഠിച്ച കോളേജിൽ. അതിനുശേഷവും അവന് ചില വർഷങ്ങൾ വേണ്ടിവരും. എവിടെയെങ്കിലും.. ചിലപ്പോൾ യൂറോപ്പിൽ, ചിലപ്പോൾ അവന്റെ അച്ഛനൊപ്പം ചൈനയിൽ.

അപ്പോഴാണ് എന്റെ അയൽക്കാരിയുടെ മുഖത്ത് ശരിയായ ഭീതി ഞാൻ കണ്ടത്.

"ചൈനയിലോ? അരെങ്കിലും അവിടെ പോകുമോ?"

"ഇപ്പോഴല്ല. കാലം ശരിയായി വരികയാണെങ്കിൽ റെനിക്ക് അവന്റെ പിതാവിനടുത്തേക്ക് പോകേണ്ടിവരും."

"അവന്റെയച്ഛൻ ഒരു ചൈനക്കാരനാണോ?" ക്ഷമാപണസ്വരത്തിൽ വുഡ്സ് ചോദിച്ചു.

"അല്ല... മുഴുവനായും അല്ല. റെനിയുടെ അച്ഛൻ അമേരിക്കക്കാരനാണ്. അദ്ദേഹം ഇപ്പോൾ ഞങ്ങളോടൊപ്പം താമസിക്കുന്നു. പ്രായമായി. സുഖമില്ലാതായിരിക്കുന്നു. അദ്ദേഹം വീടുവിട്ട് പോവില്ല."

ഞാൻ പറഞ്ഞുകൊണ്ടേയിരുന്നു. ഞാൻ പിന്നെയും പറയാനായി അവർ കാത്തിരിക്കുന്നതുകണ്ട് തുടർന്നു.

“എന്റെ ഭർത്താവ് പീക്കിങ്ങിലെ ഒരു വലിയ സർവ്വകലാശാലയിൽ പ്രൊഫസറാണ്. ഇങ്ങോട്ട് വരണമെന്ന് ആഗ്രഹമുണ്ടെങ്കിലും ജോലികൾ തീരാത്തതിനാൽ അവിടെത്തന്നെ തുടരുകയാണ്.

“ചൈന കമ്മ്യൂണിസ്റ്റ് രാജ്യമല്ലേ?”

അവരുടെ ശബ്ദത്തിൽ അവ്യക്തമായ ഒരു നിന്ദയുണ്ടായിരുന്നു.

“അതെ.. പക്ഷേ, എന്റെ ഭർത്താവ് കമ്മ്യൂണിസ്റ്റല്ല. അതെനിക്ക് ഉറപ്പുതരാൻ കഴിയും. അവിടെ താമസിച്ച് തനിക്കാവുന്നത്ര ജോലി ചെയ്യാൻ അദ്ദേഹം ആഗ്രഹിക്കുന്നു. നോക്കൂ, അവരുടെ അമ്മ ഒരു ചൈനക്കാരിയാണ്. ശ്രീമതി വുഡ്സിന്റെ ശബ്ദം ആശ്ചര്യമുള്ളതായി. അതാണല്ലേ റെനി.. ഞങ്ങൾ കരുതി അവന് ഇന്ത്യൻ രക്തമായിരിക്കുമെന്ന്.”

“റെനി അലിഗ്രയോട് പറഞ്ഞിട്ടില്ലേ?”

“ഇല്ലേയില്ല. പറഞ്ഞിട്ടില്ലന്ന് എനിക്കുറപ്പുണ്ട്.”

അലിഗ്ര എന്നോടെല്ലാം പറയുന്നവളാണ്. അവൾ പറഞ്ഞേനെ.

“എങ്കിൽ പറഞ്ഞതിൽ ഞാൻ സന്തോഷിക്കുന്നു. അവർ കൂടുതൽ അടുക്കുന്നതിനുമുന്നേ നിങ്ങൾ കാര്യങ്ങൾ അറിയുന്നതാണ് നല്ലത്.”

“അതുതന്നെ ഞാനും കരുതുന്നു.”

അവരുടെ മനസ്സ് അസ്വസ്ഥമായെന്ന് മുഖം പറയുന്നുണ്ടായിരുന്നു. ചിന്തകൾ പ്രവഹിച്ചു. ചുണ്ടുകൾ കടിച്ചു. അവരെന്നെ പൂർണ്ണമായും മറന്നു. അവരുടെ മാംസളമായ കൈകൾ മടിയിൽ ഇറുക്കെ പിടിച്ചു. പെട്ടെന്ന് മുഖമുയർത്തി എന്നെ കണ്ടു.

“പാവം നിങ്ങൾ. നിങ്ങളെ സംബന്ധിച്ച് ഇത് ഭയങ്കരമായിരിക്കും, അല്ലേ?”

“എന്ത് റെനിയോ?”

“എല്ലാം.. ഒരുവഴിക്ക് ചൈനക്കാരനായ ഒരാളെ കല്യാണം ചെയ്തതടക്കം.”

“എന്റെ ഭർത്താവ് അമേരിക്കക്കാരനാണ്. അമേരിക്കൻ എംബസിയിലാണ് അദ്ദേഹത്തിന്റെ ജനനം രജിസ്റ്റർ ചെയ്തിരിക്കുന്നത്. റെനിയും അവിടെത്തന്നെയാണ് രജിസ്റ്റർ ചെയ്തത്.”

“എന്തൊക്കെപ്പറഞ്ഞാലും ഇത് വേറെയല്ലേ..”

“ഞാൻ സന്തുഷ്ടയാണ്. അതുപോലെ റെനിയും സന്തുഷ്ടനായിരിക്കണമെന്ന് ഞാനാഗ്രഹിക്കുന്നു. അവനിലുള്ള ചൈനീസ് അംശത്തെ അംഗീകരിക്കാത്ത ഒരു പെൺകുട്ടിയെ വിവാഹം ചെയ്യാൻ അനുവദിക്കാൻ എനിക്കാവില്ല. അവളും അതിൽ സന്തോഷിക്കുന്നവളാകണം. അഭിമാനിക്കുന്നവളുമാകണം. അവൻ കൂടുതൽ സമ്പന്നനാണെന്ന് മനസ്സിലാക്കാൻ കഴിയുന്നവളാകണം. വ്യക്തി എന്ന നിലയിലും അഭിമാനി

ക്കുന്നവളാകണം. അതെ ഒരു അമേരിക്കക്കാരനേക്കാൾ..."

അവർക്കെന്നെ മനസ്സിലാക്കാൻ കഴിഞ്ഞില്ല. അവർ ശ്രമിച്ചുവെങ്കിലും കഴിഞ്ഞില്ല. പക്ഷെ. എനിക്കിവരെ കൂടുതൽ ഇഷ്ടമായി. അവർ വളരെ ലാളിത്യമുള്ളവളും സത്യസന്ധയുമായ സ്ത്രീയാണ്. എന്തൊക്കെ സംഭവിച്ചാലും അവർ എന്റെ സുഹൃത്തായി തുടർന്നെങ്കിൽ ഞാൻ പ്രതീക്ഷിച്ചു... അത്ര അടുപ്പത്തിൽ അറിയണമെന്നു തോന്നി. എങ്കിൽ രണ്ടു സ്ത്രീകൾ എന്ന നിലയിൽ ഞങ്ങൾക്ക് സംസാരിക്കാമായിരുന്നു. ഞാൻ ഒരു നല്ല സുഹൃത്തിനെ നഷ്ടപ്പെടുത്തി. മാറ്റിന്റെ ഭാര്യയൊക്കെ നല്ലതാണ്. പക്ഷേ, എന്നോട് പറയാത്ത ഏതൊക്കെയോ പൂർവ്വ കാര്യങ്ങളാൽ അവരെപ്പോഴും തമ്മിൽ കലഹിച്ചുകൊണ്ടേയിരിക്കും. കഴിഞ്ഞ നാല്പതുകൊല്ലമായി ആ സ്ത്രീ എന്റെ മരണമാണ് എന്നൊക്കെ പറഞ്ഞുകൊണ്ട് ചില പ്രഭാതങ്ങളിൽ മാറ്റ് കയറിവരാറുണ്ട്. ഇതുകേട്ട് ചോദിക്കാൻ ചെന്നാൽ കഴിഞ്ഞ നാൽപ്പതുകൊല്ലമായി മാറ്റ് അവരെ പീഡിപ്പിക്കുകയായയിരുന്നെന്ന് പറയും. അവൾക്കൊരു സൗഹൃദത്തിനുള്ള കഴിവുണ്ടായിരുന്നില്ല. പക്ഷേ, ശ്രീമതി വുഡ്സ് ഒരു സന്തുഷ്ടയായ ഭാര്യയും അമ്മയുമാണ്. അവളുടെ ഹൃദയത്തിൽ കുറച്ചേ സ്നേഹം കൊള്ളൂ എന്നത് അവരുടെ കുറവല്ല. അവരുടെ ഭർത്താവിന് കൂടുതൽ ആവശ്യമില്ല എന്നതും അവരുടെ ഭാഗ്യമാണ്. കുറച്ചുകഴിഞ്ഞപ്പോൾ അയാൾ വരികയുണ്ടായി. മെലിഞ്ഞ് കഷണ്ടിയൊക്കെയുള്ള, നീലക്കണ്ണുള്ള ഒരാൾ. അതയാളുടെ അവധിക്കാലമാണത്രേ. പാസിക്കിൽ ഒരു അക്കൗണ്ട്സ് ഓഫീസറായി ജോലി ചെയ്യുകയാണ് അയാൾ. വർഷത്തിൽ രണ്ടാഴ്ചക്കാലമാണ് അയാൾക്ക് ഇഷ്ടമുള്ളത് ചെയ്യാനാവുക. എനിക്ക് സഹതാപം തോന്നി. രണ്ടാഴ്ച!

"മിസ്റ്റർ വുഡ്സ്, നിങ്ങൾ ജോലി ആസ്വദിക്കുന്നുണ്ടോ?" ഞാൻ ചോദിച്ചു. ഞങ്ങൾ പരസ്പരം പരിചയപ്പെട്ട ഉടനെ ആയിരുന്നു അത്.

"ജോലി എനിക്കിഷ്ടമാണ്. പക്ഷേ ജോലി ചെയ്യാതിരിക്കുന്നതാണ് സന്തോഷം." "അവിടെ ധാരാളം ജോലികൾ ചെയ്യാനുണ്ട്." കുറ്റപ്പെടുത്തിക്കൊണ്ട് ഭാര്യ പറഞ്ഞു. പക്ഷേ, അവൾ സ്നേഹത്തോടെയാണതു പറഞ്ഞത്. അയാൾ അവരെ നോക്കി പുഞ്ചിരിച്ചു. അവളൊരിക്കലും അയാളെ ഭയപ്പെട്ടില്ല. അവളയാളെ ഉത്തേജിപ്പിക്കുന്നുമില്ല. അത് തുല്യരായ രണ്ടുപേരുടെ വിവാഹമായിരുന്നു. അത്രയേ വേണ്ടൂ എങ്കിലും അവർ പരസ്പരം മനസ്സിലാക്കുന്നു. ഒരു കപ്പുനിറയെ എന്നു ഞാൻ പറയുന്നത് സന്തോഷത്തെക്കുറിച്ചാണ്.

"ഞാൻ നിങ്ങളുടെ അയൽക്കാരിയാണ് മിസ്റ്റർ വുഡ്സ്. ഞാൻ നിങ്ങളെയും നിങ്ങളുടെ ഭാര്യയേയും കാണാൻ വന്നതാണ്. എന്റെ മകനും

നിങ്ങളുടെ മകൾക്കുംവേണ്ടി. അവർ തീരെ ചെറുപ്പമാണ്."

ഒരു നല്ല അമേരിക്കക്കാരനെപ്പോലെ വുഡ്സ് സന്തുഷ്ടനായത് ഞാൻ കണ്ടു. മുതിർന്നു കഴിഞ്ഞാൽ അമ്മയുടേയോ ഭാര്യയുടേയോ മുന്നിൽവെച്ച് മറ്റൊരാൾ സ്ത്രീയെയും പുരുഷനെയും ഒപ്പം പരാമർശിക്കുന്നത് അവർക്ക് ഇഷ്ടമാണ്.

"ശ്രീമതി മാകിലിയോർഡ് പറയുകയായിരുന്നു അവരുടെ ഭർത്താവ ഒരു ചൈനക്കാരനാണെന്ന്" ശ്രീമതി വുഡ്സ് സൂചിപ്പിച്ചു.

"അല്ല, അല്ല ഞാൻ പറഞ്ഞത് അദ്ദേഹം അമേരിക്കക്കാരനാണ്. അമേരിക്കൻ പൗരനാണ് എന്നാണ്. അദ്ദേഹത്തിന്റെ അമ്മ ചൈനക്കാരിയാണെങ്കിലും അവരൊരു വലിയ കുടുംബത്തിൽ ജനിച്ച സ്ത്രീയാണ്. അവരുടെ കുടുംബം പീക്കിങ്ങിലെ ഉയർന്ന കുടുംബമാണ്. അവർ മരിച്ചുപോയി. തമാശ പറയുകയല്ല, ഞാനിതുവരെ ഇത്തരത്തിലുള്ള ചേർച്ചയെപ്പറ്റി കേട്ടിട്ടില്ല." അവർ താഴ്ന്ന ശബ്ദത്തിൽ അതിശയത്തോടെ പറഞ്ഞു.

അയാളിൽ അമ്പരപ്പുണ്ട്. അയാൾ ഞെട്ടി എന്നതു വ്യക്തമാണ്. എന്നാൽ അത് പുറത്തു കാണിക്കാതിരിക്കാൻ കനിവോടെ ശ്രമിച്ചു. അദ്ദേഹം എന്നെ വേദനിപ്പിക്കാൻ ആഗ്രഹിച്ചില്ല. അയാൾക്കെന്നോട് സഹതാപം തോന്നിയെങ്കിലും വാക്കാൽ അത് പുറത്തു വിട്ടില്ല. അയാൾ നിസ്സഹായതയോടെ ഭാര്യയെ നോക്കി. അവർ രണ്ടുപേരും നല്ല ആളുകളാണ്. ഞാനവരെ സ്നേഹിക്കാൻ തുടങ്ങിയിരിക്കുന്നു. അവരെന്നെ മനസ്സിലാക്കിയിട്ടില്ലെന്നും ഇനി മനസ്സിലാക്കാൻ പോകുന്നില്ല എന്നറിഞ്ഞിട്ടും; ജെറാൾഡ് പീക്കിങ്ങിൽ നിന്നത് എത്ര നന്നായി.

പക്ഷേ, എനിക്ക് റെനിയെക്കുറിച്ചാണ് ചിന്തിക്കാനുള്ളത്. ഞാൻ എഴുന്നേറ്റു. രണ്ടുപേർക്കും നന്ദി. പറ്റുന്നത്ര സന്തോഷത്തോടെയുള്ള ശബ്ദത്തിൽ ഞാൻ പറഞ്ഞു. "ദയവായി ഭയപ്പെടാതിരിക്കൂ. റെനി എന്തായാലും ഉടനെതന്നെ കോളേജിൽ പോകും. ചെറിയ കുട്ടികൾക്ക് എളുപ്പത്തിൽ എല്ലാം മറക്കാൻ പറ്റും. അവരധികം ആഴത്തിൽ അടുത്തു എന്ന് തോന്നുന്നില്ല. അലിഗ്രയാണെങ്കിൽ സുന്ദരിയായ പെൺകുട്ടിയാണ്. അവൾക്ക് ധാരാളം ആൺസുഹൃത്തുക്കളുണ്ടാകും." അവർക്കാ നിർദ്ദേശം സമ്മതമെന്നു തോന്നി. "അവളെ എല്ലാവർക്കും ഇഷ്ടമാണ്." ശ്രീമതി വുഡ്സ് അഭിമാനത്തോടെ പറഞ്ഞു.

"മാത്രവുമല്ല, ഹൈസ്കൂൾ കുട്ടികൾക്കിടയിൽ ഏറ്റവും ജനപ്രീതിയുള്ള പെൺകുട്ടിയുമായി അവൾ തെരഞ്ഞെടുക്കപ്പെട്ടിരിക്കുന്നു. ഞങ്ങളുടെ ചില സുഹൃത്തുക്കൾ കരുതുന്നത് അവൾ സൗന്ദര്യമത്സരത്തിൽ പങ്കെടുക്കാൻ പോകുമെന്നാണ്. പക്ഷെ, അവളുടെ അച്ഛന് അതി

ഷ്ടമല്ല." ശ്രീമതി വുഡ്സ് കൂട്ടിച്ചേർത്തു.

"എനിക്കിഷ്ടമല്ല." വുഡ്സ് പറഞ്ഞു.

"നിങ്ങളോട് ഞാൻ യോജിക്കുന്നു വുഡ്സ്.. അത് കഷ്ടമാണ്."

അലിഗ്ര ആ സമയത്താണ് കടന്നുവന്നത്. അവൾ ഉറങ്ങുകയായിരിക്കണം.

തുടുത്ത് പിങ്ക്നിറമായ ചെറുപ്പക്കാരിയും സുന്ദരിയുമായ ഒരാൾക്ക് മാത്രം ചേരുന്ന വെളുത്ത കയ്യില്ലാത്ത ഒരുടുപ്പാണ് അവൾ ധരിച്ചിരിക്കുന്നത്. അവൾ സുന്ദരിയാണ്. അത് എനിക്ക് സമ്മതിച്ചേ പറ്റൂ. എങ്ങനെയാണ് എന്റെ നീളമുള്ള ഇരുണ്ട നിറമുള്ള മകന് അവളെ ഇഷ്ടമായതെന്ന് എനിക്ക് കാണാൻ കഴിയും. ഓഹ്, അതത്ര ആഴമുള്ളതാകാതിരിക്കട്ടെ.

"വരൂ, ഞങ്ങളോടൊപ്പം ഇരിക്കൂ.."

ശ്രീമതി വുഡ്സ് അവളെ വിളിച്ചു. ഈ രക്ഷിതാക്കൾ എത്ര അരുമയായാണ് അവരുടെ ഒരേയൊരു മകളെ ഓമനിക്കുന്നത്.

"ഹലോ, ശ്രീമതി മാകിലോയിഡ്." പെട്ടെന്ന് ഒരു ചിരിയോടെ അലിഗ്ര പറഞ്ഞു.

"ഇന്നലെ രാത്രി റെനി നിന്നെ വളരെ വൈകിയാണ് വിട്ടതെന് തോന്നുന്നു. ഞാനതിന് അവനെ വഴക്ക് പറഞ്ഞു."

"ഏയ്, എനിക്കെപ്പോഴും ഉറങ്ങാമല്ലോ." അലിഗ്ര പറഞ്ഞു. അവൾ അച്ഛന്റെ അരികിൽ ചേർന്നിരുന്നു. അയാൾ അവളെ തന്നിലേക്ക് ചേർത്തുപിടിച്ചു.

"എന്തുണ്ട് മോളേ.."

"സുഖമായിരിക്കുന്നു." അവൾ അച്ഛന്റെ ചുമലിലേക്ക് തല ചായ്ച്ചു. "ശ്രീമതി മാകിലിയോഡ് പറഞ്ഞതുപോലെത്തന്നെ, നിങ്ങളത്രയും വൈകുംവരെ ഇരിക്കരുത്."

അവളൊന്നും പറഞ്ഞില്ല. അച്ഛൻ അവളെ പിന്നെയും ചേർത്തു പിടിച്ചു.

"അവരത്ര അടുത്ത കൂട്ടുകാരാണ്." രണ്ടുപേരും അരുമയോടെ നോക്കിക്കൊണ്ട് ആ അമ്മ മെല്ലെ പറഞ്ഞു.

ഞാനിരിക്കുന്നതിൽ അവർക്ക് വല്ലായ്മ കാണും. എന്റെ മുന്നിൽവെച്ച് അവർക്ക് കുട്ടിയോട് സംസാരിക്കാനാവില്ല. ഒന്നും സംഭവിക്കാത്തതുപോലെ ഞാൻ വിടപറഞ്ഞ് നടന്നുനീങ്ങി. ഒന്നും സംഭവിക്കാത്തതുപോലെ. പക്ഷേ, ഞങ്ങൾക്ക് രണ്ട് ജീവിതങ്ങൾ നേരെയാക്കാനുണ്ട്. അവർ മൂന്നുപേരും പോർച്ചുവരെ എന്നെ അനുഗമിച്ചു. പൂക്കളും വേലിയും ആ വെളുത്ത ഗേറ്റുമല്ലാതെ മറ്റൊന്നും അവിടെ നിന്നാൽ

കാണാനാകില്ല. ഞാൻ വീട്ടിലേക്ക് പോയി. റെനി ഭക്ഷണം കഴിക്കാനായി വന്നപ്പോഴും ഞാൻ നടന്നതൊന്നും പറഞ്ഞില്ല. ജോലി ചെയ്ത വസ്ത്രത്തോടെ തന്നെ ധൃതിയിൽ ഭക്ഷണം കഴിച്ച് മുറിയിൽ പോയി കുളിച്ച് വേഷം മാറി. കുറച്ച നിമിഷങ്ങൾക്കകം ഷർട്ടും നീല ജീൻസുമിട്ട് മിടുക്കനായി അടുക്കളയിലെത്തി.

"ശുഭരാത്രി അമ്മേ..." അവൻ പോകുംമുമ്പ് പറഞ്ഞു.

"ശുഭരാത്രി."

അവൻ അവരുടെ പതിവ് സംഭവസ്ഥലത്തേക്കാണ് പോയത്. ഞാൻ പാത്രങ്ങൾ കഴുകി, ബാബയെ ഉറക്കാനായി കിടത്തി. എന്റെ മുറിയിലേക്ക് പോയി കതകടച്ചു. ഈ രാത്രി എനിക്കുറങ്ങാനാവില്ല. എന്താണോ എനിക്ക് നേരിടാനുള്ളത് അത് രാവിലെയാകാം.

*** ***

"അവൾ പോയി." റെനി പറഞ്ഞു.

എന്നെ കാത്തിരിക്കുന്നതെന്താണെന്ന് അറിഞ്ഞ് ഞാൻ നേരത്തെ ഉണർന്ന് വേഗം എഴുന്നേറ്റു. ഞാനിറങ്ങിവരുമ്പോൾ അവൻ അടുക്കളയിലെ മേശമേൽ ഇരിക്കുന്നുണ്ട്. കടുപ്പമുള്ള ഒരു കാപ്പി ഉണ്ടാക്കിക്കഴിക്കുന്നു.

"നീ കിടന്നില്ലേ..." ഞാൻ ചോദിച്ചു.

"ഞാനെങ്ങനെ കിടക്കും?" അവൻ വികാരത്തോടെ ചോദിച്ചു.

ഞാനിരുന്ന് ഒരു കപ്പ് കാപ്പി കഴിച്ചു.

"പറ, പറയാനുള്ളതെല്ലാം പറയ്.. അത് പുറത്തേക്ക് പോട്ടെ.

അവനെ കാണാൻ വയ്യായിരുന്നു. എന്റെ മകൻ വിളറി. കണ്ണുകൾ കത്തുന്നതുപോലെ.

"നിങ്ങളവളുടെ വീട്ടിൽ പോയി. നിങ്ങളവളുടെ രക്ഷിതാക്കളോട് പറഞ്ഞു."

"സത്യമല്ലാതെ ഒന്നും പറഞ്ഞില്ല." ഞാൻ വേഗത്തിൽ പറഞ്ഞു.

"അവരെന്നെ അറിയുന്നതുവരെ കാത്തിരിക്കാൻ നിങ്ങൾക്കായില്ല."

എന്തൊരു പരുഷമാണാ സ്വരം. എത്ര കടുപ്പം. എത്ര കഠിനമാണതു കേൾക്കാൻ. ആദ്യം കേൾക്കുമ്പോൾ കയ്പ്പുള്ളതാവും, പക്ഷെ, "അവളത്രയും സ്നേഹിക്കുന്നുവെങ്കിൽ അവളുടെ രക്ഷിതാക്കളെ എതിർക്കാൻ കഴിയുമെങ്കിൽ, ഉറപ്പായും ഞാനൊന്നും പറയില്ലായിരുന്നു."

"നിങ്ങൾക്കെന്നെ താക്കീതു ചെയ്യാമായിരുന്നു." അവൻ കരഞ്ഞു.

"അവർക്കത് എങ്ങനെ ഉൾക്കൊള്ളാനാകുമായിരുന്നുവെന്ന് എന്റെ

കണ്ണുകൾ കൊണ്ടുതന്നെ ഞാൻ കണ്ടു. അതിനപ്പുറം നിന്റെയോ അവളുടെയോ പ്രണയത്തിനുപോലും മറികടക്കാമെന്നു തോന്നുന്നില്ല."

"അവളെന്നെ സ്നേഹിക്കുന്നുണ്ട്. അവളതെന്നോട് പറഞ്ഞിട്ടുണ്ട്."

"അവൾക്ക് കഴിയുന്നതുപോലെ അവൾ നിന്നെ സ്നേഹിക്കുന്നുണ്ട്. പക്ഷെ, അതു മതിയാവില്ല. അതുമതിയാവില്ല. കാരണം അവൾ ചെറുതാണ്. ഞാൻ അവളെ കുറ്റപ്പെടുത്തുകയല്ല. അവൾക്കൊന്നും ചെയ്യാനാകില്ല. നീ പക്ഷേ, വലിയ ആളായാണ് ജനിച്ചത്. ലോകത്തോളം വലുതായി."

"നാശം." അവൻ പിറുപിറുത്തു.

ഞാനവനെ നോക്കി, നിന്റെ അച്ഛൻ ഇവിടെ ഇല്ലാത്തതിൽ ഞാൻ ഇപ്പോൾ സന്തോഷിക്കുന്നു. ഞങ്ങൾ പരസ്പരം തുറിച്ചുനോക്കി.

"ഒരിക്കൽ നീയെന്നോട് നന്ദി പറയും." അങ്ങനെ പറഞ്ഞെങ്കിലും ഉണ്ടാവാതിരിക്കട്ടെ എന്ന് ഞാനാഗ്രഹിച്ചു. ഇത് രക്ഷിതാക്കളുമായി നടക്കുന്ന ഒരു സാധാരണ സംഭാഷണമാണ്. ജെറാൾഡിൽനിന്നും അകറ്റാനായി എന്റെ അമ്മയും ഇതുതന്നെ പറഞ്ഞിരുന്നു. പക്ഷെ, അതിനകം ഞങ്ങൾ സ്നേഹത്തിലായിക്കഴിഞ്ഞിരുന്നു. ഒന്നിനും ഞങ്ങളെ അകറ്റാൻ കഴിയുമായിരുന്നില്ല. അതിനാൽ ഞാനമ്മയെ എതിർത്തു. "ഞങ്ങളെ വേർപെടുത്തിയാൽ ഞാൻ നിങ്ങളോട് ഒരിക്കലും നന്ദിയുള്ളവളായിരിക്കില്ല." ഞാനായിരുന്നു ശരി. അമ്മയല്ല. കത്തുകൾ എന്റെ മേശമേൽ പൂട്ടിയിട്ടിരിക്കുന്ന അവസ്ഥയിലും ഇനി ജെറാൾഡിന്റെ മുഖം കാണാനായില്ലെങ്കിൽപോലും ഞാനായിരുന്നു ശരി. അവരല്ല. ഞാനവന്റെ മുഖത്ത് നോക്കിക്കൊണ്ടിരുന്നു. ദുഃഖത്താൽ അവന്റെ നോട്ടം മുറിഞ്ഞു.

"നിങ്ങളെനിക്ക് എന്തിന് ജന്മം തന്നു." കരഞ്ഞുകൊണ്ട് പിറുപിറുത്ത് അവർ മുറിയിലേക്ക് പോയി.

*** ***

വീട് ഇപ്പോഴും നിശ്ചലമാണ്. രാവിലെ കണ്ണുതുറക്കുമ്പോൾ എനിക്കറിയാമായിരുന്നു അവൻ പോയെന്ന്. അതൊരു വിളറിയ പ്രഭാതമായിരുന്നു. ഒരു ചെറിയ മഴ മരങ്ങളെ നനച്ചുകൊണ്ടിരുന്നു. അവ എന്റെ തുറന്ന ജനാല വഴി ഇറ്റിവീഴുന്നുണ്ടായിരുന്നു. കർട്ടനുകൾ അയഞ്ഞു തൂങ്ങിയിരുന്നു. പശുക്കളെ കറക്കാനുള്ള നേരം വൈകി. എഴുന്നേൽക്കണം. ഞാൻ റെനിയുടെ പുരുഷശബ്ദത്തിന് കാതോർത്തു. ഞാൻ എഴുന്നേറ്റ് ജനാലകളടച്ചു. മഴയിൽ പാതി മറഞ്ഞ താഴ്‌വരയെ നോക്കി. അവന്റെ മുറിയിലേക്ക് ചെല്ലാനുള്ള ധൈര്യം സംഭരിച്ചു. ജെറാൾഡിനെക്കുറിച്ച് ഓർക്കാൻ ശ്രമിച്ചു. പക്ഷേ, എന്റെ ഹൃദയത്തിന് വിളിക്കാനോ

അദ്ദേഹത്തിന് കേൾക്കാനോ കഴിഞ്ഞില്ല. ഞാനാ മുഖത്തിനുനേരെ എന്റെ മനസ്സിനെ തിരിക്കാൻ ശ്രമിച്ചു. പക്ഷെ, നീണ്ട ദൂരങ്ങളും കടലു മില്ലാതെ മറ്റൊന്നും എനിക്കു കാണാനായില്ല.

റെനിയുടെ മുറിയിലേക്ക് പിന്നെ ഞാൻ പോയപ്പോൾ ആ കിടക്ക ശൂന്യമായിക്കണ്ടു. എല്ലാ മുറികളും വൃത്തിയാക്കിയിരിക്കുന്നു. ആ ക്രമ ത്തിൽ ഞാൻ ഭയന്നു. സാധാരണ, അവന്റെ വസ്ത്രങ്ങളും ഷൂസും പുസ്തകങ്ങളും അവിടെ ചിതറിക്കിടക്കുമായിരുന്നു. അവൻ വീടുവിട്ട് പോയിരിക്കുന്നതിനാലാണ് ഇതുവരെ ഇല്ലാത്തവിധം ഈ മുറി വൃത്തി യായി കിടക്കുന്നത്. ഞാനോടിച്ചെന്ന് അലമാര തുറന്നു നോക്കി. അത് തുറന്നു കിടക്കുന്നു. പക്ഷെ, ശൂന്യമല്ല. അവന്റെ വസ്ത്രങ്ങൾ അതിൽ തൂങ്ങിക്കിടക്കുന്നത് എത്ര സന്തോഷമുള്ള കാഴ്ചയാണ്. ഞാനവന്റെ വസ്ത്രങ്ങൾ എണ്ണിനോക്കി. ബ്രൗൺ നിറമുള്ളത്, പണിക്കിടുന്നവ. ജാക്ക റ്റുകൾ... ഇല്ല അവന്റെ ഏറ്റവും നല്ല കടുംനീല സ്യൂട്ട് കാണാനില്ല.

പിന്നെ ഞാൻ മേശതുറന്ന് അവന്റെ പുസ്തകങ്ങൾ കണ്ടു. അടച്ചു വെച്ച പുസ്തകത്തിൽ ഒരു കവറും. അതിൽ എന്റെ പേരെഴുതിയിരി ക്കുന്നു.

മദർ - നോട്ട് - മോം

ഞാനത് വായിക്കാനായി ഇരുന്നു. എനിക്ക് നിൽക്കാനുള്ള കരുത്ത് ഉണ്ടായില്ല.

"അമ്മേ, ഞാൻ അലിഗ്രയെ കണ്ടുപിടിക്കാനായി പോകുന്നു. എനിക്ക് അവളെ തനിച്ച് കാണണം. അവൾ എന്തുകൊണ്ട് മാറി എന്നെനിക്കറി യണം. അഥവാ അങ്ങനെ ഉണ്ടായെങ്കിൽ, എന്നെ അന്വേഷിച്ചു വരണ്ട. ഫോൺ വിളിക്കേണ്ട. എഴുതേണ്ട. വീട്ടിൽ തിരിച്ചുവന്നാൽ കാണാം. റെനി."

ഞങ്ങൾ സംസാരിച്ചതിനുശേഷം അവളുടെ മാതാപിതാക്കൾ അവളെ കൊണ്ടുപോയിരിക്കുന്നു. റെനി എന്നോട് സംസാരിച്ചിട്ടില്ല. കാത്തിരിക്കുകയല്ലാതെ എനിക്ക് മറ്റൊന്നും ചെയ്യാനില്ല. ദൈവകൃപ യാൽ ബാബയല്ലാതെ മറ്റൊന്നും എനിക്ക് ശേഷിച്ചിട്ടില്ല. ഞാൻ മുറിയി ലേക്ക് തിരികെ ചെന്ന് കുളിച്ച് വസ്ത്രം മാറി പ്രഭാതഭക്ഷണമുണ്ടാ ക്കാനായി അടുക്കളയിൽചെന്നു. എത്ര വിചിത്രമാണ് എന്റെ ജീവിതം. എത്ര ഏകാന്തമാണ്. ഏകാന്തതയാണ് ഇവിടെ എന്റെ സ്വന്തം മണ്ണിൽ ഞാൻ അനുഭവിക്കുന്നത്. എല്ലാവരും ഏകാകികളാണ്. അവനവന്റെ ഏകാന്തവഴികളാണ് പിന്തുടരുന്നത്. നമുക്ക് പ്രതികരിക്കാനാവില്ല. നമുക്ക് പങ്കിടാനാവില്ല. മണ്ണിന്റെ അതിർത്തികൾ നമ്മെ വിഭജിച്ചിരിക്കു

ന്നു. കാൻസാസിൽനിന്നും ബാബയെ നഷ്ടമായ ഇടത്തിൽനിന്നുമെല്ലം ഏറെ അകലെയാണ് ഞാൻ. കടലിനുമപ്പുറത്തേക്ക് പോകാൻ എനിക്ക് എന്റെ ഓർമ്മൾ മാത്രമേ ഉള്ളൂ. മുകളിലത്തെ നിലയിൽനിന്നും ബാബയുടെ ശബ്ദം കേട്ടു. ഞാൻ മുകളിലേക്ക് ചെന്നു. അദ്ദേഹം കിടക്കയിൽ കിടക്കുന്നു. പുതപ്പുകൾ മുറുകിയിരിക്കുന്നു. കണ്ണുകൾ പേടിച്ചരണ്ടിരിക്കുന്നു.

"എനിക്ക് എഴുന്നേൽക്കാൻ കഴിയുന്നില്ല." അദ്ദേഹം പിറുപിറുത്തു.

"വേദനിക്കുന്നുണ്ടോ?"

"വേദനയല്ല."

"അനങ്ങാതെ കിടക്ക്. ഞാൻ ഡോക്ടറെ വിളിക്കാം."

ഞാൻ ഡോക്ടറെ വിളിച്ചു. നേരം വൈകിയിട്ടില്ലാത്തതിനാൽ ഡോ. ബ്രൂസ് സ്പോൾഡർ വീട്ടിൽതന്നെ ഉണ്ടായിരുന്നു.

"പറയൂ."

"ബ്രൂസ്, ബാബയ്ക്ക് അടുത്ത സ്ട്രോക്ക് വന്നുവോ എന്ന് തോന്നുന്നു."

"ഞാനിതാ എത്തി."

"ഞാനെന്തെങ്കിലും ചെയ്യേണ്ടതുണ്ടോ?"

"വേണ്ട, നന്നായി പുതപ്പിച്ച് ശാന്തനായി ഇരുത്തൂ.."

ഞാൻ ബാബയോട് ബ്രൂസ് ഉടനെ വരുമെന്ന് പറഞ്ഞ് മുറി ഒതുക്കിവെച്ചു. ബാബ വളരെ വൃത്തിയായയാണ് ഉള്ളത്. പ്രായമേറെയങ്കിലും ശരീരത്തിന് ഒട്ടും ദുർഗന്ധമില്ല. അദ്ദേഹം ശാന്തനായി എന്നെ നോക്കിക്കൊണ്ട് കിടന്നു. അദ്ദേഹത്തിന് ബുദ്ധിമുട്ടുണ്ടെന്നും അതെന്നോട് പറയണമെന്നുണ്ടെന്നും തോന്നി.

"സാരമില്ല, ബ്രൂസ് ഇപ്പോഴിങ്ങെത്തും."

ഞാൻ രാത്രി കാലത്ത് ബാബയുടെ ജനാല തുറന്നിടാറില്ല. ശരീരത്തിന് ചെറിയ ചൂട് ഉണ്ട്. പതിയെ ശ്വാസം കഴിക്കുന്നുണ്ട്. നല്ല തെളിഞ്ഞ പ്രഭാതമാണ്. ഞാൻ ജനാലകൾ തുറന്നു തെളിഞ്ഞ വായു കയറാനനുവദിച്ചു. അതിനുശേഷം വീണ്ടും അടച്ചുവെച്ചു.

താഴെ ബ്രൂസിന്റെ കാലടി ശബ്ദം കേട്ടു. അയാൾ മുകളിലേക്ക് കയറിവന്നു.

"സുപ്രഭാതം, എലിസബത്ത്"

ആദ്യമായാണ് അദ്ദേഹം എന്റെ പേരുവിളിക്കുന്നത് ഞാനതിശയത്തോടെ നോക്കി.

"സുപ്രഭാതം. ഇവിടെയാണ് ബാബ കാത്തിരിക്കുന്നത്."

ബാബ തളർന്ന കണ്ണുകളോടെ നോക്കി.

ബ്രൂസ് കിടക്കയിലിരുന്ന് പരിശോധന തുടങ്ങി. നല്ല ഒരു ഡോക്ടർ പരിശോധന നടത്തുന്നത് കൗതുകമുള്ളതാണ്. മനസ്സ് സൂക്ഷ്മമായും ശ്രദ്ധയോടെയുമായിരിക്കും. കൈകൾ അന്വേഷണാർത്ഥം സഞ്ചരിച്ചു കൊണ്ടിരിക്കും. ഞാൻ ബ്രൂസിനോടുള്ള ബഹുമാനത്തോടെ നിന്നു. അയാൾ തികച്ചും ഒരു അമേരിക്കക്കാരനാണ്. എന്തുകൊണ്ടാണ് അദ്ദേഹം വിവാഹം കഴിക്കാത്തത് എന്നത് എനിക്കതിശയമാണ്. നിർമ്മലയും മൃദുലസ്വഭാവവുമുള്ള ഒരു സ്ത്രീക്ക് ചേർന്ന ഭർത്താവാകാൻ അയാൾക്ക് കഴിയും. സാധാരണ വെർമോണ്ട് നിവാസികളെപ്പോലെ തന്നെ അദ്ദേഹം മെലിഞ്ഞതും ഗൗരവക്കാരനുമായി കാണപ്പെട്ടു. ചിലപ്പോഴൊക്കെ ചാരനിറമുള്ളതും നീലയിലേക്ക് മാറുന്നതുമായ കണ്ണുകളാണ്. ബ്രൗൺ നിറമുള്ള നീണ്ട മുടി, ഉറച്ച മുഖം. ചിരിക്കുമ്പോൾ മുഖമാകെ മാറും. അത് കുസൃതിയുള്ളതും സന്തോഷമുള്ളതുമായി മാറും. ഒരിക്കലും ചൂടാകില്ല. ധ്യാനത്തിലൂടെ മൗനം ശീലിച്ചിട്ടുണ്ട്. ഒരു ഭർത്താവിനുവേണ്ട നല്ല ഗുണങ്ങളെല്ലാമുണ്ട്. ചൈനക്കാരിൽനിന്നും നേടിയ ജിജ്ഞാസയാൽ അദ്ദേഹം എന്താണ് വിവാഹം കഴിക്കാത്തത് എന്ന് ചോദിക്കാൻ ഞാനാഗ്രഹിച്ചു. ചൈനക്കാരെ സംബന്ധിച്ചിടത്തോളം സുഹൃത്തുക്കൾക്കിടയിൽ എന്തും ചോദിക്കാം. അദ്ദേഹം ബാബയെ ശ്രദ്ധയോടെ പുതപ്പിച്ചു. പേടിക്കാനൊന്നുമില്ല. ഇതുപോലെയുള്ള ചെറിയ ഷോക്കുകൾ ഉണ്ടാവും. ധാരാളം ഉറങ്ങിയേക്കും. നന്നായി ഉറങ്ങട്ടെ. അപ്പോഴേക്കും ബാബ ഉറക്കം തുടങ്ങിയിരുന്നു. ശ്വാസോച്ഛ്വാസം ഉച്ചത്തിലായി. ബാബയെ അവിടെ കിടത്തിയിട്ട് ഞങ്ങൾ താഴേക്കുപോയി.

"പ്രഭാതഭക്ഷണം കഴിച്ചോ?"

"ഇല്ല."

"ഞാനും കഴിച്ചില്ല. ഒരുമിച്ച കഴിക്കാം. റെനി പോയതിനാൽ ഞാൻ തനിച്ചാണ്."

"പോയി?"

"കുറച്ചു ദിവസത്തേക്കെന്ന് കരുതുന്നു. എനിക്കറിയില്ല."

ഞാൻ അദ്ദേഹത്തോട് അലിഗ്രയെപ്പറ്റി പറഞ്ഞു. ബ്രൂസ് അസുഖകരമായ ഒരു ചിരി ചിരിച്ചു.

"അവൻ തിരിച്ചുവരും. നമ്മൾ എല്ലായ്പ്പോഴും അമ്മമാരുടെ അടുത്തേക്ക് തിരിച്ചുചെല്ലും. നിങ്ങളെപ്പോലൊരു പെൺകുട്ടിയെ കിട്ടുംവരെ. പിന്നെ നിങ്ങളുടെ ആവശ്യമില്ല."

അലിഗ്ര ഒരിക്കലും എന്നെപ്പോലെയല്ല. എനിക്കുറപ്പുണ്ട്. ഞാൻ വേഗ

ത്തിൽ മേശമേൽ ഭക്ഷണം നിരത്തി. മുട്ടകൾ രണ്ടെണ്ണം ഒന്ന് ബ്രൂസിനും ഒന്ന് എനിക്കും. കോഴികൾ നന്നായി മുട്ടയിടുന്നതിനാൽ എനിക്ക് സന്തോഷമായിരുന്നു.

എനിക്ക് പിടക്കോഴികളെ ഇഷ്ടമല്ല. നല്ല മുട്ടകൾ ഇഷ്ടമാണ്. കാപ്പി, പൊരിച്ച റൊട്ടി, പഴങ്ങൾ, ഞങ്ങളുടെ പതിവ് പ്രഭാതഭക്ഷണം - റെനി അവന് വേണ്ടതു ചെയ്യട്ടെ.

ഞാനും ബ്രൂസും മേശക്കരികിൽനിന്ന് കഴിക്കാനിരുന്നപ്പോൾ ഞാനാ ചോദ്യം ചോദിക്കുകയുണ്ടായി.

"നന്നായി ദാമ്പത്യം അനുഭവിച്ചവളാകയാൽ, ബ്രൂസ് ഒന്ന് ചോദിച്ചോട്ടെ. നിങ്ങളെന്താണ് വിവാഹം കഴിക്കാത്ത്."

"തിരക്കായിരുന്നു." റൊട്ടിയിൽ വെണ്ണ തെച്ചുകൊണ്ട് ബ്രൂസ് മറുപടി നൽകി.

"എന്റെ കാര്യമല്ല, എന്നാലും..."

"ചോദിച്ചോളൂ, ഞാനൊരു ലളിതജീവിതമാണ് നയിക്കുന്നത്. രഹസ്യങ്ങളില്ല."

"ഒരു ഭാര്യക്ക് നിങ്ങൾക്കായി സമയം സമ്പാദിക്കാൻ കഴിയില്ലേ?"

"ഞാനൊരു പങ്കാളിയെക്കുറിച്ച് ചിന്തിച്ചിട്ടില്ല.

"ഇപ്പോഴത്തെ അവസ്ഥയിൽ നിങ്ങൾ സന്തുഷ്ടനാണോ?"

"അറിയില്ല. അതെ എന്നു തോന്നുന്നു. ഞാനതെന്നോടു ചോദിച്ചില്ല."

ഞാനദ്ദേഹത്തിന് കാപ്പി നിറച്ചുകൊടുത്തു. അദ്ദേഹം പറയാനാഗ്രഹിക്കാത്തത് അദ്ദേഹം പറയില്ല. പക്ഷെ ഞാൻ ചോദിച്ചു. അതൊരു വേർമോണ്ട് വാസിയുടെ സ്വഭാവം കൂടിയാണ്.

അയാൾ പോയതിനുശേഷം ഞാൻ പെട്ടെന്ന് ജെറാൾഡിനെയോർത്ത്, ജെറാൾഡിനെ ഓർത്തുമാത്രം കരയാൻ തുടങ്ങി. ഒരു കാര്യവുമില്ലെന്ന് എനിക്കറിയാം. പീക്കിങ്ങിലെ വീടിന്റെ വാതിൽ എനിക്കുമുന്നിൽ അടച്ചിട്ടിരിക്കുകയാണ്.

മുകളിൽ ബാബ നന്നായുറങ്ങുന്നു. അദ്ദേഹത്തിന് എന്നെ ഇപ്പോൾ ആവശ്യം പോലുമില്ല.

ശനിയാഴ്ച പതിവുപോലെ അങ്ങാടിയിൽ പോയിരുന്നു. ബാബയ്ക്ക് ഇപ്പോൾ കുട്ടികളുടേതുപോലുള്ള ഭക്ഷണശീലമാണ്. ബ്രഡും പാലും അല്ലെങ്കിൽ അല്പം ചോറ്. വല്ലപ്പോഴും മാത്രമേ ഇതിൽക്കൂടുതലായെന്തെങ്കിലും കഴിക്കാറുള്ളൂ. വരുന്നവഴി ഒരു കാഴ്ചയിൽ ഞാനാകൃഷ്ടനായി. ഒരു കറുത്ത തള്ളയും അതിന്റെ ഇരട്ടക്കുട്ടികളായ വെളുത്ത ആട്ടിൻകുട്ടികളും. വണ്ടി നിർത്തി. പീക്കിങ്ങിലേതുപോലുള്ള ചൂടുള്ള പ്രഭാതമല്ല. വെർമോണ്ടിൽ കാലാവസ്ഥ കുറച്ചുകൂടി തണുപ്പുള്ളതാ

ണ്. വണ്ടി നിർത്തിയതുകൊണ്ട് തള്ളയാട് ഒരുപ്രാവശ്യം ശബ്ദമുണ്ടാക്കി. കുഞ്ഞുങ്ങൾ അതുകേട്ട് ഓടി അമ്മയ്ക്കരികിലെത്തി. മൂന്നുപേരും എന്നെ തുറിച്ചുനോക്കി. എന്നെ ഭയക്കേണ്ടതില്ല. ഞാനുറക്കെ അവരോട് പറഞ്ഞു. ഇപ്പോഴത്തെ ഏകാന്തതയിൽ ഈ ആട്ടിൻകുടുംബത്തെ വീട്ടിലേക്ക് കൊണ്ടുപോകുന്നതു നല്ലതായിരിക്കുമെന്നു തോന്നി. എന്റെ വീടിനരികിലുള്ള പുൽത്തകിടിയിൽ ഇവയ്ക്ക് യഥേഷ്ടം മേഞ്ഞുനടക്കാം. ആടിന്റെ ഉടമസ്ഥനെ അന്വേഷിച്ചുപോയപ്പോൾ തീർത്തും ഏകാകിയും നിരാശനുമായി ഒരാളെയാണ് കണ്ടത്. വെർമോണ്ടിൽ മണ്ണിലേക്ക് ഒട്ടിനിൽക്കുന്ന ഒരു കർഷകൻ. വളരെ കുറച്ചുമാത്രമേ കൃഷി ചെയ്യൂ. സ്ഥിരമായി ഒരിടത്ത് നിൽക്കില്ല. എന്തെങ്കിലും ലഭിക്കുന്നിടംവരെ ദാരിദ്ര്യത്തിൽത്തന്നെ കഴിഞ്ഞുകൂടും. എന്നാലതു പരിഹരിക്കത്തക്ക വഴി ലഭിച്ചാലും അതിൽനിന്ന് ഒഴിഞ്ഞുമാറും. അത്തരത്തിലൊരു മനുഷ്യൻ. വെള്ളയിൽ പച്ച നിറമുള്ള പെയിന്റുചെയ്ത സാധാരണ വെർമണ്ടിലെ വീടുകളുടെ മാതിരിയുള്ള ആ കൊച്ചുവീട്ടിലേക്ക് ചെന്നപ്പോൾ അടുക്കളയിലെ ഒരു മേശ ഒട്ടും ധൃതിയില്ലാതെ അയാൾ നേരെയാക്കുന്നതാണ് കണ്ടത്. എന്നെ കണ്ടപ്പോൾ നിവർന്നുനോക്കി.

"പറയൂ.." അഭിവാദനം പോലുമില്ലാതെ അയാൾ പറഞ്ഞു.

"നിങ്ങളുടെ കറുന്ന തള്ളയാടിനെയും കുഞ്ഞുങ്ങളെയും കൊടുക്കുന്നുണ്ടോ?" ഞാനും അഭിവാദനമൊന്നുമില്ലാതെ പറഞ്ഞു.

"ചിലപ്പോൾ."

"അതിനെത്ര വേണം.." അയാൾക്ക് അറിയാമായിരിക്കും എന്നു ഞാൻ കരുതി. കുന്നിനു മുകളിലെ, സ്ത്രീ എന്നോ വിധവയെപ്പോലെ ജീവിക്കുന്ന സ്ത്രീ (എന്റെ ഭർത്താവ് ചൈനയിലാണല്ലോ ജീവിക്കുന്നത്. അവിടെനിന്ന് വിവരമൊന്നുമില്ലാത്തതിനാൽ) സ്ത്രീ എന്ന നിലയിലോ അയാൾക്ക് അറിയാമായിരിക്കും എന്ന്. പക്ഷേ, അയാൾ പരിചയത്തിന്റെ ഒരു സൂചനയും തന്നില്ല. "അതിനെ കൊടുക്കുന്നുണ്ടോ എന്നെനിക്കറിയില്ല." അയാൾ ജോലി തുടർന്നു.

"വാങ്ങിക്കുന്നുണ്ടോ എന്ന് എനിക്കും അറിയില്ല. വീടിനരികിൽ പുല്ല് വളർത്താനൊരുദ്ദേശമുണ്ട്. ഇവയെ വാങ്ങുകയാണെങ്കിൽ അതിന് നല്ലതായിരിക്കുമെന്നു തോന്നുന്നു." ഞാനും പറഞ്ഞു.

"ആലോചിക്കട്ടെ."

"ആലോചിക്കൂ."

"ഉച്ചയ്ക്കുശേഷം ഞാൻ വീട്ടിലുണ്ടാകും."

സ്വാഭാവികമായും അയാൾ വന്നില്ല. പക്ഷെ, രണ്ടുദിവസം കഴിഞ്ഞ്

ഒരു വൃത്തിയില്ലാത്ത കയറിൽ ആടിനെയും കുഞ്ഞുങ്ങളുമായി അയാൾ വന്നു.

"10 ഡോളർ, ബാക്കി മേപ്പിൾ സിറപ്പ്." അയാൾ തന്റെ ആവശ്യം പറഞ്ഞു.

മേപ്പിൾ സിറപ്പിന്റെ അളവിൽ തർക്കമുണ്ടായി. എങ്കിലും ഞാൻ തന്നെ നേടി. തള്ളയാടും കുഞ്ഞുങ്ങളും എന്റെ കുന്നിൻചെരുവിലെ പുല്ലുമേയാൻ തുടങ്ങി. ആദ്യമൊക്കെ മെരുങ്ങാൻ ബുദ്ധിമുട്ടുണ്ടായിരുന്നു. ഞാൻ അവളെ ആപ്പിൾ മരത്തിൽ കെട്ടിയിട്ടു. അവൾ ചെറിയ കരച്ചിലൊക്കെ നടത്തി നോക്കി. എങ്കിലും കുറച്ചുദിവസങ്ങൾക്കകം തന്നെ ആ കയർ ഉപേക്ഷിക്കാൻ കഴിഞ്ഞു. എനിക്ക് അളവില്ലാത്ത ഒരു സുരക്ഷിതത്വം തരാൻ അവൾക്കും കുട്ടികൾക്കും കഴിഞ്ഞു. ചെറുതെങ്കിലും, ആഴമുള്ള ഒന്ന്, അമ്മയും മണ്ണുമായുള്ള ബന്ധം. കുറച്ചുകൂടെ ജൈവികമായ ഒന്ന് ഞാൻ സമ്പാദിച്ചിരിക്കുന്നു. ഈ മണ്ണുമായി ചേർത്തുവെക്കാൻ ഇതുപോലെ ചിലത് വേണം. എന്റെ വേരുകൾ മുറിഞ്ഞിരിക്കുന്നു. അല്ല മുറിഞ്ഞതല്ല. ഇപ്പോൾ ഇവിടെയില്ലാത്തതാണ്. ജെറാൾഡുമായുള്ള എന്റെ ജീവിതത്തിന്റെ അകലത്തിൽ എനിക്ക് ഈ മണ്ണിൽ ഇനിയും കൃഷി ചെയ്യേണ്ടതുണ്ട്. എനിക്ക് അതിനു കഴിയുമോ? റെനിയിൽനിന്നും ഒരു വിവരവും ഇല്ല.

*** ***

ഞാനൊരു മതവിശ്വാസിയല്ല. ഒരിക്കൽ ഞാൻ ജെറാൾഡിനോടു പറഞ്ഞു. മതപരമായ സംഗതികളിൽ ആശങ്കാകുലമായ ഒരു വൈകുന്നേരമാണ് അത് പറഞ്ഞത്. "പക്ഷേ, നിനക്ക് ചൈനീസ് ദൈവങ്ങളിൽ തൃപ്തിയാവാൻ കഴിയുമോ?"

"നിങ്ങൾക്ക് പറ്റുമോ?"

"ഞാൻ രണ്ടു രീതിയിലും ജീവിക്കാൻ ശീലിച്ചിട്ടുണ്ട്."

"ഞാൻ ദൈവങ്ങളിൽ വിശ്വസിക്കാത്ത കാലമുണ്ട്. ഞാനെല്ലാം ദൈവത്തിലും വിശ്വസിക്കുന്ന കാലവും. അങ്ങനെയെങ്കിൽ എല്ലാ ദൈവങ്ങളിലും വിശ്വസിക്കാൻ ഞാൻ മിക്കവാറും ശീലിക്കും."

പ്രണയത്തിൽപെട്ട് ഒരുവൾക്ക് അവളെ നഷ്ടപ്പെടും. എനിക്ക് എന്നെ നഷ്ടമായിരിക്കുന്നു. ജെറാൾഡ് വിശ്വസിക്കുന്നത് വിശ്വസിക്കാൻ തുടങ്ങിയിരിക്കുന്നു. അത്രയറെ ആഴമുള്ളതോ, മനസ്സിന്റെ സ്ഥിരമായ അവസ്ഥയിലുള്ളതോ അല്ലാത്ത ഒന്നാണ് ജെറാൾഡിനത് എന്നതിനാൽ പിന്നീട് ദൈവത്തെക്കുറിച്ചുള്ള ചർച്ചകൾ ഉണ്ടായിട്ടില്ല. ചൈനയിലെ നിരത്തുകളിലൂടെ നടന്നുപോകുമ്പോൾ ഒരു ദൈവികമായ ഇടത്തിലെന്നതുപോലെ ഒരു കർഷകൻ നിശ്ശബ്ദനായി നില്ക്കുന്നതു കണ്ടു. ക്ഷേത്ര

ത്തിനകത്ത് രണ്ടു ദൈവമുണ്ട്. ഒരു പുരുഷനും സ്ത്രീയും. ഒരു കുടും ബരൂപത്തിൽ ആണ് കർഷകൻ അവരുടെ ദൈവത്തെ കാണാനാഗ്രഹി ക്കുന്നത്. അവർക്ക് ഏകനായ ഒരു ദൈവത്തെ സങ്കല്പിക്കാൻ കഴിയി ല്ല. സ്ത്രീ കൂടെയില്ലാത്ത ദൈവത്തെ അത് ജീവിതത്തിന്റെ നിയമങ്ങൾക്ക് എതിരാണ് എന്ന് അവർ കരുതുന്നു. അങ്ങനെ ക്ഷേത്രത്തിൽ ചന്ദനത്തി രികളും കുന്തിരിക്കവും കത്തിച്ച് തങ്ങളുടെ ആഗ്രഹങ്ങളെ ദൈവത്തോട് പറയും. വളരെ നല്ലതും ലളിതവുമായ പ്രാർത്ഥന. "ഈ രീതിയിലും വിശ്വാസത്തിലും നമ്മൾ പ്രാർത്ഥിക്കേണ്ടതുണ്ടോ? നമുക്ക് വിശ്വസിക്കാൻ കഴിയാത്തല്ല. അതിനുമാത്രം നമുക്ക് ഒന്നും ആവശ്യമായില്ല. ആവശ്യ ത്തിൽ നിന്നുമാണ് വിശ്വാസം ഉണ്ടാകുന്നത്. നമുക്ക് ആവശ്യങ്ങളില്ല."

ശരിയാണ് എന്റെ ഇപ്പോഴത്തെ ആവശ്യങ്ങൾക്കുവേണ്ടി, ഞാൻ പ്രാർത്ഥിക്കേണ്ടതുണ്ട്. റെനിയെപ്പറ്റിയുള്ള അടങ്ങാത്ത ആശങ്കകൾക്കൊ ടുവിൽ ഞാനവന്റെ മുറിയിൽ ചെല്ലും അതിനകത്തെ ശൂന്യമായ ഏകാ ന്തതയിൽ അവനുവേണ്ടി പ്രാർത്ഥിക്കും. എത്ര അകലേക്ക് ആ പ്രാർത്ഥ നകൾ ചെന്നെത്തുമെന്ന് എനിക്കറിയില്ല. എന്റെ പ്രാർത്ഥന കേൾക്കാ നായൊരു കാത് എവിടെയെങ്കിലുമുണ്ടാകുമോ, എനിക്കറിയില്ല. പക്ഷെ, എന്റെ നെഞ്ചിലെ വിങ്ങലുകൾ പുറത്തുവിടാൻ ശാന്തയാകാൻ ഈ പ്രാർത്ഥനകളെ ഞാൻ ഉപയോഗിക്കുന്നു. ആവശ്യത്തേക്കാൾ എന്റെ ഭാരം ഇറക്കിവെക്കാൻ അവ സഹായിക്കുമെന്ന് ഞാൻ കരുതുന്നു.

അലിഗ്രയുടെ വീട്ടിലേക്ക് ഫോൺ ചെയ്യാൻ പലവട്ടം ആലോചിച്ചു. പിന്നെ വേണ്ടെന്നുവച്ചു. റെനി അവിടെയുണ്ടോ? ഫോൺ അവനു കൊടു ക്കാമോ? എന്നൊക്കെ ചോദിക്കാൻ വേഗം പറ്റും. പക്ഷെ, ഞാൻ ചെയ്തി ല്ല. അവനെന്നോട് പൊറുക്കാനാവാത്തതുകൊണ്ടു മാത്രമല്ല - ഞാൻ തനിച്ചു ജീവിക്കാൻ പഠിക്കേണ്ടതുണ്ട്.

ഈ സമയത്ത് ബാബ വിളിക്കുന്നതുകേട്ടു. ഞാൻ ചെല്ലുമ്പോൾ താഴെ വീണുകിടക്കുന്നു എഴുന്നേറ്റപ്പോൾ കാലുവഴുതി വീണതാണ്. ഇപ്പോഴാകട്ടെ താനെങ്ങനെ അവിടെയെത്തി എന്ന ഭാവത്തിൽ അതിശ യിച്ചു കിടക്കുന്നു. അദ്ദേഹം നിമിഷങ്ങളിലാണ് ജീവിക്കുന്നത്. തല്ക്കാ ലത്തെ ആവശ്യങ്ങൾക്ക് അപ്പുറം മാറ്റാന്നും അലട്ടാത്ത ജീവിതം. എഴു ന്നേൽക്കാൻ ആഗ്രഹിച്ചു. വീണുപോയി. എഴുന്നേൽക്കാൻ സഹായി ക്കാനായി ചെന്ന എന്നെ തട്ടിമാറ്റി. അദ്ദേഹം എല്ലാ തനിയെ ചെയ്യാ നാണ് ആഗ്രഹിക്കുന്നത്. അലക്കുമ്പോഴോ വസ്ത്രങ്ങൾ ധരിക്കു മ്പോഴോ ഒന്നും ഞാൻ സഹായത്തിനു ചെല്ലുന്നത് ഇഷ്ടമില്ല. അതി നാൽ ഞാൻ വാതിലിനപ്പുറത്ത് കാത്തുനിന്നു. വിളിച്ചപ്പോൾ മാത്രം അക ത്തുചെന്ന് അദ്ദേഹത്തെ ഡ്രസ്സുകൾ നേരെയാക്കാൻ സഹായിച്ചു. ഭക്ഷ

ണത്തിന് തയ്യാറാണെന്ന് ബാബ പറഞ്ഞു. അദ്ദേഹം സന്തുഷ്ടനണ്. ശാന്തനാണ്, പേടികളില്ല, ജിജ്ഞാസകളില്ല, ആശങ്കകളില്ല പ്രാർത്ഥിക്കേണ്ടതിന്റെ ആവശ്യം പോലുമില്ല. ബ്രൂസ് പറഞ്ഞത് തലയിലേറ്റ ചെറിയൊരു ആഘാതം അദ്ദേഹത്തെ സകല ഓർമ്മകളിൽനിന്നു മുക്തനായിരിക്കുന്നു എന്നാണ്. ദൈവം ദയാലുവല്ലെന്ന് ആരാണ് പറഞ്ഞത്?

റെനി വീട്ടിൽ തിരിച്ചുവന്നു. എന്റെ മനസ്സ് അത്രമേൽ ലോകത്തെ പുറത്താക്കിയ സമയത്ത് പരമകാരുണികനായ ദൈവം എന്നോട് കരുണ പ്രവർത്തിച്ചു. ഇന്നലെ രാത്രി ഏറെ വൈകി അവൻ വന്നു. ഞാനുറക്കത്തിലായിരുന്നു. വീടിനകത്ത് അവന്റെ കാലടി ശബ്ദം കേട്ടാണ് ഉണർന്നത്. വാതിൽതുറക്കുന്ന ശബ്ദം കേട്ടു. അടുക്കളയുടെ വാതിൽ. തനിച്ചായതിനാൽ ഞാനത് പൂട്ടാറുണ്ട്. റെനിയുടെ കയ്യിലല്ലാതെ മറ്റാർക്കും അതിന്റെ താക്കോൽ ഇല്ല. അതുകൊണ്ടുതന്നെ അത് അവനാണെന്ന് എനിക്കുറപ്പുണ്ടായിരുന്നു. അടുത്ത ശബ്ദം റെഫ്രിജറേറ്ററിന്റേതായിരുന്നു. അത് തുറക്കുകയും അടയുകയും ചെയ്തു. അതെ ആ ശബ്ദവും ഞാൻ കേട്ടു. ഞാൻ എന്താണ് ചെയ്യേണ്ടത്? കിടക്കയിൽ ചാടി എഴുന്നേറ്റ് താഴെച്ചെന്ന അവനെ ആലിംഗനം ചെയ്തേനെ. ശ്രമിച്ചു. പക്ഷേ. ഇപ്പോഴത്തെ ഏകാന്തജീവിതം എന്നെ അല്പംകൂടെ കരുതൽ ശീലിപ്പിച്ചിരുന്നു. ഞാൻ കൊടുക്കാനാഗ്രഹിക്കുന്നതല്ല അവൻ സ്വീകരിക്കാനാഗ്രഹിക്കുന്നത്. ഒരിക്കൽ അവൻ വീടുവിട്ട് പോയിരിക്കുന്നു. ഒരിക്കൽ പോയതിനാൽ ഇനിയും പോകാനെളുപ്പമാണ്. ഞാനോ വീടോ ഇല്ലാതെ ജീവിക്കാൻ അവൻ ശീലിച്ചിരിക്കുന്നു. ഞാൻ താഴേക്ക് ചെല്ലില്ല. ഉറങ്ങിക്കാണുമെന്ന് കരുതിക്കോട്ടെ. രാവിലെ അവൻ എന്നെ അതിശയിപ്പിക്കാനായി വരും. അതിശയിക്കുന്നതായി ഞാൻ അഭിനയിക്കും. ശൈശവത്തിന്റെ ആ വിനിമയങ്ങളെല്ലാം അവസാനിച്ചിരിക്കുന്നു.

ഞാൻ ഇളകിയില്ല. അനങ്ങിയില്ല. കാലുകൾ നിലത്ത് കുത്തുക പോലും ചെയ്തില്ല. ഞാനെന്റെ കിടക്കയിൽ കിടന്നു പുതപ്പിനുമീതെ വിളറിയ നിലാവ് ഒഴുകുന്നത് അറിയുകമാത്രം ചെയ്തു. അവൻ അടുക്കളയിലിരുന്ന് ഭക്ഷണം കഴിച്ചു. പാത്രങ്ങളുടെയും കസേരകളുടെയും ശബ്ദം ഞാൻ കേട്ടു. അവൻ നന്നായി ഭക്ഷണം കഴിച്ചു. ഏകദേശം അരമണിക്കൂർ നേരം. ഒരുപക്ഷെ, അതിലും കൂടുതൽ. പിന്നെ മുകളിലേക്കുള്ള വാതിൽ തുറക്കുന്ന ശബ്ദം കേട്ടു. മുകളിലേക്കുള്ള ആ ചാരുപടികൾ അവന്റെ മുറിയിലേക്ക് മാത്രമുള്ളതാണ്. കുളിമുറിയിൽ പതിയെ വെള്ളം വീഴുന്ന ശബ്ദം കേട്ടു. എന്നെ ഉണർത്താൻ അവൻ ആഗ്രഹിക്കുന്നില്ല. ഞാനും ബുദ്ധിപൂർവ്വം നീങ്ങാൻ തീരുമാനിച്ചു. മുകളിലേക്ക് പോവുകയോ അവനുറങ്ങുന്നത് നോക്കി നിൽക്കുകയോ ചെയ്തില്ല.

ദൈവമേ! അവൻ മടങ്ങിവന്നല്ലോ. എന്റെ ഹൃദയം സ്വർഗ്ഗത്തിനുനേരെ നന്ദിയോടെ തുടിച്ചു. ദൈവത്തിനു സ്തുതി. ദൈവത്തിനു സ്തുതി.

എല്ലാം ശാന്തമായപ്പോൾ ഞാൻ ഉറങ്ങാൻ ശ്രമിച്ചു. അവനെങ്ങനെയാണ് എന്നറിയാതെ എനിക്കെങ്ങനെ ഉറങ്ങാൻ കഴിയും. എങ്കിലും ഞാൻ ചെന്ന് കാണില്ല. എന്റെ ഒരു മുറിക്കപ്പുറം അവനുണ്ട്. പക്ഷെ, എത്ര അകലെയാണ്. ഒരുപക്ഷെ, പീക്കിങ്ങിലുള്ള ജെറാൾഡിനെക്കാളും അകലെ. എനിക്കും എന്റെ മകനുമിടയിൽ ഒരു ചുമരിന്റെ അകലമേയുള്ളൂ. അവൻ പുരുഷനായിരിക്കുന്നു. എനിക്കറിയാം അവൻ എന്നിൽ നിന്ന് എന്താണ് പ്രതീക്ഷിക്കുന്നത് എന്നു കേൾക്കാൻ ഞാൻ ഇനിയും കാത്തിരുന്നേ പറ്റൂ. ഒരുപക്ഷെ, അവന് ഒരമ്മയെ ഇനി ആവശ്യമില്ലെന്നു വരാം. ഒരു സുഹൃത്തിനെ മതിയാവും. ഒരു മുതിർന്ന സ്ത്രീ സുഹൃത്ത് - ഒരു കാലത്ത് അവന്റെ അമ്മയായിരുന്നവൾ.

ഞാൻ കാത്തിരുന്നു. സമയം അത്ര പതുക്കെ ഇഴഞ്ഞുനീങ്ങി. മണിക്കൂറുകളായി ഞാൻ അങ്ങനെ കിടക്കുകയായിരുന്നു എന്നു തോന്നി. ക്ലോക്കിൽ നോക്കിയപ്പോൾ ഒരു മണിക്കൂറും പത്തുമിനിറ്റും പിന്നിട്ടിരിക്കുന്നു. വാതിൽ പതിയെ തുറക്കുന്ന ശബ്ദം കേട്ടു. ഞാൻ വിളക്ക് കത്തിക്കാൻ പോലുമാകാതെ ചലനമറ്റ് കിടന്നു. നോക്കിയപ്പോൾ വാതിലിനരികിൽ കുളിച്ചുവന്നു നിൽക്കുന്ന റെനിയെക്കണ്ടു. അവനെങ്ങും പോയിട്ടേ ഇല്ലാത്തതുപോലെ ഞാൻ ചോദിച്ചു.

"റെനി അത് നീയാണോ?"

മറ്റാരാകാനാണ്. പക്ഷെ, അത്തരം വിഡ്ഢിവാക്യങ്ങൾ ചിലനിമിഷങ്ങളെ പൂരിപ്പിക്കും. അവൻ അനായാസം മറുപടി തന്നു.

"എന്തുണ്ട് അമ്മേ?"

"സുഖായിരിക്കുന്നു, നീ വന്നേയുള്ളൂ.."

"ഞാൻ താഴെനിന്ന് കുറച്ച് ഭക്ഷണം കഴിച്ചു."

അവൻ അരികിലേക്ക് വന്നു. കിടക്കയിലിരുന്നു ഞങ്ങൾ പരസ്പരം നോക്കി.

"ഞാൻ ലൈറ്റിടട്ടേ."

'വേണ്ട, അമ്മയ്ക്ക് ഉറക്കം വരുന്നില്ലെങ്കിൽ നമുക്കിങ്ങനെ ഇരിക്കാം, കുറച്ചുനേരം. ഞാൻ അമ്മയെ ഉണർത്തിയോ?"

"എന്നു തോന്നുന്നു. സാരമില്ല." ഞാനുറക്കം അഭിനയിച്ചു. "അത്ര രാവിലെ എഴുന്നേൽക്കാറില്ല. പശുവിനെ മാറ്റ് കറന്നോളും."

"എല്ലാം നന്നായി പോകുന്നില്ലേ?"

"ഞാൻ ഒരാടിനെയും രണ്ടു കുട്ടികളെയും വാങ്ങി. അതുകൊണ്ട് പുല്ല് ചെത്തേണ്ടിവരാറില്ല." ഞാൻ അലക്ഷ്യമായി പറഞ്ഞു.

"ങ്ഹാ.. ഞാൻ വരുമ്പോ കണ്ടിരിക്കുന്നു."

പിന്നെ, ഞങ്ങൾക്കിടയിൽ ഒന്നും പറയാനുണ്ടായിരുന്നില്ല. എന്റെ ഹൃദയത്തിന്റെ തടവിൽ നിന്ന് ഒരു ചോദ്യത്തെയും രക്ഷപ്പെടാൻ ഞാൻ അനുവദിച്ചില്ല. അവൻ പറയാനാഗ്രഹിച്ചില്ല. അവൻ പറയാനാഗ്രഹിക്കുന്ന തെല്ലാം ഞാൻ ഉത്തരമായി സ്വീകരിക്കാൻ തയ്യാറായി. പക്ഷെ, അവൻ എന്താണോ പറയാൻ പോകുന്നത് എന്ന് എനിക്കറിയില്ലായിരുന്നു.

"ഞാൻ എവിടെയായിരുന്നു എന്ന് അമ്മ ചോദിച്ചില്ല."

"നിനക്കെഴുതാമായിരുന്നു."

"എനിക്ക് കഴിഞ്ഞില്ല. എവിടെയായാലും അതിൽ കാര്യമില്ല. അമ്മേ നിങ്ങളെന്തിനാണ് എനിക്ക് ജന്മം തന്നത്? ഞാൻ മുമ്പും ചോദിച്ചതാണ്."

"നീയെന്റെ ഉത്തരത്തിന് കാത്തില്ല." ഞാൻ അവനെ ഓർമ്മിപ്പിച്ചു.

"ഇപ്പോൾ കേൾക്കാം."

അവനാണ് ചോദ്യങ്ങൾ ചോദിക്കുന്നത്. ഞാനല്ല. അത്രയും സത്യസന്ധമായി ഉത്തരം പറയുക മാത്രമാണ് ഞാൻ ചെയ്യേണ്ടത്.

"നിന്റെ അച്ഛനും ഞാനും സർവ്വാത്മനാ ഗാഢമായി സ്നേഹിച്ചിരുന്നു. ആരോഗ്യവും യുവത്വമുള്ള രണ്ടുപേർക്കുമിടയിൽ സ്നേഹമുണ്ടാകുമ്പോൾ ഒരാൾ പുരുഷനും മറ്റേയാൾ സ്ത്രീയുമാണെങ്കിൽ ഒരു കുഞ്ഞ് അവരുടെ പ്രതീക്ഷയായിരിക്കും."

"പക്ഷെ, അതെന്നെ എങ്ങനെ ബാധിക്കണമെന്ന് നിങ്ങൾ ഓർക്കണമായിരുന്നു."

എന്തൊരു കയ്പ്പേറിയ കരച്ചിലാണ് ഇത്.

"നിന്റെ അച്ഛൻ അതേപ്പറ്റി ആലോചിച്ചിരുന്നു. ഞാനാണ് പറഞ്ഞത് നമ്മുടെ കുഞ്ഞ് കരുത്തനും സുന്ദരനും വ്യക്തിത്വമുള്ളവനും ഏത് സാഹചര്യത്തെയും നേരിടാൻ കഴിവുള്ളവനുമായിരിക്കും എന്ന്.

അവന്റെ വിളറിയ മുഖത്ത് കണ്ണുകൾ കൽക്കരിപോലെ കറുത്തിരുന്നു.

"ഞാൻ ചൈനയിലായിരുന്നപ്പോൾ അവരെന്നെ വിദേശി എന്നു വിളിച്ചു. ഞാനത് കാര്യമാക്കിയില്ല. ഞാൻ കരുതി എനിക്ക് ഒരു രാജ്യമുണ്ടെന്ന്. മറ്റൊരു രാജ്യമുണ്ടെന്ന്. അത് അമേരിക്കയാണെന്ന് ഞാൻ കരുതി."

"ഇവിടെയുള്ളവർ നിന്നോട് ദയയുള്ളവരാണ്." എന്റെ ചുണ്ടുകൾ വരണ്ടു.

"എനിക്ക് ആരുടെയും ദയയല്ല വേണ്ടത്, എനിക്ക് സ്നേഹമാണ്

വേണ്ടത്."

"നിനക്ക് ഇഷ്ടംപോലെ സ്നേഹം ലഭിച്ചിട്ടുണ്ട്. നിന്റെ പിതാവ് നിന്നെ സ്നേഹിക്കുന്നുണ്ട്. ഞാൻ നിന്നെ സ്നേഹിക്കുന്നുണ്ട്. മറ്റുള്ളവരിൽനിന്നും സ്നേഹം നിന്നിലേക്കുവരും. ഒരുനാൾ ഒരു സ്ത്രീയിൽ നിന്നും."

''അലിഗ്രയെ എന്നെ സ്നേഹിക്കുന്നതിൽ നിന്നും വിലക്കിയിരിക്കുന്നു. അവളുടെ രക്ഷിതാക്കൾ അത് സമ്മതിക്കുന്നില്ല."

"അവൾക്ക് അനുസരിക്കാതെയിരുന്നുകൂടെ? എന്റെ അമ്മ നിന്റെ അച്ഛനെ സ്നേഹിക്കുന്നതിൽനിന്നും വിലക്കിയിരുന്നു. ഞാൻ അനുസരിച്ചില്ല. ഞാനതിൽ പശ്ചാത്തപിക്കുന്നുമില്ല."

സത്യമായും ഞാൻ പശ്ചാത്തപിക്കുന്നില്ല. ദുഃഖിക്കാനുള്ള വലിയൊരു കാരണം ആ കത്ത് മുകളിൽ മേശവലിപ്പിൽ കിടക്കുമ്പോഴും ഞാൻ അതിൽ പശ്ചാത്തപിക്കുന്നില്ല. എനിക്കറിയാം. ഇനിയൊരിക്കലും അദ്ദേഹം എനിക്കായി കത്ത് എഴുതില്ല.

"എല്ലാ സ്ത്രീകളും കരുത്തുള്ളവരല്ല." അരുചികരമായ എന്തോ എന്നതുപോലെ അവൻ എന്നെ നോക്കി. "ഒരു സ്ത്രീ കരുത്തുറ്റവളല്ല എന്നതിനർത്ഥം അവളുടെ സ്നേഹത്തിന് വിലയില്ലെന്നല്ല."

''എന്തിനെയാണ് അലിഗ്ര ഭയക്കുന്നത്?"

പരിഹാസം മറച്ച് ഞാൻ ചോദിച്ചു.

"അവൾ എന്നെയല്ല ഭയക്കുന്നത്. എന്റെ സിരകളിൽ ഞാൻ പേറുന്ന എന്റെ ജീനിനെ, എന്റെ പാരമ്പര്യത്തെ, മായ്ക്കാനാവാത്ത എന്റെയാപാതിയെ, എനിക്ക് മാറ്റാനാവാത്ത അതിനെയാണ് അവൾ ഭയക്കുന്നത്."

"നിന്നിലെ ചൈനീസ് രക്തമാണോ?"

അവൻ തലകുലുക്കി. കൈകൾ കൂട്ടിപ്പിടിച്ചിരുന്നു. അവന്റെ കൈകൾ തികച്ചും അമേരിക്കനാണ്. അവന്റെ അച്ഛന്റേതുപോലെ വെളുത്ത് മിനുപ്പാർന്നതല്ല.

"എനിക്കു തോന്നി. നിന്റെ അച്ഛനിലെ ആ ഭാഗത്തെ ഞാനേറെ ബഹുമാനിക്കുന്നു. കാരണം ഞാനദ്ദേഹത്തെ സ്നേഹിക്കുന്നു. പക്ഷേ നിനക്കത് വേണ്ട. നിന്നോട് ലജ്ജ തോന്നുന്നു റെനീ."

"നിങ്ങൾക്കത് മനസ്സിലാവില്ല. നിങ്ങൾ അമേരിക്കനാണ്. നിങ്ങളുടെ പൈതൃകം ശുദ്ധമാണ്." അവൻ എന്റെ നേരെ അലറിക്കരയുന്നതുപോലെ പറഞ്ഞു.

"ശുദ്ധം.." ഞാനും വിഷമത്തോടെതന്നെ ഒച്ചയിട്ടു. അരഡസൻ യൂറോപ്യൻ രാഷ്ട്രങ്ങളിലെ വിമതർ, ഐറിഷ് യുവതിക്കുവേണ്ടി പൈതൃകവും മറന്ന ഇംഗ്ലീഷ് പ്രഭുവിന്റെ മകൻ, ഇന്ത്യക്കാരെ അവ

രുടെ മണ്ണിൽനിന്നും പുറന്തള്ളിയ കുശാഗ്രബുദ്ധിയുള്ള ഡച്ച് വ്യാപാരി, ഒരുപറ്റം ജർമ്മൻ...

"അതിലൊന്നും കാര്യമില്ല."

"നിങ്ങൾ വെള്ളക്കാരാണ്."

ഞാൻ തർക്കിച്ചില്ല. ഇത് തർക്കത്തിന്റെ സമയമല്ല.

"നിനക്കെന്താണ് പറയാനുള്ളത്."

"എനിക്ക് കാൻസാസിൽ പോകണം. ഈ വേനലിൽ സാമിന്റെ ഫാമിൽ ജോലി ചെയ്യണം. അവിടെ കോളേജിൽ പോകണം. സാം അവിടെ സ്കോളർഷിപ്പ് സംഘടിപ്പിച്ചുതരും."

അമ്മ അനുവദിക്കുമെങ്കിൽ എന്നോ അമ്മക്ക് വിഷമമാകില്ലെങ്കിൽ എന്നോ, ഇവിടെ എന്റെ ആവശ്യമില്ലെങ്കിൽ എന്നോ അല്ല, അവന് പോകണം എന്നാണ്. എന്നുമാത്രമാണ്. എനിക്കവന്റെ സഹായം ആവശ്യമില്ല.

"നീ ഇതു പറയാനായി വന്നതാണ്!"

"അല്ലെങ്കിൽ നിങ്ങളറിയില്ലല്ലോ." അവന്റെ കവിളെല്ലുകൾ ഉരുക്കുപോലെ കനത്തു.

എന്റെ മറ്റൊരു വിധി ഇതാ ഇങ്ങനെ കാത്തുകിടക്കുന്നു. ഞാനത് രണ്ടു കൈയും നീട്ടി സ്വീകരിക്കേണ്ടതുണ്ട്. പരാതികളില്ലാതെ.

"നിനക്കെപ്പോഴാണ് പോകേണ്ടത്?"

"ബാബയെ കണ്ടാലുടൻ"

"കുറച്ചുകൂടെ നിന്നുകൂടെ"

ഒരുപക്ഷെ, അവന്റെ മുത്തശ്ശിയെക്കുറിച്ച്, ബാബയുടെ ഭാര്യയെക്കുറിച്ച് പറയാനുള്ള സമയം ഇതാവാം. ഈ നിഷേധഭാവം അവന് അവരിൽനിന്നും കിട്ടിയതാവാം. അവർ ഒരുപാട് സഹിച്ച സ്ത്രീയാണ്. അവർ സ്നേഹിക്കപ്പെടാത്തവളുമായിരുന്നു. ഒരുപക്ഷെ, എനിക്കു കഴിയാത്തത് അവർക്ക് കഴിഞ്ഞേക്കാം. റെനിയെ സഹായിക്കാനായേക്കാം.

"ഒരുദിവസമെങ്കിലും ഇവിടെ താമസിക്കൂ റെനി. എനിക്ക് നിന്നോട് ചിലത് പറയാനുണ്ട്. ഇതുവരെ പറയാത്ത ചിലത്."

അവൻ അവന്റെ കറുത്ത കണ്ണുകൾകൊണ്ട് തുറിച്ചുനോക്കി.

"ശരി, നിങ്ങൾ അങ്ങനെയാണ് ആഗ്രഹിക്കുന്നതെങ്കിൽ.."

*** ***

എവിടെയാണ് ഞാനെന്റെ മകന് അവന്റെ വീട് ഒരുക്കുക? എവിടെയാണ് അവൻ അവന്റെ നാട് കണ്ടെത്തുക?

ബാബ വിളിച്ചപ്പോൾ ഞങ്ങൾ മുകളിലേക്ക് പോയി. ഉറക്കത്തിലേക്ക് പോകുംമുമ്പേ എന്നെപ്പോലെത്തന്നെ ബാബ കിടപ്പുണ്ടായിരുന്നു. കണ്ണു

കൾ പാതി തുറന്നിരുന്നു.

"ബാബ, ആരാ വന്നത് എന്നു നോക്കൂ.."

ബാബ കണ്ണുതുറന്നു.

"ആരാ?"

"ബാബയ്ക്കറിയാം."

"ജെറാൾഡ്.'

"അല്ല, ഇത് റെനിയാണ്."

ബാബയ്ക്ക് റെനിയെ അറിയില്ല. സ്വന്തം പേരക്കുട്ടിയെപ്പോലും മറന്നിരിക്കണം. ബാബ മെല്ലെ ചുണ്ടുകൾ ചലിപ്പിച്ചു. ഒടുവിൽ ചോദിച്ചു.

"എനിക്കിയാളെ അറിയുമോ?"

"ഉറപ്പായും, ഇത് ജെറാൾഡിന്റെയും എന്റെയും മകനാണ്. നിങ്ങളുടെ പേരക്കുട്ടി."

"ജറാൾഡിന് ഒരു മകനുണ്ടോ?"

"റെനി ക്ഷമിക്കൂ. ബാബയ്ക്ക് വയസ്സായി. അദ്ദേഹം എല്ലാം മറന്നിരിക്കുന്നു."

ഓഹ്, എത്ര വേദനയായിരുന്നു ആ ചെറുപ്പക്കാരന്റെ മുഖത്ത്."

"അതിൽ കാര്യമില്ല. ഒന്നിലും കാര്യമില്ല."

"ബാബ ഉറങ്ങിക്കോളൂ. ഞാൻ പിന്നെവരാം." ഞങ്ങൾ താഴേക്കു പോയി. ബാബ തങ്ങളിൽനിന്നും വാർദ്ധക്യത്തിന്റേതായ അകലത്തിലേക്ക് പോയിക്കഴിഞ്ഞിരിക്കുന്നു എന്ന് എനിക്ക് മനസ്സിലായി. പിന്നീട് റെനിക്കുവേണ്ടി ഞാനെന്നെ വീണ്ടെടുത്തു.

"റെനി, എന്റെ മുറിയിലേക്ക് വരൂ. നിന്നെ കാണിക്കാൻ ചില ചിത്രങ്ങളുണ്ട്. പോകുന്നതിനുമുമ്പ് നീ അവ കാണണം."

അവൻ എന്നെ പിന്തുടർന്നു. എന്റെ മുറിയിൽ ഔപചാരികതയോടെ ഒരു അതിഥിയെപ്പോലെ അവനിരുന്നു. മേശതുറന്ന് ഞാനവനെ ജെറാൾഡിന്റെ അമ്മയുടെ ചിത്രങ്ങൾ കാണിച്ചു.

"ഇതാണ് ബാബ വിവാഹം ചെയ്ത ആ ചൈനക്കാരിയായ സ്ത്രീ. നിന്റെ മുത്തശ്ശി. നിന്റെ അച്ഛന്റെ അമ്മ. അവരുടേതായ രീതിയിൽ സുന്ദരിയാണ്. പീക്കിങ്ങിലെ നിന്റെ കുടുംബപാരമ്പര്യത്തെക്കുറിച്ച് വളരെ അഭിമാനിക്കേണ്ട ഒരുവൾ. നീ നിന്റെ വലിയമ്മാവൻ വാൻ-യു-റെന്നിനെ ഓർക്കുന്നില്ലേ.."

റെനി ആ ചിത്രമെടുത്തു സൂക്ഷിച്ചുനോക്കി. "ബാബ എന്തിനാവരെ വിവാഹം ചെയ്തത്?"

"അദ്ദേഹം ജീവിക്കാനാഗ്രഹിച്ച രാജ്യത്തിന്റെ ഭാഗമാകുന്നതിനുവേണ്ടി, അദ്ദേഹം സ്നേഹിക്കുന്ന ആളുകളോട് കുറച്ചുകൂടി അടുക്കു

ന്നതിനുവേണ്ടി ഒരു വിദേശി എന്ന് തോന്നിപ്പിക്കാതിരിക്കാൻ അദ്ദേഹം ആഗ്രഹിച്ചു."

"എന്നിട്ട് അദ്ദേഹം എല്ലാം മറന്നിരിക്കുന്നു. അദ്ദേഹം എന്നെപ്പോലും അറിയുന്നില്ല. എനിക്ക് തോന്നുന്നത് അദ്ദേഹം അവരെ സ്നേഹിച്ചിട്ടില്ലെന്നാണ്."

"നീയെങ്ങനെ അത് പറയുന്നു. നിനക്കറിയില്ല."

"അവരെ സ്നേഹിച്ചിരുന്നെങ്കിൽ അദ്ദേഹം എന്നെ ഓർത്തേനെ."

അത് ഞാൻ നിഷേധിച്ചില്ല. എത്ര പ്രായാമായാലും ശരീരവും മനസ്സും ഏതെല്ലാം അവസ്ഥകളിൽക്കൂടി കടന്നുപോയാലും ഞാൻ ജെറാൾഡിനേയോ ഞങ്ങളുടെ മകനേയോ മറക്കില്ല. "അദ്ദേഹത്തിന് ശരി എന്ന് തോന്നിയത് അദ്ദേഹം ചെയ്തു."

"അതുപോര. അവിടെ സ്നേഹം ഉണ്ടാവണം." അവൻ ചിത്രം തിരിച്ചുതന്നു. എഴുന്നേറ്റുനിന്ന് കുനിഞ്ഞ് എന്റെ കവിളിൽ ചുംബിച്ചു.

'ഗുഡ്ബൈ അമ്മേ."

അവൻ വേഗത്തിൽ നടന്നകന്നു. ദൂരെ അവന്റെ പഴയ കാർ നീങ്ങുന്നത് ഞാൻ കണ്ടു. ഇത്തവണ പക്ഷേ അവൻ മടങ്ങിവരില്ല. എനിക്കറിയില്ല. ഞാൻ ഓർക്കുന്നത്, അവൻ ശുദ്ധമായ ഇംഗ്ലീഷിൽ സംസാരിക്കാൻ തുടങ്ങിയിരിക്കുന്നു. അമേരിക്കൻ ആൺകുട്ടികളുടെ സ്ലാങ്ങ് അവൻ തുടച്ചുമാറ്റിയിരിക്കുന്നു. എന്താണിതിന്റെ അർത്ഥം? എനിക്കതും അറിയില്ല.

എനിക്ക് എങ്ങും പോകാൻ പറ്റില്ല. റെനിയുടെ പിറകെ പോകാൻ പറ്റില്ല. ബാബ ഉള്ളതുകൊണ്ടുമാത്രമല്ല. (ബാബ മാത്രമേ എനിക്കുള്ളൂ). മാറ്റിനും ഭാര്യക്കുമൊപ്പം കയ്പും മധുരവും നിറഞ്ഞ അവരുടെ ജീവിതത്തിനൊപ്പം ഞാനും ഈ താഴ്‌വരയിൽ ജീവിക്കുന്നു. മാറ്റ് വളരെ പൊസ്സസ്സീവായ ഭർത്താവാണ്. അയാളുടെ ഭാര്യക്ക് അത് ഇഷ്ടവുമാണ്.

"വീട്ടിൽ ഒരാളുടെ തൊപ്പി കണ്ടാൽ മതി മാറ്റിന് ഹാലിളകും." ഇന്നു രാവിലെ അവൾ പറഞ്ഞു. "ഞാൻ അതിന് തീർച്ചയായും മറുപടി പറയും." അവളുടെ മുഖം ദേഷ്യത്താൽ ചുരുങ്ങി. പോസ്റ്റുമാൻ വരുന്നതു കണ്ടു. അയാളുടെ കൈയിൽ എനിക്കുള്ള കത്തുണ്ട്. ഞാൻ വേഗത്തിൽ അവ കൈക്കലാക്കി. അധികം ഗൗരവമുള്ളവയല്ല. ഒന്നൊഴിച്ച് അത് സിംഗപ്പൂരിൽനിന്നാണ്. ആ സ്റ്റാമ്പ് എനിക്കറിയാം. പക്ഷെ, കൈയക്ഷരം വേറെയാണ്.

"നിങ്ങളുടെ ഭർത്താവിന്റേതാണോ?"

"അല്ല," അതിനകത്ത് എന്താവും എന്ന് ഞാൻ ഭയന്നു. അയാളെ പറഞ്ഞുവിട്ട് ആ ആപ്പിൾമരച്ചുവട്ടിലിരുന്ന് ഞാനതു തുറന്നു.

'പ്രിയപ്പെട്ട സഹോദരീ,'

ഓ, ഇത് അവളുടേതാണ്.

ഇത്രകാലം കഴിഞ്ഞിട്ടും ഞാൻ ജെറാൾഡിന്റെ കത്തിന് മറുപടി എഴുതിയിരുന്നില്ല. അദ്ദേഹം എന്റെ അനുവാദം ചോദിച്ചിരുന്നു. പക്ഷേ, ഞാനത് കൊടുത്തിരുന്നില്ല. മറ്റെല്ലാത്തിന്റെയും ഇടയിൽ ഞാനത് വെച്ചു നീട്ടിയതിന്റെ കുറ്റബോധവും എനിക്കുണ്ടായിരുന്നു.

അവൾ ഇംഗ്ലീഷിലാണ് എഴുതിയിരിക്കുന്നത്. അത്ര നല്ല ഇംഗ്ലീഷല്ല. അവൾ എന്നോടെന്തോ പറയാനാഗ്രഹിക്കുന്നു. എന്റെ വീട്ടിൽ അനുവാദമില്ലാതെ കടന്നുചെന്ന് എന്റെ സ്ഥാനം അപഹരിക്കാൻ അവൾ തയ്യാറല്ലെന്ന് പറയാനും അവൾ ആഗ്രഹിക്കുന്നുണ്ട്.

'നിങ്ങൾ വളരെക്കാലം പീക്കിങ്ങിൽ ജീവിച്ചു. ഞങ്ങൾ ചൈനക്കാരെക്കുറിച്ച് നിങ്ങൾ നന്നായി മനസ്സിലാക്കിയിട്ടുണ്ട് എന്നു ഞാൻ കരുതുന്നു. ഇവിടെ ജീവിതം കൂടുതതൽ ദുഷ്കരമായിത്തീർന്നിരിക്കുന്നു. നിങ്ങളുടെ ഭർത്താവ് മാകിലിയോർഡിനും ഇത് ബുദ്ധിമുട്ടായിരിക്കുന്നു. വീട്ടിൽ ഒരു സ്ത്രീയുടെ സഹായം വീട്ടുജോലിക്കും മറ്റുമായി അദ്ദേഹം ആഗ്രഹിക്കുന്നുണ്ട്. എന്റെ ആഗ്രഹപ്രകാരം നിങ്ങൾ തിരികെവരുന്നതുവരെമാത്രം നിങ്ങളുടെ അഭാവത്തിൽ, നിങ്ങൾ തിരിച്ചെത്തിയാൽ, നിങ്ങളാഗ്രഹിക്കുന്നുവെങ്കിൽ ഞാൻ പോവുന്നതായിരിക്കും. നിങ്ങളോടെനിക്ക് ഒരു മുതിർന്ന സഹോദരിയോടുള്ള സ്നേഹമുണ്ട്. എനിക്ക് അനുവാദം തരൂ. നിങ്ങൾ പറഞ്ഞുതരുന്നതുപോലെ അദ്ദേഹത്തെ സന്തോഷിപ്പിക്കാൻ ഞാൻ ആഗ്രഹിക്കുന്നു. അതെന്റെ കടമയാണ്. പക്ഷേ, ആദ്യം എനിക്ക് നിങ്ങളുടെ അനുവാദം ആവശ്യമാണ്. ദയവായി അദ്ദേഹത്തിന്റെ ജീവൻ സംരക്ഷിക്കൂ. ഞാനീ കത്ത് സിംഗപ്പൂരിലുള്ള എന്റെ സുഹൃത്തു വഴിയാണ് അയക്കുന്നത്. മറുപടിയും അങ്ങനെതന്നെ തരൂ..

നിങ്ങളുടെ ഇളയ സഹോദരി.

മെയ്‌ലാൻ'

സിംഗപ്പൂരിലെ ഒരു സിൽക്കുകടയിലെ വിലാസമാണ് അതിലുള്ളത്. സിംഗപ്പൂരിലെ ചൈനയുമായി ബന്ധമുള്ള ആരോ ഒരാളുടെ വിലാസം. ജെറാൾഡിന് എഴുതാനുള്ള ധൈര്യം ഉണ്ടാവണമെന്ന് ഞാൻ ഇപ്പോൾ ആഗ്രഹിക്കുന്നു. പക്ഷെ എന്താണ് എഴുതേണ്ടത്? എന്റെ സ്ഥാനം മറ്റൊരു സ്ത്രീക്ക് കൈമാറാനുള്ള അനുവാദം കൊടുക്കണോ. അവൾക്ക് എന്റെ സ്ഥാനം ഏറ്റെടുക്കാൻ പറ്റുമോ? മറ്റൊരമേരിക്കൻ സ്ത്രീക്കും ഇതുപോലെ അവസ്ഥ ഉണ്ടായിട്ടുണ്ടാവില്ല. ഈ കത്തിന്

ഇന്ന് മറുപടി എഴുതാൻ എനിക്കു കഴിയില്ല. ഞാൻ ശബ്ദമില്ലാത്തവ ളായിരിക്കുന്നു.

ഞാൻ എന്റെ മുറിയിലേക്ക് ചെന്നു. അദ്ദേഹത്തിന്റെ കത്തുകൾ വലി പ്പിൽനിന്ന് പുറത്തെടുത്തു. അവ ഒന്നുകൂടെ വായിച്ച് ഞാൻ അവിടെ ഇരുന്നു. ഞാൻ ഓരോ വരിയും എടുത്ത് എന്റേതായി വായിച്ചു. ഇനി എനിക്കവ മറക്കാൻ കഴിയില്ല. ഇതാണ് പീക്കിങ്ങിൽനിന്നുള്ള ആ എഴു ത്ത്. ജെറാൾഡിന്റെ അവസാനത്തെ കത്ത്.

"എന്റെ പ്രിയപ്പെട്ടവളേ,

പറയാൻ പോകുന്ന മറ്റെന്തിനും മുന്നേ, നിന്നെ മാത്രമാണ് ഞാൻ സ്നേഹിക്കുന്നത് എന്നു പറയാൻ എന്നെ അനുവദിക്കൂ. ഇപ്പോൾ ഞാൻ ചെയ്യുന്ന എന്തിലുമപ്പുറം നിന്നെയാണ് ഞാൻ സ്നേഹിച്ചത്. എന്നിൽനിന്നും ഇനിയുമൊരു കത്ത് നിന്നിലേക്കെത്തിയില്ലെങ്കിൽ, അറി യുക, ഞാനെന്റെ ഹൃദയത്തിൽ എന്നും നിനക്കായ് കത്തുകൾ എഴു തുന്നുണ്ട്.

ഞാനിതു പറയുന്നത് ഇനി പറയാൻ പോകുന്ന ഒരു കാര്യത്തിനു വേണ്ടിയാണ്. എന്റെ വീട്ടിലേക്ക് ഒരു ചൈനീസ് സ്ത്രീയെ കൊണ്ടുവ രേണ്ട അവസ്ഥ വന്നിരിക്കുന്നു. വീട് നോക്കാനും തുണിയലക്കാനും ഒരാൾക്കുവേണ്ടി മാത്രമല്ല. നീ എനിക്ക് സഹായമായിരുന്നു. എന്നും ഞാനിതിലൊക്കെ എത്ര നിസ്സാരനായിരുന്നു എന്നും നിനക്കറിയാമല്ലോ. അതിലുമപ്പുറം ഇവിടെ എന്നെത്തന്നെ തെളിയിക്കുന്നതിനായും അത് ആവശ്യമായി വന്നിരിക്കുന്നു. ഇപ്പോൾ അധികാരത്തിലുള്ളവരോട് എനി ക്കുള്ള വിശ്വാസ്യത തെളിയിക്കുന്നതിനുവേണ്ടിയും കൂടിയാണത്. എന്നി ലുള്ള വിദേശരക്തം ഇവിടെ ബാധ്യതയാകാതെയിരിക്കുന്നതിനുവേണ്ടി ഞാൻ മറ്റൊരു സ്ത്രീയെ സ്വീകരിക്കാൻ നിർബന്ധിതനായിരിക്കുന്നു. ഞാനും നീയും പരസ്പരം വിശ്വസ്തരായിരുന്നു. അല്പമെങ്കിലും വി ശ്വസ്തതക്കുറവ് എനിക്കു പണ്ടുണ്ടായിരുന്നെങ്കിൽ ഞാൻ നമ്മുടെ ജീവിതം മറന്നുപോയേനെ. ഞാനത് ഒരിക്കലും മറക്കില്ല. അതുകൊ ണ്ടാണ് പറയുന്നത്.

എനിക്ക് ഇനിയും കത്തുകൾ എഴുതാൻ കഴിയില്ല. അത് വളരെ അപ കടകരമാണ്, നമ്മുടെ മകനും. നിന്റെ രാജ്യത്ത് അവൻ സുരക്ഷിതനാ ണെന്ന് നീ കരുതും. എന്നാൽ ഞാൻ നിങ്ങളെ നിരാകരിക്കാത്തിട ത്തോളം അവൻ സുരക്ഷിതനല്ല. ഞാനതു പരസ്യമായി ചെയ്തു എന്നല്ല അർത്ഥം. ഈ ദിവസങ്ങൾ മറികടക്കുന്നതിനുവേണ്ടി ഞാൻ ജീവിക്കാനാഗ്രഹിക്കുന്നു. ഇതു മറികടക്കുന്നതിന് വേണ്ടി എല്ലാവിധ

ത്തിലും പരിശ്രമിക്കുന്നതിനിടയിൽ ഞാൻ മരിച്ചുപോയാൽ പ്രിയപ്പെട്ട ഈവ്, എന്റെ ചിന്തകൾ എന്നും നിന്നെപ്പറ്റിയായിരുന്നു എന്ന് ഓർക്കണം.

ജെറാൾഡ്'

ഞാൻ തീർച്ചയായും അനുവാദം നൽകണം. എന്തുകൊണ്ട് ഞാൻ ഇത്രകാലം ഇത് താമസിപ്പിച്ചുവെന്ന് എനിക്കറിയില്ല. എന്താണ് ചെയ്യേണ്ടതെന്ന് എനിക്കറിയില്ലായിരുന്നു. ഇപ്പോൾ ഈ കത്ത് ഒരു സ്ത്രീയാണ് അയച്ചത് എനിക്കറിയാം. അവൾ ജെറാൾഡിന്റെ അരികിലേക്ക് ഇതുവരെ പോയിട്ടില്ല. ഞാൻ അനുവാദം കൊടുക്കേണ്ടതുണ്ട്. ഞാൻ കമ്പി അയക്കാമായിരുന്നു. അത് ഏറെ അപകടമാണ്. അമേരിക്കയിൽനിന്നോ ഒരു ബ്രിട്ടീഷ് കോളനിയിൽനിന്നോ ചൈനയിലേക്ക് കമ്പിസന്ദേശം അയക്കുന്നത് പ്രശ്നത്തിലാക്കും. ഞാൻ എയർമെയിൽ വഴി കത്തെഴുതാൻ തീരുമാനിച്ചു. അങ്ങനെ എഴുതി. ഞാനൊരു കോപ്പി ഇവിടെ സൂക്ഷിച്ചു. ഞാൻ എന്താണ് എഴുതയിതെന്ന് അറിയാൻവേണ്ടി. എന്നെങ്കിലും ഞാനും ജെറാൾഡും വീണ്ടും കണ്ടുമുട്ടുകയാണെങ്കിൽ ഇവിടെ തെളിവുണ്ട്. എന്നെ സംബന്ധിച്ചിടത്തോളം ജെറാൾഡിനുവേണ്ടിയാണ് എഴുതുന്നത്. അതെ എന്റെ പ്രിയപ്പെട്ടവനേ, ഞാൻ നിനക്കുവേണ്ടിയാണ് ഇതെഴുതുന്നത്. നിനക്ക് എന്റെ അരികിലേക്കോ എനിക്ക് നിന്റെ അരികിലേക്കോ വരാൻ കഴിഞ്ഞില്ലെങ്കിൽ എന്നെങ്കിലും ഈ തെളിവുകൾ ഞാൻ നിനക്ക് അയച്ചുതരും. അത് അവിടത്തെ അവസാനദിവസം ഞാൻ നിന്നോടു പറഞ്ഞിരുന്നു. ഇതുപോലെ ഒരു റെക്കോർഡ് സൂക്ഷിക്കാൻ. ഓ, അതുവേണ്ട, നീ ജീവിക്കുന്നിടത്ത് അതൊരിക്കലും സുരക്ഷിതമാവില്ല. വേലക്കാർക്ക് ഒരുപക്ഷേ നീ കൊടുക്കുന്നതിനേക്കാൾ വലിയ ശമ്പളം അവരിൽനിന്ന് കിട്ടുന്നുണ്ടാവാം. ഇവിടെ ശാന്തമായ ഈ വെർമോണ്ട് താഴ്വരയിൽ ചാരൻമാരൊന്നുമില്ല. ഇല്ലെന്നുതന്നെ ഞാൻ കരുതുന്നു. ഞാനീ കത്ത് മെയ്-ലാന് എഴുതുന്നു. അവൾ കുടുംബപ്പേരൊന്നും ഇതിൽ ചേർത്തിട്ടില്ല. മെയ്-ലാൻ ഒരു സാധാരണ പേരാണ്. അതിനാൽ കണ്ടുപിടിക്കാൻ ബുദ്ധിമുട്ടാണ്. പക്ഷെ, അവളുടെ പേരിൽ കാര്യമില്ല.

പ്രിയപ്പെട്ട അനുജത്തീ,

നിന്റെ കത്തു കിട്ടി. ഞാനതു വായിച്ചു. ഞാൻ അനുവാദം തരുന്നു. നീ എന്റെ സ്ഥാനം എടുക്കേണ്ടതില്ല. ഓരോ സ്ത്രീക്കും ഒരു പുരുഷനിൽ അവളുടേതായ സ്ഥാനം ഉണ്ട്. നീ എന്റെ വീട്ടിൽ പ്രവേശിച്ച് നിന്റേതായ സ്ഥാനം അവിടെയുണ്ടാക്കൂ. എനിക്ക് ഇവിടെ ആരോടും അതേക്കുറിച്ച് പറയേണ്ടതില്ല. ആർക്കും അത് മനസ്സിലാവുകയുമില്ല. നീ പറ

ഞ്ഞതു വാസ്തവമാണ്. എനിക്കു മനസ്സിലാവും. എന്നിരുന്നാലും എന്റെ ചങ്കുപൊട്ടുന്നു. അദ്ദേഹത്തെ നന്നായി നോക്കൂ. ഞാൻ അദ്ദേഹത്തെ സ്നേഹിക്കുന്നു.

എലിസബത്ത്'

സ്റ്റാമ്പൊട്ടിച്ചശേഷം ഞാൻതന്നെ പോസ്റ്റോഫീസിൽ ചെന്ന് തപാൽപെട്ടിയിലിട്ടു. മിസ്, മരിയ എന്നെ കണ്ടു. അവൾ ഞങ്ങളുടെ പോസ്റ്റ് മിസ്ട്രസാണ്. തടിച്ച് നല്ല സൗഹാർദ്ദമുള്ള അവിവാഹിതയായ ഒരു സ്ത്രീ.

"ഭർത്താവിനുള്ള കത്താണോ?" അവർ അന്വേഷിച്ചു.

"അല്ല ഭർത്താവിനല്ല."

"അർ കത്തെടുത്തുനോക്കി. വിദേശ അഡ്രസ്സാണല്ലോ. ചൈനയിലേക്കാണോ?"

"അല്ല. സിംഗപ്പൂരിലേക്ക്. ബ്രിട്ടീഷ് കോളനിയിൽ."

"അവിടെ ഇപ്പോ കോളനിയൊന്നുമില്ലെന്നാ ഞാൻ വിചാരിച്ചത്."

"അവർ ഇന്ത്യയിൽനിന്നും മടങ്ങിയെങ്കിലും ഹോങ്കോങ്ങും സിംഗപ്പൂരും വിട്ടുകൊടുത്തിട്ടില്ല."

"അതെയോ?"

വിശ്വാസമില്ലാത്തതുപോലെ അവരെന്നെ നോക്കി. പക്ഷെ, ഒന്നും പറഞ്ഞില്ല. ഞാൻ വീട്ടിലേക്ക് തിരിച്ചുപോയി. ബാബ അപ്പോഴും എഴുന്നേറ്റില്ല. ഒന്നും അറിയാത്തതുപോലെ കിടക്കുമെങ്കിലും ചിലപ്പോൾ അപ്രതീക്ഷിതമായി ചില ഓർമ്മകൾ ബാബയിലേക്ക് വരാറുണ്ട്. റെനിയും അതുപോലെ ഒന്ന് ബാബയെ ഓർമ്മിപ്പിച്ചുകാണണം.

"ഇന്നലെ ഇവിടെ ആരെങ്കിലും വന്നിരുന്നോ?"

"വന്നു ബാബ, അത് റെനിയായിരുന്നു."

"റെനി, ആരാണ് റെനി?"

"അങ്ങയുടെ പേരക്കുട്ടി."

ആ അറിവിൽ അദ്ദേഹം മിണ്ടാതിരുന്നു. അരമണിക്കൂർ കഴിഞ്ഞ് തന്റെ മുറിയിലേക്ക് പോവുംമുമ്പ് വളരെ വ്യക്തമായി പറഞ്ഞു.

"ഞാൻ വിചാരിച്ചു അത് എയ്-ലാൻ ആണെന്ന്.

"അതെങ്ങനെ ബാബ. അവർ സ്ത്രീയല്ലേ. റെനി ഒരു പുരുഷല്ലേ."

മേശ തുടക്കുന്നതിനിടയിൽ ഞാൻ കളിയാക്കി ചോദിച്ചു.

"അവൾ ആണുങ്ങളെപ്പോലെയായിരുന്നു കാണാൻ. കടുംനീല ജാക്കറ്റും ട്രൗസറുമൊക്കെയുള്ള യൂണിഫോം ധരിച്ചിരുന്നു. അതെന്നെ അമ്പരപ്പിച്ചിരുന്നു."

അത് ഒരു സ്ത്രീയിൽ കാണാൻ അമ്പരപ്പ് തോന്നിക്കും.

ഞാൻ ശ്രദ്ധിക്കാൻ തുടങ്ങി. അപ്പോൾ റെനി കാഴ്ചയിൽ അവന്റെ ചൈനക്കാരിയായ മുത്തശ്ശിയെപ്പോലെയാണ്. ഉറപ്പായും ജെറാൾഡിനെപ്പോലെയും. കാരണം ജെറാൾഡ് അമ്മയെപ്പോലെയാണ്. പീക്കിങ്ങിൽ എല്ലാവരും ജെറാൾഡ് അച്ഛനെപ്പോലെയാണെന്നും പറയും.പക്ഷെ, രണ്ടും ശരിയാണ്. "എയ്ലാൻ കൊല്ലപ്പെടുകയായിരുന്നു." ബാബ വേദനയോടെ പറഞ്ഞു. ആ ചുളിഞ്ഞമുഖം കൂടുതൽ ചുരുളുകയും കണ്ണീരുവീഴുകയും ചെയ്തു.

"ഒരുപാട് കാലം മുമ്പാണ് ബാബ."

"അല്ലെന്നു തോന്നുന്നു."

"രണ്ടോ മൂന്നോ വർഷമേ ആയുള്ളൂ എന്നാണ് എനിക്ക് തോന്നുന്നത്. അവളുടെ കുഴിമാടം ഇപ്പോഴും ഉണങ്ങിയിട്ടുണ്ടാവില്ല. എവിടെയാണത്." അദ്ദേഹം ചോദിച്ചു.

അദ്ദേഹം മരിച്ചുപോയ തന്റെ ഭാര്യയെ ഓർത്ത് കരയാൻ തുടങ്ങി. പക്ഷെ, എന്തുകൊണ്ട് ഇപ്പോൾ ഇക്കാലമത്രയും കഴിഞ്ഞ്.

"ബാബയ്ക്കവരെ ഇഷ്ടമായിരുന്നോ?"

ബാബ ഒരുനിമിഷം നിന്നു. തന്റെ തെളിഞ്ഞ ഓർമ്മയിൽ സംസാരിച്ചു.

"ഞാനവരെ സ്നേഹിച്ചിരുന്നില്ല. വിശുദ്ധഗ്രന്ഥങ്ങൾ പറയുന്നത് പുരുഷൻ അവന്റെ ഭാര്യയോട് വിശ്വസ്തനായിരിക്കണമെന്നാണ്. അതെങ്ങനെ എന്ന് അവർ പറഞ്ഞിട്ടില്ല. എനിക്കതിന് കഴിയില്ലെന്ന് അവൾക്കറിയാമായിരുന്നു.

"പക്ഷെ, നിങ്ങൾക്ക് ഒരു മകനുണ്ടായിരുന്നു."

ഞാനദ്ദേഹത്തെ ആശ്വസിപ്പിക്കാനായി പറഞ്ഞു.

"ശരിയാണ്. പക്ഷെ അവൾക്കറിയാം."

"നന്നായറിയാം. തെളിഞ്ഞ വേനൽക്കാലത്തെ ആ പത്തുമണിനേരം അവനുണ്ടായ സമയം. ഞാനവളുടെ മുറിയിൽച്ചെന്നു. അവലുടെ അരികിൽ കുഞ്ഞ് ഉറങ്ങുന്നുണ്ടായിരുന്നു. ഞാൻ നിങ്ങൾക്ക് ഒരു മകനെ തന്നിരിക്കുന്നു. അതാണവർ പറഞ്ഞത്. എനിക്കൊന്നും മിണ്ടാനായില്ല. കുട്ടിക്ക് നീണ്ട കറുത്ത മുടിയുണ്ടായിരുന്നു. എന്റെ മകൻ ചൈനക്കാരനാവുക എന്നത് എന്നെ ഞെട്ടിച്ചു. ഞാൻ മാനസികമായി ആ വാർത്ത സ്വീകരിക്കാൻ ഒരുക്കമല്ലായിരുന്നു."

"ബാബ അമ്മ ചൈനക്കാരിയാണ്, നിങ്ങളുടെ ഭാര്യ" ഞാൻ ചിരിക്കാൻ ശ്രമിച്ചു. പക്ഷെ അദ്ദേഹം മുഖം ചലിപ്പിച്ചുകൊണ്ടിരുന്നു.

"ഞാൻ തയ്യാറായിരുന്നില്ല."

അദ്ദേഹം എന്താണ് ഉദ്ദേശിച്ചതെന്നുവെച്ചാൽ ഒരു കുഞ്ഞിനെപ്പറ്റി

ചിന്തിച്ചിരുന്നില്ല. തന്റേതായ ആവശ്യങ്ങൾക്കുവേണ്ടിയാണ് അദ്ദേഹം വിവാഹം ചെയ്തത്. അല്ലാതെ ഒരു മകന് വേണ്ടിയായിരുന്നില്ല. അദ്ദേഹത്തിന് അവനെ വേണ്ടിയിരുന്നില്ല. ആ ആവശ്യമില്ലായ്മ ജെറാൾഡിൽ വേണ്ടുവോളമുണ്ടായിരുന്നു, പിൻവലിക്കാത്ത ഒരു ഉടവാളുപോലെ. ഒരിക്കലും ഉണങ്ങാത്ത ഒരു മുറിവുപോലെ. അതാണ് എന്നിലേക്കും എന്റെ രാജ്യത്തിലേക്കും വരുന്നതിൽനിന്നും ജെറാൾഡിനെ തടഞ്ഞത്. എനിക്കതു കാണാനാകുന്നു. എനിക്കത് അനുഭവിക്കാനാകുന്നു. റെനിയും അതേ അടയാളങ്ങൾ പേറുകയും ഇവിടെ ജീവിക്കുകയും ചെയ്യുന്നു. സ്നേഹിക്കപ്പെടായ്ക എത്ര വലിയ മുറിവാണ്. തലമുറയിൽനിന്നും തലമുറയിലേക്ക് ഏറ്റവും പുതിയ കുഞ്ഞിലേക്കുപോലും അത് കൈമാറുന്നു. ഒരു സ്നേഹം എവിടെവെച്ചെങ്കിലും ആരിൽനിന്നെങ്കിലും കണ്ടെത്തുംവരെ അത് ഉണങ്ങുന്നില്ല.

ബാബ പിന്നെയും കരച്ചിൽ തുടങ്ങി. വിഷയം മാറുന്നതിനുവേണ്ടി ഞാൻ ചോദിച്ചു.

“ബാബ സാം ബ്ലെയിനെ അറിയുമോ?’

ബാബ അതിലേക്കു വന്നു. ആലോചിച്ചു.

“എനിക്കറിയാമോ?”

“കാൻസാസിൽ ബാബ അദ്ദേഹത്തിന്റെ ചെറിയ ഒരു വീട്ടിലാണ് കഴിഞ്ഞത്.”

“ഞാനോ”

“അതെ. ഞാനതു പറയാൻ കാരണം റെനി അങ്ങോട്ടു പോയിരിക്കുകയാണ്. അവിടെ ജോലി ചെയ്യാൻ പോകുന്നു. യുദ്ധത്തിന്റെ സമയത്ത് സാംബ്ലെയിൻ ചൈനയിലുണ്ടായിരുന്നു. അയാൾക്ക് ചൈനയേയും അവിടത്തെ ആളുകളേയും ഇഷ്ടമായിരുന്നു. അവരൊക്കെ അദ്ദേഹത്തോട് അലിവുള്ളവരായിരുന്നു. അതുകൊണ്ടാണ് സാം ബാബയോടും സ്നേഹത്തോടെ പെരുമാറിയത്. അതുകൊണ്ടാണ് അസുഖം ബാധിച്ച് ട്രെയിനിൽ നിന്നും ഇറക്കിയ ബാബയെ അദ്ദേഹം കൂട്ടിക്കൊണ്ടുപോയത്. എങ്ങനെയെന്ന് എനിക്കറിയില്ല. ഒരിക്കൽ അതേപ്പറ്റി ചോദിക്കണം. പിന്നെ അയാൾ ബാബയുടെ സുഹൃത്തായി. ഇപ്പോൾ റെനിയുടെയും.

ബാബയ്ക്ക് ഒന്നും ഓർമ്മ കിട്ടിയില്ല. പക്ഷെ, അദ്ദേഹം കരയാൻ മറന്നു. ഞാനാ കസേര ജനാലക്ക് അരികിലേക്ക് നീക്കിയിട്ടു. ബാബയ്ക്ക് അവിടെ ഇരിക്കാൻ ഇഷ്ടമാണ്. അവിടെ താഴ്വാരം നോക്കി ഇരിക്കും.

“ഞാൻ വേഗം വരാം.” ബാബയെ അവിടെവിട്ട് ഞാനെന്റെ ജോലികളിലേക്ക് മടങ്ങി.

ഇന്നുരാത്രി ഉറങ്ങാൻ പോവുന്നതിനുമുമ്പ് പൊടുന്നനെ ബാബയ്ക്ക് സാംബ്ലെയിനെ ഓർമ്മ വന്നു. ഞാൻ മുറി അടക്കാൻ തുടങ്ങുകയായിരുന്നു. ശുഭരാത്രി പറഞ്ഞിരുന്നു.

"സാംബ്ലെയിൻ"

"അതെ."

"സാംബ്ലെയിന് 42 വയസ്സുണ്ട്. വിവാഹം കഴിച്ചിട്ടില്ല. രണ്ടായിരം ഏക്കറോളം നല്ല മണ്ണ് പാരമ്പര്യമായി കിട്ടിയിട്ടുണ്ട് സാമിന്റെ പിതാവിന് കന്നുകാലി വളർത്തലായിരുന്നു തൊഴിൽ. അദ്ദേഹത്തിന് രണ്ടു ഖനികളുണ്ട്. അയാളുടെ ഭാര്യ കുഞ്ഞിന് രണ്ടുവയസ്സുള്ളപ്പോൾ മരിച്ചുപോയി. സാം അയാളുടെ മകനാണ്."

"ബാബ എത്ര നന്നായി ഓർക്കുന്നു." ഞാൻ ബാബയുടെ അരികിലേക്ക് വന്നിരുന്നു. "അയാൾ എന്നെ ട്രെയിനിൽനിന്നും കൂട്ടിക്കൊണ്ടുപോന്നു. എനിക്ക് പനിപിടിച്ചു. എന്നോട് റെയിൽവേ സ്റ്റേഷനിൽ കാത്തിരിക്കാൻ പറഞ്ഞു. അയാൾ എന്തോ ചരക്ക് കൊണ്ടുപോകാൻ റെയിൽവേ സ്റ്റേഷനിൽ വന്നതായിരുന്നു.

"എനിക്ക് ടൈഫോഡിയ് ആയിരുന്നു. നല്ല ക്ഷീണമുണ്ടായിരുന്നു. സാം എനിക്കൊപ്പം ആ കുടിലിൽ താമസിച്ചു."

കുറേശ്ശെകുറേശ്ശെയായി ബാബ മുഴുവൻ കഥയും പറഞ്ഞുതന്നു. "രാത്രി ഉണർന്നപ്പോൾ എവിടെയാണെന്ന് ഓർമ്മവന്നില്ല. സാം അരികിലിരുന്ന് ചൈനയെപ്പറ്റിപ്പറഞ്ഞു. ചൈനയെക്കുറിച്ചും അവിടത്തെ ഗ്രാമങ്ങളെക്കുറിച്ചും റോഡുകളെക്കുറിച്ചും രാപ്പാടികളെക്കുറിച്ചും പറഞ്ഞു." യുദ്ധത്തിന്റെ സമയത്തായിരുന്നു സാം അവിടെ ഉണ്ടായിരുന്നത്. പക്ഷേ ഒരിക്കൽപ്പോലും അദ്ദേഹം യുദ്ധത്തെക്കുറിച്ചോ മരണത്തെക്കുറിച്ചോ പറഞ്ഞില്ല. അതിനുപകരം അയാൾ ബാബയോട് പ്രശാന്തമായ കാഴ്ചകളെക്കുറിച്ചും വൈകുന്നേരം വാതിൽക്കലിരിക്കുന്ന അവിടങ്ങളിലെ കുടുംബങ്ങളെക്കുറിച്ചും വയലുകളിൽ പണിയെടുക്കുന്നവരെക്കുറിച്ചും കുളത്തിൽ തുണിയലക്കുന്ന സ്ത്രീകളെക്കുറിച്ചും പറഞ്ഞു.

അത് എന്നോടും ആവർത്തിച്ചുകൊണ്ടിരിക്കെ ബാബ പെട്ടെന്ന് ആശങ്കയിലാണ്ടു. ആ കണ്ണുകൾ ചെറുതായി. ക്ഷീണിച്ച ഒരു കുട്ടിയെപ്പോലെയായി അദ്ദേഹം.

"നമ്മളൊരിക്കൽ ജീവിച്ച ആ സ്ഥലം എവിടെയായിരുന്നു?" അദ്ദേഹം ചോദിച്ചു.

"അതെന്നും അവിടെത്തന്നെ ബാബ. കടലിനക്കരെ ജെറാൾഡ് അവിടെയാണ് ഇപ്പോഴും ഉള്ളത്."

"അപ്പോൾ നമ്മളെവിടെയാണ്? അദ്ദേഹത്തിന് സംശയമായി.

എന്തുകൊണ്ടെന്നറിയില്ല, എന്റെ ഹൃദയം വല്ലാതെ മുറിപ്പെട്ടു. ഞാനാ വൃദ്ധന്റെ മാറിലേക്ക് ചാഞ്ഞു.

"ഇപ്പോൾ നീയാണ് കരയന്നത്." ഞാൻ അവിടെനിന്നും കര ച്ചൽനിർത്തി. എഴുന്നേൽക്കുംവരെ ബാബ ക്ഷമയോടെ അനങ്ങാതെ യിരുന്നു. ആ നെഞ്ചിൽ ചൂടല്ല. അവസാനമടുത്തതിന്റെ ശാന്തത മാത്ര മാണ്. കരച്ചിൽ മാറിയപ്പോൾ ഞാൻ ശിരസ്സുയർത്തി.

"ഉറങ്ങാൻ സമയമായി." ഞാൻ പറഞ്ഞു.

"നീയുറങ്ങുമോ?"

"അധികം വൈകാതെ ഞാനുമുറങ്ങും."

ഉറപ്പുകൊടുത്ത് എന്റെ പുതപ്പ് ആ ചുമലിൽ ഇട്ട് ഞാൻ നടന്നു.

*** ***

ഓഹ്. താഴ്‌വരയിലെ രാത്രിയുടെ സങ്കടകരമായ നിശബ്ദത. ഏതോ ഗ്രഹത്തിൽ തനിച്ചു താമസിക്കുന്ന ജീവിയുടേതുപോലുള്ള ഏകാന്ത ത. എന്റെ അരികിലേക്ക് ആരും വരാനില്ല. എവിടെയൊക്കെയോ ചില വിളക്കുകൾ മിന്നുന്നുണ്ട്. അതിനർത്ഥം അല്പം അകലെയായി ഒരു വീടോ ഒന്നോ രണ്ടോ ആളുകളോ കുട്ടികളോ ഉണ്ടായേക്കാം.

മാറ്റിന്റെ വീട്ടിലെ എണ്ണവിളക്ക് മഞ്ഞനിറത്തിൽ പ്രകാശിക്കുന്നുണ്ട്. കുറച്ച താഴെ താഴ്‌വാരത്തിനടിയിലായി ഒരൊറ്റ വിളക്കിന്റെ പ്രകാശമു ണ്ട്. അതിന്റെ പ്രകാശത്തിൽ ബ്രൂസ് സ്പോൾഡന്റെ ഓഫീസ് മുറി യുടെ വാതിൽ കാണാം. ഇവിടെ ഈ താഴ്‌വാരത്തിന്റെ വേനൽക്കാല ജീവിതം എനിക്കറിയാം. ഒരു വിളക്കുപോലും എനിക്കുവേണ്ടി കത്തു ന്നതല്ല. ചില ദിവസങ്ങളിൽ ഞാനീ വീടിന്റെ എല്ലാ മുറികളിലും പ്രകാശം തെളിയിക്കും. ഇതുവഴി കടന്നുപോകുന്നവർ എനിക്ക് നിറയെ വിരുന്നു കാരുണ്ടാകുമെന്ന് കരുതുമായിരിക്കും. കരുതട്ടെ പക്ഷെ, എനിക്ക് വിരു ന്നുകാരാരും ഉണ്ടാവാറില്ല.

ഇന്നുരാത്രി ഏകാന്തത അസഹ്യമായപ്പോൾ ഞാൻ മുകളിലത്തെ നിലയിലേക്ക് പോയി. ആ കത്തുകളെല്ലാം ക്രമത്തിൽ എടുത്തുവച്ചു. അധികമൊന്നുമില്ല. അത് അവസാനത്തേതു കൂടാതെ ഒരു പന്ത്രണ്ടെണ്ണം ആദ്യത്തേത് ഞങ്ങൾ ഷാങ്ഹായിൽനിന്ന് വന്നയുടനെ അയച്ചതാണ്. അദ്ദേഹത്തെ അവിടെ വിട്ടിട്ട് വന്നത് ശരിയായിരുന്നോഎന്ന് ഇപ്പോ തോന്നും. ശരിയാണ്, അദ്ദേഹമാണ് പോരാൻ നിർബന്ധിച്ചത്. എങ്കിലും ആ സമയത്ത് ജെറാൾഡിന് അത്രയധികം ഭയമൊന്നുമുണ്ടായിരുന്നി ല്ല. മാത്രവുമല്ല സന്തോഷവാനുമായിരുന്നു. കടന്നുപോന്ന ദിവസങ്ങളേ ക്കാൾ ഭീതിയുള്ള കാലം ഇനി വരാനില്ല എന്നുതന്നെ അദ്ദേഹം കരുതി യിരുന്നു. പുതിയ ഗവൺമന്റിൽ അദ്ദേഹത്തിന് പ്രതീക്ഷയുണ്ടായിരു

ന്നു. പുതിയ ഭരണാധികാരികൾ കാര്യങ്ങൾ നന്നായി കൊണ്ടുപോകുന്നുണ്ടായിരുന്നു.

വിശ്വസിക്കാൻ പറ്റില്ല. ഞങ്ങൾ താമസിച്ച ഹോട്ടലിന്റെ മാനേജർ മി. പിലോവ്സ്കിയാണ് മീശ ചീകിയൊതുക്കിക്കൊണ്ട് പറഞ്ഞത്. കറുത്ത മീശയാണ് പക്ഷെ, ഡൈ ചെയ്തതവയാകണം. അയാൾക്ക് എഴുപത് കഴിഞ്ഞിട്ടുണ്ടാകും. “വിപ്ലവകാരികളെ വിശ്വസിക്കാൻ കഴിയില്ല. അവരെ ലോകത്തെവിടെയും വിശ്വസിക്കാൻ കൊള്ളില്ല. എല്ലാം നേരെയാക്കാമെന്നു പറഞ്ഞാണ് റഷ്യയിൽ വന്നത്. എന്നിട്ടോ, ഫ്രാൻസിൽ മുമ്പു ചെയ്തതുപോലെ രാജാവിനെയും കുടുംബത്തെയും കൊന്നൊടുക്കി എല്ലാം താറുമാറാക്കി.”

ജെറാൾഡ് അയാളോട് തർക്കിച്ചു. “നമ്മൾ ഭയക്കാതെ മുന്നോട്ടു പോകണം മി. പിലോവ്സ്കി. യുദ്ധത്തിനുശേഷം ആളുകൾ ഭയന്നിരിക്കുന്നു. ഭയമാണ് ഇല്ലാതാക്കേണ്ടത്. ഒന്നും സംഭവിക്കില്ല.”

“ക്രൂരതയല്ലാതെ മറ്റൊന്നും സംഭവിച്ചിട്ടില്ലെന്ന് നിങ്ങളൊരിക്കൽ അറിയും.” പിലോവ്സ്കി ഉറച്ചുപറഞ്ഞു. അയാൾ അപ്പോഴേക്കും അരിശം കൊണ്ട് ചുവന്നിരുന്നു. ജെറാൾഡാവട്ടെ അപ്പോഴും താൻ പറയുന്നതാണ് ശരി എന്ന മട്ടിൽ തർക്കിക്കാനുള്ള അവസ്ഥയിലായിരുന്നു. അത് ആ മേധാവിത്വം സ്ഥാപിക്കൽ ചൈനക്കാരുടെ ഒരു സ്വഭാവമാണ്. മറ്റുള്ളവരിൽനിന്ന് വേർതിരിച്ച് നിർത്തുന്ന ഇത്തരം സ്വഭാവങ്ങളാണ് ജെറാൾഡ് ഒരു പാതി ചൈനക്കാരനാണെന്ന് എന്നെ ഓർമ്മിപ്പിക്കുന്നത്.

ജെറാൾഡിന്റെ ആദ്യത്തെ കത്തിൽ സന്തോഷമുണ്ടായിരുന്നു. അദ്ദേഹം എഴുതി. “എല്ലാം നന്നായി പോകുന്നു. നീ ഇവിടെത്തന്നെ നിൽക്കാമായിരുന്നു എന്ന് എനിക്കിപ്പോൾ തോന്നുന്നുണ്ട്. റെനിക്ക് ഇവിടെ പീക്കിങ്ങിൽ കോളേജിൽ ചേരാമായിരുന്നു. നമ്മളെന്തിനാണ് ഇത്ര പെട്ടെന്ന് ഭയപ്പെട്ടതെന്ന് എനിക്ക് മനസ്സിലാകുന്നില്ല. എന്റെ ഈ പഴയ, പഴയ രാജ്യത്തിന് ഒരു പുതിയ പ്രഭാതം വരികതന്നെ ചെയ്യും എന്ന് ഞാൻ വിശ്വസിക്കുന്നു.”

നമ്മുടെ പഴയ പഴയ രാജ്യം എന്നല്ല, എന്റെ എന്നാണ്. വേർപിരിയലിന്റെ ആദ്യസൂചന ഞാനവിടെ കണ്ടു. സാഹചര്യങ്ങൾ കൊണ്ടാണെങ്കിൽപോലും ജെറാൾഡ് തന്റെ രാജ്യം തനിയെ തെരഞ്ഞെടുത്തിരിക്കുന്നു. ഈ പ്രതീക്ഷ അഞ്ചാമത്തെ കത്തുവരെ കാണാമായിരുന്നു. പിന്നീടാണ് സംശയത്തിന്റെ ആദ്യത്തെ സൂചന കണ്ടത്.

‘ഈവ്,’ അദ്ദേഹം എഴുതി. ‘നീ പത്തുവർഷത്തേക്കോ മറ്റോ മാറി നിൽക്കുന്നത് നല്ലതാണെന്ന് തോന്നുന്നു. പുതിയ ഗവൺമെന്റ് എല്ലാ കരടുകളും നീക്കം ചെയ്യാൻ ആലോചിക്കും.

നീ ല്യൂചിൻ എന്ന പട്ടുവ്യാപാരിയെ ഓർക്കുന്നുണ്ടോ. അയൾ ഒരു രാജ്യദ്രോഹിയാണോ എന്ന് സംശയിക്കുന്നുണ്ട്. അയാൾ വളരെ സൗമ്യനും മാന്യനുമായിരുന്നു. നീ ഓർക്കുന്നില്ലേ..

ഇന്ന് അയാൾ മാർക്കോ പോളോ പാലത്തിൽ വധിക്കപ്പെട്ടിരിക്കുന്നു. അയാൾക്കൊപ്പം മറ്റ് പതിനൊന്നുപേരുണ്ട്. അതിൽ രണ്ടുപേരാകട്ടെ സ്ത്രീകളാണ്. പുതിയ ഭരണത്തെ എല്ലാവർക്കും തീർച്ചയായും അംഗീകരിക്കാനാവില്ല. പക്ഷെ, ഇവിടെ പുതിയ ഭരണമുണ്ടായിരിക്കുന്നു. നമ്മൾ ആ ഭരണത്തിൽ ജീവിക്കുകയും അതിലൂടെ കടന്നുപോവുകയും ചെയ്യേണ്ടി വന്നിരിക്കുന്നു. നിർഭാഗ്യവശാൽ പുതിയ വിദ്യാഭ്യാസമന്ത്രി വിശാലചിന്താഗതിയുള്ള ആളല്ല. എന്നെ സ്ഥലം മാറ്റിയേക്കാം. ഈ വരികൾ വെട്ടിയിരിക്കുന്നു. കത്തിലുള്ള തുറന്നുപറച്ചിൽ അപകടമാണ് എന്നതിനാലാവാം ജെറാൾഡ് അത്തരം പ്രധാനകാര്യങ്ങളെപ്പറ്റിയൊന്നും പിന്നീട് എഴുതിയില്ല. പകരം ഷാന്റംപൂക്കൾ സ്വർണ്ണനിറമാകുന്നതിനെപ്പറ്റിപ്പറഞ്ഞു.

പ്രിയപ്പെട്ട ഈവ്, ഈ വർഷം റോസ വൈകിയാണ് പൂവിടുന്നത്. ഇവിടെ പൊടിക്കാറ്റ് കണ്ടതിനെക്കാളൊക്കെ കൂടുതലായിരുന്നു. വെള്ളം എത്രതവണ പുതുക്കിയിട്ടും സ്വർണ്ണമത്സ്യങ്ങൾ മരിച്ചുകൊണ്ടിരിക്കുന്നു. നമ്മുടെ തോട്ടക്കാരൻ ഒരുമാസം മുന്നേ അയാളുടെ വീട്ടുകാർക്കൊപ്പം ഷാൻസിയിലേക്ക് പോയിരിക്കുന്നു. പുതിയൊരാളെ കണ്ടുപിടിക്കാൻ സമയമായി. ആളുകൾ ജോലിചെയ്യാൻ ഇഷ്ടപ്പെടുന്നില്ല. വാക്കുകൾ വീണ്ടും മുറിപ്പെടുത്തുകയാണ്. അത് വിശ്വസിക്കാനാവുന്നില്ല. ആളുകൾ ജോലി ചെയ്യാനിഷ്ടപ്പെടുന്നില്ലെന്നോ, എന്തുകൊണ്ടാണിത്?

ജെറാൾഡ് എന്റെ കത്തുകൾ കിട്ടുന്നുണ്ടോ എന്നുപോലും ഒരിക്കലും പറയുന്നില്ല. ഞാനെല്ലാ ദിവസവും എഴുതുകയും ആഴ്ചയിലൊരിക്കൽ പോസ്റ്റു ചെയ്യുകയും ചെയ്തുപോന്നു.

എട്ടാമത്തെ കത്ത് വളരെ ചെറുതായിരുന്നു.

'പ്രിയപ്പെട്ടവളേ,

ഇന്നത്തെ ദിവസം എന്റെ ജീവിതത്തിൽ പതിവുപോലെ ആ പ്രൊഫസർമാർക്കൊപ്പമായിരുന്നു. അടുത്ത സെമസ്റ്ററിലേക്കുള്ള ഷെഡ്യൂൾ പ്ലാൻ ചെയ്തു. പുതിയ വകുപ്പധ്യക്ഷൻ ധാരാളം പദ്ധതികളുള്ള മിടുക്കനായ ഒരു ചെറുപ്പക്കാരനാണ്. സ്ത്രീകളുടെ വിഭാഗങ്ങളിൽ എന്റെ തന്നെ പഴയ വിദ്യാർത്ഥിനിയാണ്. അവൾ ചെറുപ്പം മുതലേ വലിയ ആഗ്രഹങ്ങളുള്ള ഒരു പെണ്ണാണ്. റെനിയോട് എഞ്ചിനിയറിംഗ് പഠിക്കാൻ പറയണം. അവന് അധ്യാപനത്തേക്കാൾ നല്ലത് അതാണ്. ഇന്ന് രാത്രി നല്ല ചൂടാണ്. ഞാനൊരു നീണ്ട ഏകാന്തമായ വേനലിനെ നേരിടുന്നു.'

ഒമ്പതാമത്തേത് പറയാനൊന്നുമില്ല.

'ക്ഷീണിച്ചിരിക്കുന്നു. ആ അവസ്ഥ എനിക്കറിയാം. ഇത്തരം സമയങ്ങളിൽ സാധാരണ ഞങ്ങൾ യാത്ര പോകാറുണ്ട്. പൈറ്റൻഹോ കടൽത്തീരത്തേക്കോ, കൊറിയയിലെ ഡയമണ്ട് പർവ്വതത്തിലേക്കോ ആവാമത്. ഒരുകൊല്ലം ഞങ്ങൾ തൈഷാനിലെ ബുദ്ധക്ഷേത്രത്തിൽപോയി അവിടെ ഒരുമാസം താമസിച്ചു. റെനിക്കത് ഓർമ്മ കാണുമോ? അവിടെ ആശ്രമത്തിലുണ്ടായിരുന്ന ഒരു സന്യാസി അവനെ സിൽക്കുനൂൽകൊണ്ട് പൂച്ചത്തൊട്ടിലുണ്ടാക്കാൻ പഠിപ്പിച്ചിരുന്നു.'

പത്താമത്തെ കത്ത് വരുമ്പോഴേക്കും മൂന്നുമാസം കടന്നുപോയി. അതൊരു ശൂന്യമായ കത്തായിരുന്നു. ഞാനതുവായിച്ച് കരഞ്ഞുപോയി. ഇപ്പോഴും അതേപ്പറ്റി ഓർക്കുമ്പോൾ ഞാൻ കരഞ്ഞുകൊണ്ടിരിക്കുന്നു. അദ്ദേഹത്തിനുതന്നെ മനസ്സിലാകാത്ത കാര്യങ്ങളാൽ അദ്ദേഹം ജോലി രാജിവെച്ചിരിക്കുന്നു. നിന്റെയും മോന്റെയും കൂടെ അമേരിക്കയിലേക്ക് വരാതിരുന്നത് ശരിയായിരുന്നോ എന്ന് ആലോചിക്കുന്നു. വളരെ വൈകിപ്പോയി. ഒരുപക്ഷെ, ഞാനിനി നിന്നെ കാണുകയില്ലെങ്കിൽ.. ഇവിടെ അദ്ദേഹം വാക്കുകൾ പലവട്ടം വെട്ടിയിരിക്കുന്നു.

പതിനൊന്നാമത്തെ കത്തിൽ എല്ലാമുണ്ടായിരുന്നു.

'പ്രിയപ്പെട്ടവളേ,

നമുക്ക് കൂടിക്കാഴ്ചയെപ്പറ്റി പ്ലാൻ ചെയ്യാതിരിക്കാം. നമ്മൾ കണ്ടെത്തിയ ഈ ജീവിതം ജീവിച്ചുതീർക്കാം. നീ, ഭൂമിയിൽ നിന്റേതായ മറ്റേ അറ്റത്തും ഞാൻ എന്റേതിലും. റെനിയെ ഒരു അമേരിക്കൻ പൗരനായി വളർത്തൂ. അവനെ അവന്റേതായ രാജ്യം കണ്ടെത്താൻ സഹായിക്കൂ. അവൻ എന്നെ മറക്കുകയാണെങ്കിൽ അതിനനുവദിക്കൂ.'

ഇപ്പോൾ കഥയുടെ ചുരുൾ അഴിക്കാൻ എളുപ്പമുണ്ട്. അദ്ദേഹം അവിടെ തടവിലാണ്. അദ്ദേഹം തനിക്കുവേണ്ടി തെരഞ്ഞെടുത്ത നഗരം തന്നെ അദ്ദേഹത്തിന് തടവറയായി അനുഭവപ്പെടുന്നു. ഇനിയൊരിക്കലും അദ്ദേഹം സ്വതന്ത്രനല്ല. അദ്ദേഹത്തെ സ്നേഹിക്കുന്നുവെന്നതിനാൽ ഞാനും സ്വതന്ത്രയാവില്ല. അദ്ദേഹത്തോടൊപ്പം ഒരു സ്ത്രീയെങ്കിലും അവിടെ ഉണ്ട് എന്നതിനാൽ ഞാൻ സന്തോഷിക്കേണ്ടതാണ്. അത് ആ സ്ത്രീ ഞാനല്ലെങ്കിൽക്കൂടി, ആരെങ്കിലും ഒപ്പമുണ്ടാവേണ്ടതാണ്. പിന്നെ എന്തിനാണ് ഞാൻ ഇങ്ങനെ കരയുന്നത്..

ഞാൻ കരഞ്ഞുകൊണ്ടേയിരുന്നു.

*** ***

ചെറിയൊരു മോഹാലസ്യത്താൽ ബാബ ഇന്നെന്നെ ഭയപ്പെടുത്തി. അദ്ദേഹം പതിവുപോലെ തന്നെ എഴുന്നേൽക്കുകയും ലളിതയമായ

പ്രഭാതഭക്ഷണം കഴിക്കുകയും ചെയ്തിരുന്നു. ഇപ്പോഴത് ഓറഞ്ച് ജ്യൂസും അല്പം കഞ്ഞിയും ചൂടുപാലും മാത്രമാണ്. ശ്രദ്ധാപൂർവ്വം അത് കഴിച്ചുകൊണ്ടിരിക്കുന്നതിനിടയിൽ അദ്ദേഹം മോഹാലസ്യപ്പെട്ടു. ബ്രൂസ് സ്പോൾഡനെ കൊണ്ടുവരുന്നതിനുവേണ്ടി ഞാൻ അപ്പോൾത്തന്നെ മാറ്റിനെ പറഞ്ഞയച്ചു. അവനവിടെ ചെടികൾ വൃത്തിയാക്കിക്കൊണ്ട് നിൽപ്പുണ്ടായിരുന്നു. ഞാൻ ബാബയുടെ അടുത്തുനിന്ന് നീങ്ങാൻപോലുമാവാതെ അവിടെത്തന്നെ നിന്നു. ബ്രൂസ് തന്റെ പതിവ് റൗണ്ട്സിനോ മറ്റോ പോയിരിക്കുമോ എന്ന് ഞാൻ കൂടുതലായി ഭയപ്പെട്ടിരുന്നു.

എന്നാൽ ഭാഗ്യവശാൽ അതുണ്ടായില്ല. തൊപ്പിയോ കോട്ടോ ഇല്ലാതെ. കയ്യിൽ തന്റെ ബാഗുമായി ബ്രൂസ് വേഗത്തിൽത്തന്നെ വരികയുണ്ടായി. വാതിൽ തുറന്നിട്ടിരിക്കുകയായിരന്നു. സ്റ്റെപ്പ് കയറി തന്റെ രോഗിയെ മാത്രം അന്വേഷിക്കുന്ന മുഖഭാവത്തോടെ, ചിരിപോലുമില്ലാതെ സംസാരിക്കേണ്ട സമയമല്ലാത്തപ്പോൾ അതിലും നന്നായി നിശ്ശബ്ദയായിരിക്കാൻ എനിക്കു കഴിയും. ഞാൻ ബ്രൂസിന്റെ നിർദ്ദേശങ്ങൾക്കായി നിശ്ശബ്ദയായിരുന്നു.

"കൈയ്യുറ ഉയർത്ത്.."

ഞാൻ കൈയ്യുറകൾ ഉയർത്തിക്കൊടുത്തു. വാർദ്ധക്യത്താൽ അയഞ്ഞുതുടങ്ങിയ ആ കയ്യുടെ മാംസളതയിലേക്ക് അനായാസവും സമർത്ഥവുമായി ബ്രൂസ് സിറിഞ്ച് താഴ്ത്തി. അതിനുശേഷം ബാബയെ കൈയ്യിലെടുത്ത് കട്ടിലിലേക്ക് കിടത്തി.

"നന്നായി പുതപ്പിച്ചേക്കൂ. ചൂടുകിട്ടട്ടെ. എനിക്ക് മറ്റൊന്നും ഇതിൽ ചെയ്യാനില്ല. ബാബ തന്നെ ഈ അവസ്ഥയിൽനിന്നും പുറത്തുവന്നോളും. പക്ഷെ, ഇതുപോലെ ഒരുദിവസം വരാനാവാതെയും വന്നേക്കാം. നിങ്ങൾ പേടിക്കേണ്ട. ഞാൻ ആ സമയത്ത് അടുത്തുതന്നെ ഉണ്ടായാലും എനിക്കും മറ്റൊന്നും ചെയ്യാനില്ല. ഇന്നു ചെയ്തതുപോലെ എന്തെങ്കിലും ചെയ്തേക്കാം. അതുംപക്ഷെ, ആ അവസ്ഥയോട് കാണിക്കേണ്ട ഒരു ഭാവം എന്നു മാത്രമേയുള്ളൂ."

"ഉണരുംവരെ ഞാനിവിടെ നിന്നോളാം."

"അതിന്റെ ആവശ്യമില്ല. നിങ്ങളുടെ പണികൾ ചെയ്തോളൂ. ഇടക്കിടെ വന്നു ശ്രദ്ധിച്ചാൽ മതി. ബ്രൂസ് പറഞ്ഞു. ബ്രൂസ് ബാഗ് ഒരുക്കുന്നതിനിടയിൽ ഞാൻ കട്ടിയുള്ള കമ്പിളിയിൽ ബാബയെ നന്നായി പുതപ്പിച്ചു. ഞങ്ങളുടെ താഴ്വാരത്തിൽ അതൊരു ചൂടുള്ള പ്രഭാതമായിരുന്നെങ്കിലും ബാബ അപ്പോൾ മരിച്ചുപോയ ഒരാളെന്നോണം തണുത്തി

രുന്നു. പക്ഷേ, അദ്ദേഹം ശ്വസിക്കുന്നുണ്ട്.

ഞാൻ തലയുയർത്തുമ്പോൾ ബ്രൂസ് എന്നെ നോക്കിക്കൊണ്ട് നിൽക്കുകയായിരുന്നു.

"താഴോട്ടുവരൂ.."

ഞാനദ്ദേഹത്തെ പിന്തുടർന്നു. ഞാൻ കരുതിയത് ബ്രൂസ് വാതിൽക്കലേക്ക് നടക്കുകയാണെന്നാണ്. പക്ഷേ, അദ്ദേഹം മുറിയിലെ വലിയ ക്ലോക്കിനടുത്തുള്ള കസേരയിലിരുന്നു. "ചോദിക്കാനുള്ള സമയമല്ലിത്."

തന്റെ സ്വതസിദ്ധമായ വേഗതയിലുള്ള സംസാരത്തിൽ ബ്രൂസ് പറഞ്ഞു.

"പക്ഷേ, എനിക്കറിയില്ല. ഒരാൾക്ക് എന്തെങ്കിലും പറയാനുണ്ടാവുമ്പോൾ ഒരു സമയം മറ്റൊന്നിനേക്കാൾ നല്ലതാണോ എന്ന്. എലിസബത്ത് നീയെന്നെ വിവാഹം കഴിക്കാമോ.."

അദ്ദേഹം തമാശ പറയുകയായിരുന്നില്ല. ഒരുനിമിഷം ഞാനങ്ങനെ കരുതിയെങ്കിലും. തീക്ഷ്ണമായ ആ കണ്ണുകൾ ആ ചോദ്യം വ്യക്തമാക്കുന്നുണ്ടായിരുനനു.

"എന്റെ വിവാഹം കഴിഞ്ഞതാണ്. അദ്ദേഹം മരിച്ചുപോയുമില്ല." ഞാൻ പറഞ്ഞു.

"എനിക്കറിയില്ല. ഞാനിതുവരെ കണ്ടിട്ടില്ല."

"അദ്ദേഹത്തിന് വരാൻ കഴിയില്ല. ഇപ്പോൾ ചൈനയിലാണ്. പീക്കിങ്ങിൽ."

"മരിച്ചപോലെതന്നെ" ബ്രൂസ് പിറുപിറുത്തു.

"എന്നെ സംബന്ധിച്ചിടത്തോളം അദ്ദേഹം ജീവിച്ചിരിക്കുന്നു." ഞാൻ പറഞ്ഞു.

ബ്രൂസ് എഴുന്നേറ്റു തന്റെ ബാഗുമായി വാതിലിനടുത്തുവരെ ചെന്നു. അവിടെനിന്നു ഒന്നു തിരിഞ്ഞുനോക്കി. ഞാൻ സ്റ്റെയർകേസിനു താഴെ നിൽക്കുകയായിരുന്നു.

"എന്നാലങ്ങനെ എലിസബത്ത്."

അയാളുടെ ചെമ്പൻ പുരികങ്ങൾക്കുകീഴിൽ കണ്ണുകൾ കൂടുതൽ തിളങ്ങി. "എന്തൊക്കെയുണ്ടായാലും ഏതവസ്ഥയിലും പറയണ്ടായിരുന്നു. ഇനി നിങ്ങളെ കാണുമ്പോഴെല്ലാം ഞാനിത് ഓർത്തുപോകും." ഞാൻ അസ്വസ്ഥതയോടെ പറഞ്ഞു.

"അതുതന്നെയാണ് ഞാനാഗ്രഹിച്ചത്.' എന്നെ ദേഷ്യം പിടിപ്പിക്കാൻ കഴിഞ്ഞതിന്റെ സന്തോഷത്തോടെ ബ്രൂസ് പറഞ്ഞു. അതുവരെ നോക്കാത്ത രീതിയിൽ ഞാൻ അയാളെ ഒന്നുനോക്കി. അധികം സന്തോ

ഷമില്ലാത്ത ഒരു പുരുഷമുഖം. ബ്രൂസ് നടന്നുനീങ്ങി. വേർതിരിച്ചറിയാനാകാത്ത ഒരു ഭാവത്തിന്റെ ആശയെങ്കിൽ ഞാനവിടെ നിന്നു. പ്രണയമല്ല. ഒരിക്കലുമതല്ല, അപരിചിതമായ പെൺമയുടെ സുഖം മറ്റൊരനുഭവം. എന്റെ ജീവിതത്തിൽ രണ്ടാംതവണ, ഞാൻ പ്രണയാഭ്യർത്ഥന അറിയുകയാണ്. തുറന്നുപറയുകയാണെങ്കിൽ ആദ്യത്തെ തവണ. ജെറാൾഡിനെ സംബന്ധിച്ചിടത്തോളം അന്നെന്നോട് വിവാഹത്തെപ്പറ്റി സംസാരിക്കുന്ന സമയം. അദ്ദേഹത്തിന് ആശങ്കയും പരിഭ്രമവും ഭീതിയുമുണ്ടായിരുന്നു. ജെറാൾഡിനെ സംബന്ധിച്ച് ഭൂമിയുടെ രണ്ടുഭാഗത്തും വേരുകളുള്ളയാൾ എവിടെയും പ്രത്യേകിച്ച് സ്ഥിരതയില്ലാത്തയാൾ. ആ ചോദ്യം ജെറാൾഡിൽനിന്നും ഞാൻ വലിച്ചെടുത്തതാണ്. ഇപ്പോൾ എന്നിലേക്ക് വന്നിരിക്കുന്ന ഈ വിവാഹാഭ്യാർത്ഥനയിൽ പക്ഷെ, വിശേഷിച്ച് ഒന്നും ചെയ്യാനില്ല. ബ്രൂസ് മറ്റേതെങ്കിലും ഒരു സ്ത്രീയേയോ അതിലുപരി എന്നേയോ പ്രേമിച്ചേക്കാമെന്ന സാധ്യതയെപ്പറ്റി ഞാനൊരിക്കലും കരുതിയിരുന്നില്ല. അയാൾ കുട്ടികളെ ഇഷ്ടപ്പെടുന്നയാളാണ്. കുട്ടികൾക്കു മാത്രമേ അയാളിൽ മൃദുലത വരുത്തുവാനാകൂ. അദ്ദേഹം ഏകദേശം നിശ്ശബ്ദനായ ഒരു മനുഷ്യനാണ്. ഞാൻ ഒറ്റക്ക് ജീവിക്കാൻ ശീലിച്ചയാളാണ്. പക്ഷെ, ഇത്തരത്തിൽ ബഹളങ്ങില്ലാത്ത, മിതഭാഷിയായ ഒരാളുടെകൂടെ എനിക്ക് ജീവിക്കാനാവുമെന്ന് തോന്നുന്നില്ല.

എന്തെങ്കിലുമാകട്ട്.. ഞാൻ വാതിലടച്ച് ബാബയുടെ അടുത്തേക്ക് തിരിച്ചു. ബാബയ്ക്ക് അപ്പോഴും ബോധം വന്നിരുന്നില്ല.

*** ***

ഇന്ന് പോസ്റ്റ്മാൻ പീപ്പിൾ റിപ്പബ്ലിക്ക് ഓഫ് ചൈനയുടെ സ്റ്റാമ്പ് പതിച്ച ഒരു കത്ത് കൊണ്ടുവന്നു.

'തീർച്ചയായും ഇത് നിങ്ങളുടെ ഭർത്താവിന്റേതാകും' എന്നു പറഞ്ഞ് കത്ത് എനിക്കുനേരെ നീട്ടി. പടിഞ്ഞാറൻ കടലിനക്കരെ നിന്ന് അത് അദ്ദേഹം നേരിട്ടുകൊണ്ടുവന്നതുപോലുള്ള അഭിമാനബോധം അന്നേരത്ത് ആ മുഖത്തുണ്ടായി.

"നന്ദി."

കൈയ്യക്ഷരം കണ്ടപ്പോൾത്തന്നെ അത് ജെറാൾഡിന്റേതല്ലെന്ന് എനിക്ക് മനസ്സിലായി. ഞാനെന്താണ് അവളെ വിളിക്കേണ്ടത്.

എന്നെ സംബന്ധിച്ചിടത്തോളം ഞാൻ ജെറാൾഡിന്റെ ഭാര്യയായിരിക്കേ (വെപ്പാട്ടി എന്നോ മറ്റോ എനിക്ക് ഒരിക്കലും ഉപയോഗിക്കാൻ കഴിയില്ല.) ഏകദേശം അതുപോലെ ഒരവസ്ഥയിലാണ് (അവൾ അവിടെ കഴിയുന്നത് എങ്കിലും) പീക്കിങ്ങിലുള്ള ചൈനക്കാർ അവളെ ചൈനീസ്

ഭാര്യ എന്നും എന്നെ അമേരിക്കൻ ഭാര്യ എന്നുമായിരിക്കും വിളിക്കുന്നത് എന്ന് എനിക്ക് തോന്നുന്നു. പക്ഷെ, എന്നിലേക്ക് കൂർപ്പിക്കുന്ന ചോദ്യത്തിന്റെ വാൾമുന ഇതാണ്. അവൾക്ക് എഴുതാനാകുമ്പോൾ എന്തുകൊണ്ട് ജെറാൾഡിന് പറ്റുന്നില്ല, മറ്റെന്തെങ്കിലും കേടുപാടോ ഭയമോ അദ്ദേഹത്തെ തടയുന്നുണ്ടോ. ഇത് എന്നോടു കാട്ടേണ്ട നീതിയാണോ. ഞങ്ങളെങ്ങനെ സ്നേഹിച്ചവരാണ്. ആ സ്നേഹത്തെ ഇത് കുറച്ചുകാട്ടുന്നില്ലേ...

ലാളിത്യവും മനോഹരവുമായ കൈപ്പടയിലെഴുതിയ ആ കത്ത് ഞാൻ തുറന്നു.

'പ്രിയപ്പെട്ട ചേച്ചീ,

നിങ്ങളുടെ എഴുത്ത് കിട്ടി. അത്തരം ഒരു മറുപടിക്ക് നന്ദി. അതിനാൽ നമ്മുടെ ഭർത്താവിനെക്കുറിച്ച് എഴുതുക എന്നത് എന്റെ കടമയാണ്. ഈ കത്ത് നിങ്ങളുടെ കയ്യിൽ എത്തിച്ചേരുമോ എന്ന കാര്യത്തിൽ ഉറപ്പൊന്നുമില്ല. എങ്കിലും ഇത് എന്റെ കടമയാണ്. അത്രമാത്രം രഹസ്യമായാണ് ഞാൻ ഈ കത്ത് അയക്കുന്നത്. തെറ്റായ ഒരാളുടെ കയ്യിലെങ്കിലും ഇത് എത്തിപ്പെട്ടാൻ പിന്നെ നിങ്ങളിത് കാണില്ല. എങ്കിലും ഞാൻ ശ്രമിക്കുകയാണ്. നമ്മുടെ ഭർത്താവ് സുഖമായിരിക്കുന്നുവെങ്കിലും അദ്ദേഹം ദുഃഖിതനാണ് എന്ന് ഞാനറിയിക്കട്ടെ. അദ്ദേഹം എന്നോട് സംസാരിക്കാറില്ല. എല്ലാ ദിവസവും അദ്ദേഹം കോളേജിൽ പോവുകയും രാത്രി തിരിച്ചെത്തുകയും ചെയ്യുന്നു. വീട്, നിങ്ങൾ ഇട്ടിട്ടു പോയ അതുപോലെതന്നെ സൂക്ഷിക്കുന്നു. ഞാനൊരു മാറ്റവും വരുത്തിയിട്ടില്ല. എങ്കിലും അതുപോലെ ശുചിയായിട്ടും വെടിപ്പായിട്ടും സൂക്ഷിക്കാൻ എനിക്ക് കഴിയാറില്ല. വൃത്തിയാവാത്തതിന്റെ പേരിൽ ചിലപ്പോഴൊക്കെ അദ്ദേഹം പരാതിപ്പെടാറുണ്ട്. നിങ്ങൾ ചെയ്യുന്നതുപോലെ എനിക്ക് പറ്റില്ലെന്ന് ഞാൻ പറഞ്ഞിട്ടുണ്ട്. എങ്കിലും അദ്ദേഹത്തിന് ഇഷ്ടപ്പെട്ട ഭക്ഷണം ഞാൻ ഉണ്ടാക്കിക്കൊടുക്കുന്നുണ്ട്. അദ്ദേഹം നിങ്ങളുടെ പേര് പറയാറില്ല. പക്ഷെ, നിങ്ങളെ അദ്ദേഹം തന്റേതുമാത്രമായ രഹസ്യമായ ഒരാനന്ദം പോലെ കൊണ്ടുനടക്കുന്നതായി തോന്നുന്നു. നിലാവുള്ള രാത്രികാലങ്ങളിൽ മുറ്റത്തിറങ്ങി നക്ഷത്രങ്ങളെ മിഴിച്ചുനോക്കുന്നതുകാണാം. അതേ ചന്ദ്രനാണോ അവിടെ നിങ്ങളുടെ നാട്ടിലും ഉള്ളത് ഒരേ ചന്ദ്രനാണ് എവിടെയും എന്നാണ് ഞാൻ കേട്ടിട്ടുള്ളത്. ആ ചന്ദ്രനിലൂടെ അദ്ദേഹം നിങ്ങളിലേക്ക് തന്റെ ഓർമ്മകൾ അയക്കുകയാവും.

അദ്ദേഹത്തിന്റെ ആരോഗ്യത്തെക്കുറിച്ച് പറയുകയാണെങ്കിൽ രാത്രിയിൽ നന്നായി ഉറങ്ങാറില്ലെന്നതൊഴിച്ചാൽ മറ്റ് പ്രശ്നങ്ങളില്ല. അദ്ദേഹം

ഒരു കുഞ്ഞിനെ ആഗ്രഹിക്കുന്നില്ല എന്നാണ് പറയുന്നത്. ഞാൻ ചോദിച്ചു എനിക്കോ എന്ന്. അദ്ദേഹത്തിന്റെ രക്തം കലർപ്പുള്ളതായതിനാൽ കുഞ്ഞുണ്ടാകാതിരിക്കുന്നതാണ് നല്ലത് എന്നാണ് അദ്ദേഹത്തിന്റെ വാദം. പക്ഷെ, ഞാനൊരു കുഞ്ഞിനെ കാത്തിരിക്കുന്നുണ്ട്. ഞാൻ ക്ഷേത്രത്തിൽ പോയി ദൈവത്തോട് ഒരു കുഞ്ഞ് ജനിക്കുന്നതിനായി പ്രാർത്ഥിക്കും. ഞാൻ രഹസ്യമായാണ് പോകുന്നത്. കാരണം അവർ ഞങ്ങളോട് ദൈവത്തിൽ വിശ്വസിക്കരുതെന്നാണ് പറയുന്നത്. നിങ്ങളും നന്നായി ശ്രദ്ധിക്കൂ. നിങ്ങൾ ഇവിടെ ഉണ്ടായിരുന്നെങ്കിൽ ഈ വീട് ഇതുപോലെ ഏകാന്തമാകുമായിരുന്നില്ല. നമ്മൾ സുഹൃത്തുക്കളായേനെ..

എന്ന് നിങ്ങളുടെ അനുജത്തി

ഇത്തവണ സുരക്ഷയ്ക്കുവേണ്ടി അവൾ ഇതിൽ പേര് ചേർത്തിട്ടില്ല. ആ കവറാകട്ടെ സിംഗപ്പൂരിൽ നിന്നല്ല, ഹോങ്കോങ്ങിൽ നിന്നുമാണ് പോസ്റ്റ് ചെയ്തിരിക്കുന്നത്. ഈ കത്ത് എന്തെന്നറിയില്ലെങ്കിലും എനിക്ക് സന്തോഷമുണ്ടാക്കി. അതീവ ലളിതവും മനോഹരവുമാണ്. അതെന്നിൽ അസൂയയുണ്ടാക്കുന്നില്ല എന്നോർത്തപ്പോൾ അതിശയം തോന്നി. ഇനി വെർമോണ്ട് മലകൾക്കുമീതെ ചന്ദ്രനുദിക്കുമ്പോൾ ഉറപ്പായും ഞാൻ പുറത്തിറങ്ങി ആ നിലാവിനെ നോക്കും. കുറച്ചു മണിക്കൂറുകൾക്കുമുന്നേ അദ്ദേഹവും അതുപോലെ നിന്നിരിക്കുമെന്ന് ഓർക്കും. നന്ദി എന്റെ പ്രിയപ്പെട്ട അനുജത്തി.

ഞാനീ വിചിത്രമായ ആന്തരികജീവിതം നയിക്കുന്നു. ഞാൻ പറഞ്ഞാൽപോലും ഈ താഴ്വരയിലെ ആളുകൾക്ക് ഇതൊന്നും മനസ്സിലാവില്ല. എനിക്ക് പറയാനും കഴിയില്ല. എനിക്കാ ലോകം ഉപേക്ഷിക്കാനാവില്ല. എനിക്കുവേണ്ടി അങ്ങനെയൊരു ലോകം ശേഷിക്കുന്നുപോലുമില്ല. ഇവിടമാകട്ടെ നിർബന്ധപൂർവ്വം ഞാൻ ജീവിക്കേണ്ടിവരുന്നതാണ്. ഇവിടെ ഈ ഇടത്തിൽ ഞാൻ ജീവിക്കുന്നു.

എനിക്ക് ഓർമ്മകളെ അവസാനിപ്പിക്കാൻ കഴിഞ്ഞിരുന്നെങ്കിൽ! ഓർക്കാതിരിക്കാൻ ഞാൻ ശ്രമിക്കുന്നുണ്ട്. ജെറാൾഡ് ഞങ്ങൾക്കിടയിലുള്ള ചരടുകൾ ഓരോന്നായി അറുത്തുമാറ്റുന്നതായി എനിക്കനുഭവപ്പെടുന്നു. അദ്ദേഹം എനിക്ക് കത്തെഴുതാത്തതുകൊണ്ടുമാത്രമല്ല അങ്ങനെ തോന്നുന്നത്. എന്റെ ഓർമ്മകൾ മുറിക്കുക എന്നാൽ ജെറാൾഡ് എന്നെത്തന്നെ നിഷേധിക്കുകയാണ്. മറ്റു സമയങ്ങളിലാകട്ടെ, ഞങ്ങളുടെ കണ്ടുമുട്ടലിനെക്കുറിച്ച് ഓർക്കുമ്പോഴെല്ലാം എനിക്ക് ജെറാൾഡിന്റെ മാനസികഭാവം അറിയാനാകുന്നതുപോലെ തോന്നുന്നുണ്ട്. സെയ്വാൻ കുന്നുകളിൽ, ഞങ്ങൾ ചുങ്കിങ്ങിലായിരുന്നപ്പോൾ, ജെറാൾഡ് രാജ്യത്തിന്റെ മറ്റൊരു ഭാഗത്ത് കുട്ടികളോടും പ്രൊഫസർമാ

രോടും ഒപ്പമായിരുന്ന കാലത്ത് പ്രത്യേകിച്ച്, രാത്രി സൂര്യനസ്തമിക്കുകയും ചന്ദ്രനുദിക്കുകയും ചെയ്യുമ്പോൾ, ജെറാൾഡിന്റെ ഹൃദയമിടിപ്പും ആ ചിന്തകളും എനിക്ക് അറിയാനാകുമായിരുന്നു. പക്ഷെ, ഇപ്പോൾ, ഞാനെന്നെത്തന്നെ രാജ്യങ്ങൾക്കും കടലിനുമപ്പുറത്തേക്ക് അദ്ദേഹത്തെ അന്വേഷിച്ച് പറഞ്ഞയക്കുമ്പോൾ എനിക്ക് ജെറാൾഡിനെ കണ്ടെത്താനാകുന്നില്ല. അദ്ദേഹം മറഞ്ഞിരിക്കുന്നു. അദ്ദേഹം എന്നിൽനിന്നും പിൻവലിഞ്ഞിരിക്കുന്നു. ഇതിന് ഒരർത്ഥമേയുള്ളൂ. അദ്ദേഹം ഒരിക്കൽക്കൂടി ഇനിയെന്നെ കാണുമെന്ന് പ്രതീക്ഷിക്കുന്നില്ല. ജെറാൾഡ് എന്നോടുള്ള സ്നേഹം അവസാനിപ്പിച്ചു എന്നൊന്നും ഞാൻ കരുതുന്നില്ല. അത് സാധ്യവുമല്ല. ഞങ്ങളെ സംബന്ധിച്ച് ഇതിന് ഒറ്റ അർത്ഥമേയുള്ളൂ. ഭൂമിയിലെ കൂട്ടുജീവിതം അവസാനിച്ചിരിക്കുന്നു. ഭൂതകാലത്തിൽനിന്നോ വർത്തമാനത്തിൽനിന്നോ വരാനിരിക്കുന്ന ഭാവിയിൽനിന്നോ സ്വതന്ത്രയാവാതെ ഞാൻ ഇവിടെ ശേഷിച്ചിരിക്കുന്നു.

ബ്രൂസ് സ്പോൾഡൻ എന്നെ വിവാഹം ചെയ്യട്ടെ എന്ന് ചോദിച്ചപ്പോൾ ആ വാക്കുകൾക്ക് എന്റെ കാതിനെ മാത്രമേ തൊടാനായുള്ളൂ. ഹൃദയത്തെ തൊടാനായില്ല.

*** ***

"ബാബ സുഖമായിരിക്കുന്നോ?"

"അതെ."

താനെവിടെയാണ് ഇരിക്കുന്നത് എന്നുപോലും ബാബയ്ക്ക് അറിയില്ല. അതിന്റെ ആവശ്യവുമില്ല. ഒരിക്കൽ ഈ ലോകത്ത് എവിടെയോ ആയിരുന്നു മറ്റുള്ളവരെ സംബന്ധിച്ച് ആ ഇടം ഇന്നില്ല. ഇടക്കിടെ വേലക്കാരോട് ചോദിക്കും.

"യജമാനത്തിയോട് എന്റെ വസ്ത്രങ്ങൾ കഴുകിയിടാൻ പറയണം."

"യജമാനത്തി ഇവിടെ ഇല്ല ബാബാ.."

"ശരി."

അവർ എവിടെപ്പോയി എന്ന് ബാബ ചോദിക്കില്ല. ചിലപ്പോൾ അറിവ് ദുഃഖകരമാവാം. അദ്ദേഹം മൗനത്തിലാണ്ടുനിൽക്കും. പിന്നെയത് മറക്കും. ഇതാ അദ്ദേഹം അവിടെ ഇരിക്കുന്നു, ചൈനീസ് അലങ്കാരങ്ങളോടെ വെളുത്തുമിനുത്ത തലമുടിയോടെയും വെളുത്തുനീണ്ട വെട്ടിയൊതുക്കാത്ത താടിമീശയോടെയും കൂടി. അദ്ദേഹം റെനിയെപ്പോലും മറന്നിരിക്കുന്നു. ഒന്നും ചിന്തിക്കാനില്ല. ഇത്രയും ലളിതമായി വിശുദ്ധവും കുഞ്ഞുങ്ങളുടേതുപോലുള്ള ഒന്നിനെക്കുറിച്ചും അറിവില്ലാത്ത ബാബയുടെ പ്രപഞ്ചത്തിലെ ഈ നിൽപ്പ് എന്നെ പീക്കിങ്ങിനെക്കുറിച്ച് ചിന്തിപ്പിക്കുന്നു.

ഓഹ്, ആ സ്വപ്നഭൂമി... ഞാൻ ജെറാൾഡിനെ കാണുമ്പോൾ അത് ചക്രവർത്തിമാരുടെ പട്ടണമായിരുന്നു. അവിടെ കാണുന്ന നീലയും സ്വർണ്ണവർണ്ണവും കലർന്ന് ഏത് കെട്ടിടത്തിനും സാമ്രാജ്യത്തിന്റെ ഒരു ചരിത്രമുണ്ട്. അവിടങ്ങളിലെ തെരുവുകൾ സാധാരണജീവിതം മറന്നു പോയി. കാരണം അവരുടെ പൂർവ്വികർ മുതൽ രാജാക്കന്മാരുടെ പട്ടണ മാണ് അത്. യാചകർപോലും മിനുക്കപ്പെട്ടവരാണ്. അവരുടെ കൈകൾ നിറഞ്ഞും ശിരസ്സുകൾ ഉയർന്നും നിന്നു. ഞാനാ നഗരത്തെ മുഴുവനായി ഓർക്കുന്നില്ല.

വളരെ സമ്പന്നമായ ജീവിതമായിരുന്നു അവിടെ. വിശാലമായ ഒരു വേനൽക്കാലപൂന്തോട്ടം പോലെ കാണപ്പെട്ടു. തെരുവുകൾക്കുമീതെ മഞ്ഞുപാളികൾ ആവരണമിട്ടു. വളരെ ശാന്തമായ ജീവിതമാണ് അവി ടെയുള്ളവർ ശീലിച്ചത്. പക്ഷെ, അവർ ഉന്മേഷവാന്മാരാണ്. രാത്രിയത്തെ തെരുവുകൾ, ഉത്സവകാല സന്തോഷങ്ങൾ ദൈനംദിനജീവിതത്തിന്റെ സൗമ്യത, കത്തുന്ന വിളിക്കുകൾ, മെഴുകുതിരികൾ, അത്താഴമേശയ്ക്ക് ചുറ്റും ചിരിക്കുന്ന കുടുംബം, പൈപ്പിനരികിൽ കൊച്ചുവർത്തമാനം പറ യുന്ന ആളുകൾ, കുഞ്ഞിനെ താലോലിക്കുന്ന അമ്മമാർ.. ഞാനിതൊ ക്കെയും അവിടെ കണ്ടു.

വെർമോണ്ടിൽ മലകൾ എത്രകാലമായി അതുപോലെ അനങ്ങാതെ നിൽക്കുന്നു. എത്ര ശൂന്യമാണ് ഇവിടെ ജീവിതം.

കാട് രാത്രിയാവുന്നതോടെ കൂടുതൽ ഇരുണ്ടതാവും. പ്രഭാതത്തിൽ സൂര്യരശ്മികൾ മരങ്ങൾക്കിടയിലൂടെ വീഴുന്ന സമയങ്ങളിൽ കാടിന്റെ സൗന്ദര്യം വർണ്ണനാതീതമാണ്. പക്ഷെ, തെരുവിൽ അസ്തമയം നേര ത്തെയാണ്.

ശരത്കാലമാണ്. ഇലകൾ കൊഴിയാൻ തുടങ്ങി. വസന്തത്തിൽ മേപ്പിൾ മരങ്ങളിലൂടെ അവയുടെ നീര് ഒഴുകാൻ തുടങ്ങും. ശരത്കാല മാകുമ്പോഴാകട്ടെ ഇലകൊഴിഞ്ഞ് നഗ്നരായി കൂടുതൽ തിളങ്ങിനിൽക്കും. ഇപ്പോൾ നല്ല നിറമുള്ള ഈ മരങ്ങളിൽ മാർച്ച് മാസങ്ങളിൽ സത്ത് നിറയും. ഇന്നലെ ഞങ്ങളുടെ കാർഷികഉദ്യോഗസ്ഥനുമായി സംസാരി ക്കുകയുണ്ടായി. അയാൾ പറഞ്ഞ് എന്തുകൊണ്ടാണ് മേപ്പിൾ മരങ്ങ ളിൽ വസന്തകാലത്ത് നീര് മുകളിലേക്ക് ഒഴുകുന്നതെന്ന് ആർക്കും അറി യില്ലെന്നാണ്. അതിന്റെ ശക്തി പറയാനാവില്ല. വേണമെങ്കിൽ ആ ശക്തിയെ ഒരുമിപ്പിക്കാനായാൽ ആ ഊർജ്ജത്തിനാൽ യന്ത്രങ്ങൾ പ്രവർത്തിപ്പിക്കാൻപോലും അതൊരു സെല്ലൂലാർ ഫോഴ്സാണ്. വേരിൽനിന്ന് നേരിട്ടുവരുന്നതല്ല. മാപ്പിൾ മുറിച്ചാലും അതിന്റെ തണ്ടി ലൂടെ നീര് പുറത്തേക്ക് ഒഴുകും. മനുഷ്യന്റെതുപോലെ മരങ്ങൾക്ക് ഹൃദ

യമൊന്നുമില്ല, രക്തം പോകാനെന്നതുപോലെ ധമനികളും കാണാനാകില്ല. പക്ഷെ, എവിടെനിന്ന് എന്ന് തിരിച്ചറിയാനാവാത്ത ആത്മീയമെന്നു പറയാനാവുന്ന ഒരു ബലം. അതിനു പിന്നിലുണ്ട്. അതാണ് ഈ ശക്തിക്ക് പിന്നിലുള്ളത്.

ഇലകൾ നിലത്ത് വീണ് കൂമ്പാരമാവുകയും മലകൾ ആകാശനീലയിലേക്ക് അതിരുകൾ മായ്ച്ച് ഉദിക്കുകയും ചെയ്തു. തൊഴുത്തിലെ പണികളും കന്നുകുട്ടി പരിപാലനവുമൊഴികെ ഈ വർഷം തോട്ടത്തിലെ പണികളൊക്കെ ഏകദേശം പൂർത്തിയായി. ശരിക്കും എന്റെ സഹായം തന്നെ ആവശ്യമില്ല. എന്റെ ദൈനംദിന ജോലികൾ അനായാസമായി. തണുപ്പുകാലത്തെ പശുവളർത്തലിൽനിന്നും രക്ഷനേടാൻ ഉറപ്പിച്ചെങ്കിലും ഇന്ന് പെട്ടെന്ന് ചൂടുകൂടി. ഇത് ചൈനയിലും സംഭവിക്കാറുണ്ട്. പക്ഷെ, അവരെപ്പോലെ പുറത്തിറങ്ങി ആകാശത്തേക്ക് മുഷ്ടിചുരുട്ടി എന്റെ ദൈവത്തെ ശകാരിക്കാൻ എനിക്കാവില്ല. ചൈനാക്കാരായ കർഷകരും അവരുടെ ദൈവവും തമ്മിൽ കുറേക്കൂടി സൗഹാർദ്ദപരമായ ബന്ധമാണുള്ളത്. ഓരോ കാലത്തിനും അനുയോജ്യമായ തരത്തിൽ മഴയും വെളിച്ചവും ഒക്കെ കൊടുക്കുന്ന ഒരാളെയാണ് അവർ അവരുടെ ദൈവത്തിൽ പ്രതീക്ഷിക്കുന്നത്.

വിളവിനായി ആദ്യത്തെ പ്രാർത്ഥന കഴിഞ്ഞയുടൻ തണുത്ത കാലാവസ്ഥ വരുന്നത് ഗോതമ്പ് നന്നായി വളരാൻ സഹായിക്കും. കടുപ്പമേറിയാൽ ധാന്യം പൊടിഞ്ഞുപോകും. ഒരു കർഷകന് ഇപ്രകാരമാണ് ദൈവത്തോട് മനസ്സ് തുറക്കുന്നത്.

"നിങ്ങളുടെ നരച്ച തല ഇതു കാണുന്നുണ്ടോ? ഇങ്ങോട്ട് തണുപ്പിനുപകരം ചൂട് തന്നയച്ചത് എന്ത് കാരണത്താലാണ്? നിങ്ങളിവിടെ സ്വർഗ്ഗത്തിൽ കള്ളുകുടിച്ച് മത്തായി ഇരിപ്പാണോ? നിങ്ങളുടെ തലയൽ ചെളിയാണോ. നോക്കിക്കോ അമ്പലത്തിലേക്ക് കുന്തിരിക്കമോ സമ്മാനമോ ഉണ്ടാവില്ല."

ഞാനൊരു അവിശ്വാസിയാണ്. പക്ഷെ, വടക്കുഭാഗത്തുനിന്നു വന്ന അപ്രതീക്ഷിതമായ ഹിമവാതത്തെ ഞാനെങ്ങനെയാണ് പറഞ്ഞുകൊടുക്കേണ്ടത്? ഞാനും ജെറാൾഡും എങ്ങനെ ചിരിച്ചിരുന്നു. ഞങ്ങളുടെ ദാമ്പത്യത്തിൽ വലിയ പൊട്ടിച്ചിരികളുണ്ടായിരുന്നു. ഞാനാണ് അദ്ദേഹത്തെ ചിരിക്കാൻ പഠിപ്പിച്ചത്. ഞാനാണ് അദ്ദേഹത്തിലെ ചൈനീസ് നർമ്മബോധത്തെ തുറന്നുവിട്ടത്. എപ്പോഴാണോ കൂടുതൽ ചൈനക്കാരനാകുന്നത് അപ്പോൾ അദ്ദേഹം കൂടുതൽ സന്തോഷവാനാകും. അദ്ദേഹത്തിന്റെ ചൈനക്കാരിയായ ഭാര്യയ്ക്ക് ഭർത്താവിന ചിരിപ്പിക്കാൻ കഴി

യുന്നുണ്ടാകുമോ? അവളുടെ കത്തുകളാണ് ഞാനിപ്പോൾ തുറന്നു വായിച്ചത്. അദ്ദേഹത്തിന്റെതല്ല. ജെറാൾഡിന്റെ കത്തുകൾ എനിക്കിനി വായിക്കാനാവില്ല എന്നു ഞാൻ മനസ്സിലാക്കി. അവ പഴയതാണ്. അവ മറ്റൊരു കാലത്തിന്റേതാണ്. ഞാനറിയുന്നയാളല്ല ഇപ്പോഴുള്ളത്. അദ്ദേഹത്തന്റെ ചൈനീസ് ഭാര്യ എഴുതിയ ഈ കത്തുകളിലൂടെ ഞാനദ്ദേഹത്തെ കണ്ടെത്താൻ ശ്രമിക്കുകയായിരുന്നു. പക്ഷെ, എനിക്ക് അദ്ദേഹത്തിന്റെ നിഴലിനെ മാത്രമേ കാണാൻ കഴിഞ്ഞുള്ളൂ.

*** ***

ഇന്നു രാത്രി താഴ്‌വാരയിലേക്ക് തുറക്കുന്ന ജാലകം ഞാൻ തുറന്നിട്ടു. ശക്തിയോടെ കോട അകത്തേക്ക് വന്നു. തണുത്ത കാറ്റ്. എന്റെ നിശാവസ്ത്രത്തിലൂടെ സഞ്ചരിച്ചു. ഞാൻ ധൃതിയിൽ കിടയ്ക്കരികിലേക്ക് ചെന്ന് കമ്പിളിയെടുത്ത് എന്റെ തോൾവഴി മൂടിയിട്ടു. എത്ര ഏകാന്തമായാണ് ഞാൻ ഉറങ്ങാൻ പോവുന്നതെന്ന് എനിക്ക് ഓർക്കാനാവുന്നില്ല. ഞാനെന്റെ കമ്പിളി പുതപ്പു തരുന്ന സുരക്ഷിതത്വമോർത്തു. കഴിഞ്ഞ ജൂലൈ മാസത്തിൽ എന്റെ ആടുകൾ തന്ന രോമം കൊണ്ടു നിർമ്മിച്ചത്. എന്റെ ചെമ്മരിയാടുകൾ എനിക്ക് ചൂടുനൽകുന്നു. എന്റെ പശുക്കൾ പാലും വെണ്ണയും നെയ്യും തരുന്നു. എന്റെ മണ്ണ് എനിക്കുവേണ്ട ഭക്ഷണം തരുന്നു. സുന്ദരമായ കാഴ്ചകൾ തരുന്നു. പുതപ്പുണ്ടാക്കാൻ കമ്പിളി കൊടുക്കുമ്പോൾ ഞാൻ പറയാറുണ്ട്. അതിന് നല്ല പിങ്ക് നിറം പിടിപ്പിക്കണമെന്ന്, കട്ടികൂടിയ റോസാപ്പൂവിന്റെ നിറത്തിൽ അവ തിരിച്ചുവരും. ഞാനവയ്ക്കിടയിൽ സന്തോഷത്തോടെ കിടക്കും. അതിന്റെ നിറവും ചൂടും എനിക്ക് സുരക്ഷിതത്വം തരും. എന്റെ തൃപ്തിയും സന്തോഷവുമെല്ലാം ഇത്തരം ചെറിയ കാര്യങ്ങളിലാണ്. ഇത്തരം ചെറിയകാര്യങ്ങൾ എന്നേക്കും നിലനിൽക്കുന്നവയാണ്.

*** ***

ഇന്ന് മലകൾ മഞ്ഞുമൂടിയതിനാൽ അവയുടെ ഇരട്ടി വലിപ്പം തോന്നിക്കുന്ന പ്രഭാതത്തിൽ, റെനിയടെ ആദ്യത്തെ കത്തുവന്നു. ആ കത്തുമാത്രമാണ് പോസ്റ്റുമാൻ കൊണ്ടുത്തന്നത്. അതുകൊണ്ടുതന്നെ മറ്റൊന്നിലേക്കും ശ്രദ്ധതിരിക്കേണ്ടതില്ല. ഞാൻ അടുക്കളയിൽ നിന്നേടത്തു തന്നെ ഇരുന്നു. ചൂലു മാറ്റിവച്ചു. മുഷിഞ്ഞ തുണികൾ തള്ളിനീക്കി. കത്തു തുറന്നു.

പ്രിയപ്പെട്ട അമ്മേ..

ഞാനാ വരികളിൽ ഉമ്മ വച്ചു. വായന തുടർന്നു. അവൻ പോയിട്ട് മാസങ്ങളായെങ്കിലും ഇന്നലെ എന്നപോലെയാണ് അവനെഴുതുന്നത്.

പക്ഷെ, നീ എവിടെയാണ് മകനേ... കത്തു വന്നിരിക്കുന്നത് ഒരു മധ്യ

–പടിഞ്ഞാറൻ കോളേജിൽ നിന്നാണ്. അവന്റെ അച്ഛൻ പഠിച്ച ഹാർവാർഡ് കോളേജിൽ പോകാൻ ആഗ്രഹിക്കുന്നില്ലെന്ന് അവൻ പറഞ്ഞിട്ടുണ്ട്. അവൻ അവനായിരിക്കാൻ ആഗ്രഹിക്കുന്നു. അവന്റേതായ രീതിയിൽ. അവൻ അതാണ്, സാം പറഞ്ഞതുപോലെ. അതൊരു കാര്യമാത്രപ്രസക്തമായ കത്തായിരുന്നു. വിശദീകരണങ്ങളൊന്നുമില്ല. അവൻ നന്നായി പഠിക്കുന്നുണ്ട്. അവൻ ഫിസിക്സ് കൂടുതലായി ഇഷ്ടപ്പെടുന്നു. അവന്റെ റൂംമേറ്റ് ജോർജ് ബോവൻ എന്നൊരാളാണ്. അയാൾക്ക് ഒരു സഹോദരിയുണ്ട്. സുന്ദരിയൊന്നുമല്ല, എന്നാൽ അതീവബുദ്ധിമതിയും. കാണാൻ തരക്കേടില്ലാത്തവളുമാണ്. കാഴ്ചയിൽ നല്ല ഉയരവുമുണ്ട്.

"ഇപ്പോൾ അമ്മയ്ക്ക് മറ്റൊന്നും തോന്നണ്ട. ഞാൻ സ്ത്രീകളിൽനിന്ന് അകന്നുകഴിഞ്ഞു.

അവിടെ ഞാനൊന്നു നിന്നു. പത്തൊമ്പതാമത്തെ വയസ്സിൽ എന്റെ മകൻ സ്ത്രീകളിൽ നിന്ന് അകന്നുവെന്ന്. അലിഗ്രാ, നീയവനെ അത്രമാത്രം മുറിപ്പെടുത്തി. പക്ഷെ, എല്ലാ പുരുഷനും എല്ലാ സ്ത്രീയും അവരുടെ ആദ്യപ്രണയത്താൽ മുറിവേൽക്കാറുണ്ട്. എന്നെയും ജെറാൾഡിനെയും പോലെ അപൂർവ്വം ചിലർക്കു മാത്രമാണ് ആദ്യപ്രണയം ഏകപ്രണയമാവുന്നത്.

"ഞാൻ ക്രിസ്മസിന് വീട്ടിൽ വരും.' അവനെഴുതുന്നു. അത് ഒരു അനുഗ്രഹിക്കപ്പെട്ട വാർത്തയാണ്. എന്നെ തൃപ്തിപ്പെടുത്താൻ അത് മതിയായിരുന്നു. അവൻ വീട്ടിലേക്ക് വരുന്നു. അതിനാൽ ഞങ്ങൾക്ക് ക്രിസ്മസ് ഉണ്ടാവുന്നു. എന്നെയോ ബാബയെയോ സംബന്ധിച്ച് ഒരു ക്രിസ്മസ് ഉണ്ടാവുക എന്നത് വളരെ സങ്കടകരമായിരുന്നു. ബാബ ഉറപ്പായും ആ ദിവസം മറക്കും. ഞാൻ തനിച്ച് ഓർക്കുകയുമില്ല. റെനി ഈ കത്ത് അയച്ചില്ലായിരുന്നെങ്കിൽ മറ്റേതൊരു ദിവസത്തേയുംപോലെ എന്ന ഭാവത്തിൽ ഞാനാ ദിവസവും തള്ളിനീക്കുമായിരുന്നു. ഇനിയെനിക്ക് രുചികരമായ കേക്ക് ഉണ്ടാക്കണം. നല്ല വസ്ത്രങ്ങളെടുക്കണം. നല്ല പാത്രങ്ങൾ വാങ്ങണം. റെനിക്കുവേണ്ടി വാൾനട്ട് മിഠായി ഉണ്ടാക്കണം. ഒരു ചുവന്ന കമ്പിളി തുന്നണം. ഇത്രയും നാൾ അവന്റെ ഉടുപ്പുകൾ തുന്നിയിട്ടില്ല. അവനെല്ലാം വീട്ടിലേക്ക് കൊണ്ടുവരുമായിരിക്കും. എന്ത് സംഭവിക്കുകയെന്ന് നോക്കാം.വീടിന് പെട്ടെന്ന് ജീവനും വെളിച്ചവും വന്നു. ഞാൻ മുകളിൽ ജനാലയ്ക്കലിരിക്കുന്ന ബാബയുടെ അടുത്തേക്ക് ഓടിച്ചെന്നു.

"എന്റെ കാൽമുട്ടുകൾ തണുത്തിരിക്കുന്നു." ബാബ ചൈനീസിൽ പറഞ്ഞു.

"കാലിനടിയിൽ കാർപറ്റ് വെക്കണ്ടേ, ഒരു ശ്രദ്ധയുമില്ല." ഞാൻ

ചൈനീസിൽ തന്നെ ശാസിക്കുന്നതായി ഭാവിച്ചു. അദ്ദേഹം ചൈനീസ് ഭാഷയിൽ സംസാരിക്കുമ്പോൾ ഇംഗ്ലീഷ് മറന്നുപോകും. ഞാൻ ബാബ യോട് ആ ദൈവികമായ വാർത്ത ഇംഗ്ലീഷിൽ പറഞ്ഞു.

"ബാബ, റെനി ക്രിസ്മസിന് വീട്ടിൽ വരുന്നു. കേൾക്കുന്നുണ്ടോ? മനസ്സിലാവുന്നുണ്ടോ? ഞാൻ പറയുന്നതുപോലെ പറയൂ, റെനി എന്റെ പേരക്കുട്ടിയാണ്."

അദ്ദേഹം രോഗാതുരമായ വാർദ്ധക്യനേത്രങ്ങളാൽ എന്നെ നോക്കി. വിറയാർന്ന ശബ്ദത്തിൽ ആവർത്തിച്ചു, "റെനി എന്റെ പേരക്കുട്ടിയാണ്."

"അവൻ ക്രിസ്മസിന് വീട്ടിൽവരുന്നു"

"ക്രിസ്മസിന് വീട്ടിൽ പരുന്നു."

പറയുന്നത് ബാബയ്ക്ക് മനസ്സിലാവുന്നുണ്ടോ എന്നെനിക്ക് സംശയമുണ്ട്. പക്ഷെ, റെനി വരുമ്പോൾ മനസ്സിലാകും!

ഞാൻ ബാബയുടെ നെറുകയിൽ ചുംബിച്ച് റെനിയുടെ മുറി നോക്കാൻ പോയി. മാറ്റ് എന്നെ ഈ മുറി പെയിന്റ് ചെയ്യാൻ സഹായിക്കുമോ? ഒരു ഇളംമഞ്ഞ പെയിന്റ്..

*** ***

ദിവസങ്ങൾ പറന്നുപോയി. ക്രിസ്മസിനു ഇനി നാലുദിവസങ്ങൾ കൂടിയേ ഉള്ളൂ. റെനി ഇന്നു രാത്രി വീട്ടിൽ വരും. ഇതിനിടയിൽ എനിക്ക് പെക്കിങ്ങിലെ വീട്ടിൽനിന്നു മറ്റു പലസ്ഥലങ്ങളിൽ നിന്നയച്ച രണ്ടുകത്തുകൾ കൂടിവന്നു. ഒന്നു മാനിലയിൽ നിന്ന്, മറ്റൊന്ന് ബാങ്കോക്കിൽ നിന്ന്. ചൈനീസ് പെൺകുട്ടി മിടുക്കിയാണ്. എനിക്കവളിൽ താല്പര്യം തോന്നിത്തുടങ്ങിയിരിക്കുന്നു. പല സ്ഥലങ്ങളിൽനിന്നു കത്തുകൾ അയക്കുന്നതിനായി അവൾക്ക് ധാരാളം സുഹൃത്തുക്കൾ ഉണ്ടായിരിക്കും എന്നു തോന്നുന്നു. അവൾ ഇങ്ങനെ ചെയ്യുന്നതിനാൽ ജെറാൾഡ് സുരക്ഷിതനായിരിക്കും. അദ്ദേഹത്തിന്റെ കത്തുകൾ നിരീക്ഷിക്കപ്പെടുന്നതും സംശയിക്കപ്പെടുന്നതുമായിരിക്കും. പക്ഷെ ഇവൾക്ക് കുപ്പായങ്ങൾക്കിടയിൽവച്ചോ ബന്ധുവീടുകളിലേക്കുള്ള യാത്രയ്ക്കിടയിലോ ഒക്കെ അയക്കാൻ കഴിയും. അവളെ സംശയിക്കില്ല. അവളെങ്ങനെയിരിക്കും കാണാൻ എന്ന് എനിക്ക് കൗതുകം തോന്നാറുണ്ട്. കാണാനും കാണാതിരിക്കാനും തോന്നാറുണ്ട്. ഒരു ചെറിയ ഫോട്ടോയ്ക്ക് ചോദിച്ചാലോ എന്ന് തോന്നാറുണ്ട്. എന്നാൽ അത് കഴിയുമായിരുന്നെങ്കിൽ അവളയച്ചു തന്നേനെ. അവൾ അത്തരം ഒരു സ്ത്രീയാണ്. എപ്പോഴും സന്തോഷവതിയായിരിക്കുന്ന, സ്നേഹിക്കാനറിയാവുന്ന കിലുക്കാമ്പെട്ടിപോലെ ഒരു പെണ്ണ്. അവർ ഇത്തരം ഫോട്ടോകളൊക്കെ ഓർമ്മയ്ക്കായി സൂക്ഷി

ക്കാനിടയുണ്ട്. അവൾ വീടിനെക്കുറിച്ചും ജെറാൾഡിനെക്കുറിച്ചും അവരെന്തു ചെയ്യുന്നുവെന്നതിനെക്കുറിച്ചുമൊക്കെ പറയും. അവൾ ഒരിക്കലും അദ്ദേഹത്തിന്റെ പേരു പറയാറില്ല. പക്ഷെ, ഞങ്ങൾ രണ്ടുപേർക്കുമറിയാം ആ അദ്ദേഹമാരാണെന്ന്.

"അദ്ദേഹത്തിന് ഇന്നു തണുപ്പുപിടിച്ചിരുന്നു. ക്ലാസ് മുറിയിലെ പൊടിയടിച്ചാവാം. ഞാനദ്ദേഹത്തിനു ചൂടുള്ള ഇഞ്ചിച്ചായ തേൻ ചേർത്തുകൊടുത്തു. ഇപ്പോൾ കുറവുണ്ട്."

ശരത്കാലത്തിലുണ്ടാകാറുള്ള പൊടിക്കാറ്റ് ജെറാൾഡിന് എപ്പോഴും ശ്വാസതടസ്സമുണ്ടാകാറുണ്ട്. ആ സമയത്ത്അദ്ദേഹത്തിന് നന്നായി ഉറങ്ങാൻ കഴിയാറില്ല. ഞങ്ങൾ ചൈനയുടെ കുറച്ചുകൂടെ ഭേദപ്പെട്ട മറ്റൊരു വശത്തേക്ക് പോകുന്നതിനെക്കുറിച്ച് അപ്പോഴൊക്കെ ആലോചിക്കാറുണ്ട്. യാങ്സ്റ്റെ നദിക്കരിയിലുള്ള ചൈനയിലെ മികച്ച നഗരത്തിലേക്കോ മറ്റോ. പക്ഷേ, ഒരു തീരുമാനമെടുക്കേണ്ട സമയമെത്തുമ്പോൾ ജെറാൾഡിനൊരിക്കലും പെക്കിങ്ങ് വിട്ട് പോകാൻ കഴിയില്ല.

"ഒരാൾ ഈ നഗരത്തെ തന്റേതെന്നു കരുതിക്കഴിഞ്ഞാൽ മറ്റൊന്നും പിന്നെ ഇഷ്ടപ്പെടില്ല. മറ്റെവിടെയും ഞാനൊരു വിദേശിയായിരിക്കും." ജെറാൾഡ് പറഞ്ഞു.

അതിനാൽ ഞങ്ങൾ അവിടെതന്നെ തുടർന്നു. അല്ല ഞാനൊരിക്കലും ചൂടുള്ള ഇഞ്ചിച്ചായ തേൻ ചേർത്ത് കൊടുക്കുന്നതിനെപ്പറ്റി ആലോചിച്ചിട്ടേയില്ലല്ലോ? അവൾ അദ്ദേഹത്തിന്റെ കാര്യത്തിൽ എന്നെക്കാളും ശ്രദ്ധ കാണിക്കുന്നുണ്ടോ? പക്ഷേ, അവൾ അതുപോലെ സ്നേഹിക്കുന്നുണ്ടാവുമോ? അവൾക്ക് കഴിയുന്നതിന്റെ പരമാവധി അവൾ അദ്ദേഹത്തെ സ്നേഹിക്കും എന്നെനിക്ക് ഉറപ്പാണ്. പക്ഷേ അവളുടേത് ഒരു ചെറിയ ഹൃദയമാണ്. ഒരൽപ്പം സ്നേഹം കൊണ്ടുതന്നെ നിറഞ്ഞുകവിയും. അദ്ദേഹത്തിന് മതിയാവുമോ? ചിലപ്പോൾ മതിയാദയേക്കാം. എനിക്കതറിയാൻ മാർഗ്ഗമൊന്നുമില്ല. അവൾ തുടരുന്നു.

"ജമന്തിപ്പൂക്കൾ ഈ ശരത്കാലത്ത് വളരെ പ്രസരിപ്പോടെ വിരിഞ്ഞിരിക്കുന്നു. മുറ്റത്തിന്റെ വടക്കുഭാഗത്ത് അവ നിറയെ പൂത്തിട്ടുണ്ട്."

അവ അവിടെത്തന്നെയാണ് എപ്പോഴും പൂക്കുന്നത്. ഞങ്ങളുടെ കിടപ്പുമുറിയുടെ മുൻവശത്തുള്ള ചെറിയ മുറ്റത്ത് അതിന്റെ പിങ്കും വെള്ളയുംകൂടെ ഞാൻ നട്ടിരുന്നു. അവൾ അതേപ്പറ്റിയൊന്നും പറഞ്ഞില്ല.

"അദ്ദേഹം നന്നായി ജോലി ചെയ്യുന്നുണ്ട്. പുതിയ ക്ലാസുകളും ധാരാളം പുതിയ കുട്ടികളുമുണ്ട്. കൂടുതലായി അദ്ദേഹം ജോലി ചെയ്യുന്നു. രാത്രി ഉറങ്ങാൻ കഴിയാറില്ല. എനിക്ക് മനസ്സിലാകാത്ത എന്തൊക്കെയോ പിറുപിറുക്കുന്നത് കേൾക്കാം.."

അദ്ദേഹം ഒരിക്കലും എന്റെ പേര് പറയാറില്ലേ? പറയുമായിരുന്നെങ്കിൽ ഉറപ്പായും അവൾ അതെന്നോട് പറഞ്ഞേനെ. അദ്ദേഹം ഇപ്പോൾ എന്നിൽനിന്നും ഒരുപാട് അകലെത്തന്നെയായിരിക്കും എന്നുതോന്നുന്നു. ഞാനുമായി പങ്കുവയ്ക്കാത്ത ഇത്രയും ദിവസങ്ങൾ ഞങ്ങൾക്കിടയിലുണ്ടായിരുന്നു. അദ്ദേഹം അതേപ്പറ്റിപ്പറായാനാവുന്ന അവസ്ഥയിലായിരിക്കില്ല. എനിക്കവയെപ്പറ്റിയൊന്നും ചോദിക്കാനും കഴിയില്ല. കാരണം, ഒരുമിച്ചായിരുന്നപ്പോൾ ഞങ്ങൾക്കിടയിലൊരിക്കലും മൗനം ഉണ്ടായിരുന്നില്ല.

ഞാനാ കത്തുകൾ മടക്കിവെച്ചു. ഇത്തരം ചിന്തകൾക്കുള്ള സമയമല്ല അത്. ഇന്നുരാത്രി റെനി വീട്ടിൽ വരുന്നു. എനിക്കവനുവേണ്ടി മുറി വൃത്തിയാക്കേണ്ടതുണ്ട്. ചുവരുകൾ ഇളംമഞ്ഞ നിറത്തിലായി. ഫർണിച്ചറുകൾ പോളിഷ് ചെയ്ത് വൃത്തിയാക്കിവെച്ചു. പാത്രത്തിൽ പഴങ്ങൾ നിറച്ചു. നെരിപ്പോടിനരികിൽ വിറകുകൾ നിറച്ചുവെച്ചു. മഞ്ഞ് വീണ്ടും പെയ്തുകൊണ്ടിരുന്നു. അവന് മഞ്ഞിനുമീതെ തെന്നിപ്പായാനുള്ള ഹിമപാദുകം മിനുക്കിവെച്ചു, കാത്തിരുന്നു. തീർച്ചയായും ഞാനെല്ലാ പണികളും വളരെ നേരത്തെതന്നെ തീർത്തുവെച്ചു. സമയം പിന്നെ ചലിക്കുകയല്ല, ഇഴയുകയായിരുന്നു. ഞാൻ ക്രിസ്മസ് ട്രീ ഒരുക്കുന്നതിനെപ്പറ്റി ആലോചിച്ചുകൊണ്ടിരുന്നു. പിന്നെ അതു വേണ്ടെന്നു തീരുമാനിച്ചു. ഞാനും എന്റെ അച്ഛനും ചേർന്ന് കുന്നിനുമുകളിലെ കരിമ്പിൻ കാടിനപ്പുറത്തുനിന്നും ക്രിസ്മസ് ട്രീക്കുവേണ്ട കമ്പുകൾ ശേഖരിച്ചുകൊണ്ടുവരുന്നത് ഞാനും റെനിയും ചേർന്ന് തുടർന്നുവന്നതാണ്. അത് വർത്തമാനത്തെ ഭൂതത്തിലേക്ക് അടുപ്പിക്കുകയും ഭാവിയിലേക്കുള്ള പാലം പണിയുകയും ചെയ്യും. ജറാൾഡിന്റെ അമ്മ അവരുടെ കുടുംബത്തെയും ബാബയുടെ വീട്ടിലേക്ക് കൊണ്ടുപോയിരുന്നെങ്കിൽ ജെറാൾഡിന്റെ ജീവിതം ഇത്രമാത്രം ഒറ്റപ്പെട്ടുപോവില്ലായിരുന്നു. ഒരുപക്ഷെ, ബാബ അതിനനുവദിച്ചുകാണില്ല, അല്ലെങ്കിൽ അവന്റെ അമ്മയ്ക്ക് ആ കുടുംബവുമായുള്ള ബന്ധം അവരുടെ വ്യത്യസ്തമായ വിവാഹബന്ധത്താൽ മുറിഞ്ഞുകാണുമെന്ന് കരുതിയിരിക്കാം. അതുകൊണ്ട് അവരൊരു വിപ്ലവകാരിയാണെന്ന് അവർക്കുതന്നെ തോന്നിയിരിക്കാം. നിരാശ ബാധിച്ച ഏകാകികളായ മനുഷ്യരാണ് വിപ്ലവകാരികളാകുക. അത്തരമൊരു അവസ്ഥയിലേക്ക് പോകുന്നതിൽ നിന്ന് ഞാൻ റെനിയെ തടയേണ്ടതുണ്ട്. എന്റെ പൂർവ്വികർ മരിച്ച മണ്ണടിഞ്ഞ ഈ നാട്ടിൽ അവൻ അവന്റെ നാടിനെ കണ്ടെത്തണം. അവൻ ഏതുതരത്തിലും എന്റെ നാടിന്റെ ഭാഗമായിത്തീരണം. അല്ലെങ്കിൽ എവിടെച്ചെന്നാലും അവൻ ഒരു നിഷേധി

യായേക്കാം.

ഞാൻ കൂടുതൽ തീവ്രതയിലേക്കാണ് പോവുന്നത്. അത് ഒരു മകന്റെ അമ്മയാവുന്നതിന്റെ ശക്തിയും ദൗർബല്യവുമാണ്. ഒരു മകളായിരുന്നെങ്കിൽ, എന്റെ വാക്കുകൾക്ക് സമീപം തന്നെ അവളുണ്ടാകുമായിരുന്നു. പക്ഷെ, റെനി എന്നിൽനിന്നും ഇതിനകം തന്നെ അവന്റെ ദൂരം ഉണ്ടാക്കിക്കഴിഞ്ഞു. അവൻ തികച്ചും ഒരു അപരിചിതനായിട്ടാവും മടങ്ങിവരിക. എനിക്കു തന്നെ പരിചയമില്ലാത്ത ഒരാളെന്നവണ്ണം പെരുമാറാൻ ഞാൻ എന്നെത്തന്നെ പുതുക്കേണ്ടിവരും. എനിക്കതിനു കഴിയുമെന്നുതന്നെ കരുതുന്നു.

അങ്ങനെ പ്രതീക്ഷിച്ചിരുന്ന ആ വൈകുന്നേരം അടുത്തുവന്നു. മലകൾ സൂര്യനെ മുഴുവനായും വിച്ഛേദിച്ചുകഴിഞ്ഞു. മഞ്ഞിനുമീതെ അപ്പോഴും ചുവപ്പുരാശി ബാക്കിയുണ്ടായിരുന്നു. ബാബയും ആകാംക്ഷയാൽ നേരത്തെ കിടക്കാൻ പോകുന്നതിനു സമ്മതിക്കാതെ നിന്നു. അദ്ദേഹം ഇരുണ്ട കാപ്പി നിറത്തിലുള്ള സ്വർണ്ണബട്ടൻ പിടിപ്പിച്ച ഏറ്റവും നല്ല ചൈനീസ് ഗൗൺ ആവശ്യപ്പെട്ടു. അതിനുശേഷം വ്യാളീമുഖമുള്ള തന്റെ ചൂരൽവടിയുമായി ജനാലയ്ക്കലിരുന്നു. എനിക്കതിനുവേണ്ടിയും അന്വേഷിക്കേണ്ടിവന്നിരുന്നു. അദ്ദേഹത്തിന്റെ നരച്ച തലമുടിയും നരച്ചുനീണ്ട താടിയും ഏതോ പുരാതന ചൈനീസ് കുലപതിയെപ്പോലെ തോന്നിപ്പിച്ചു. അദ്ദേഹത്തിന്റെ എപ്പോഴും ഇരുണ്ടിരുന്ന തൊലി ചുളിഞ്ഞിരിക്കുന്നു. ആ പ്രൗഢമായ ശരീരഭംഗി മാത്രമാണ് സ്കോച്ച് പാരമ്പര്യത്തെ കാണിക്കാൻ ബാക്കിയുള്ളത്.

എന്നെ സംബന്ധിച്ചിടത്തോളം എല്ലാപണികളും കഴിഞ്ഞിരിക്കുന്നുവെന്ന ഭാവത്തിൽ താഴേക്കിറങ്ങിവന്ന് മുൻവാതിലിനു സമീപത്തിരുന്നു. ദേവതാരുവിന്റെ കമ്പുകളും പഴങ്ങളും ചേർത്ത്ചെമ്പുവാതിൽപ്പിടി നിറച്ചുവെച്ചു. റെനി ഈ വാതിലിലൂടെ കയറിവരണം. ഞാനതിനായി ഇവിടെ കാത്തിരുന്നു. ഒടുവിൽ സന്ധ്യകഴിഞ്ഞ് ഒരു വാഹനത്തിന്റെ വെളിച്ചം കണ്ടു. അത് അവനാണ്. മാഞ്ചസ്റ്ററിലെ സ്റ്റേഷനിൽനിന്നും വാടകയ്ക്കെടുത്ത കാറ് ആയിരിക്കണം എന്ന് ഞാൻ കരുതുന്നു. അവൻ എപ്പോൾ വരുമെന്ന് പറയാതിരുന്നതിനാൽ എനിക്ക് കാണാൻ കഴിഞ്ഞില്ല. കാറ് ഇവിടെയെത്തി. പെട്ടെന്ന് തല ചുറ്റിയതിനാൽ എനിയ്ക്ക് വാതിലിലേക്ക് തല ചായ്ക്കേണ്ടിവന്നു. വാതിൽപ്പിടിയിൽ ആഞ്ഞുമുട്ടുന്ന ശബ്ദം കേട്ടു. ഒരുപക്ഷെ, അത് റെനിയായിരിക്കില്ല. വഴിപോക്കരായിരുന്നിരിക്കാം. ഞാൻ അത് അടയ്ക്കാനായി ചെന്നു. പെട്ടെന്ന് അത് തള്ളിത്തുറന്ന് നീളമുള്ള രണ്ട് പുരുഷന്മാർ മുന്നിൽ വന്നു. അതിലൊന്ന് റെനിയായിരു

ന്നു. മറ്റേത് സാം. സാമാണ് ആദ്യം സംസാരിച്ചത്.

"ഹലോ, മിസ്സിസ്സ് മാകിലിലിയോഡ്. റെനിയുടെ കൂടെ വന്ന എന്റെ മാന്യനായ വൃദ്ധൻ എങ്ങനെയുണ്ടെന്നു കാണാമെന്നു കരുതി. നിങ്ങൾക്ക് ക്രിസ്മസിന് എന്നെ ആവശ്യമില്ലെങ്കിൽ പറഞ്ഞയക്കാവുന്നതാണ്." എന്റെ കൈത്തണ്ട പൊട്ടാവുന്നത്രയുംനേരം അയാൾ ഹസ്തദാനം ചെയ്തു. നീലക്കണ്ണുകൾ തിളങ്ങുകയും പ്രകാശിക്കുകയും ചെയ്തു. അയാൾ എന്റെ ചുമലിൽ കൈവെക്കുകയും ശബ്ദമുണ്ടാക്കി കവിളിൽ ചുംബിക്കുകയും ചെയ്തു. ഈ സമയത്തെല്ലാം ഇടറിയ ശബ്ദത്തിൽ സ്വാഗതം പറയുന്നുണ്ടായിരുന്നെങ്കിലും ഞാൻ റെനിയെ മാത്രമാണ് കണ്ടത്. അത്യാവശ്യം നീളമുള്ള ഇരുണ്ട നിറമുള്ള ആ ചെറുപ്പക്കാരൻ ഒന്നും മിണ്ടാതെ ചിരിച്ചുകൊണ്ടു നിന്നു. ഇതുകണ്ട സാം, താൻ അത്യാവേശം കാണിച്ചതുപോലെ, പിറകോട്ടുമാറി.

"എന്നോടു ക്ഷമിക്കൂ."

റെനി മുന്നോട്ടുവന്ന് തന്റെ കൈകളിൽ എന്റെ കൈകളെടുത്തു. കുനിഞ്ഞുനിന്ന് എന്റെ മറ്റേ കവിളിൽ അവന്റെ ചുണ്ടുകളുടെ സ്പർശം പോലും അറിയാനാവുന്നത്ര, അത്രയും മൃദുവായി ചുംബിച്ചു.

"ഹലോ അമ്മേ..."

അവനെന്നെ കുനിഞ്ഞുനോക്കി. ഞാനവന്റെ നേരെയും.

അവൻ ഇപ്പോൾ കൂടുതലൊന്നും പറയാനുദ്ദേശിക്കുന്നില്ല. ഞാൻ സംസാരിക്കാൻ ധൃതികൂട്ടി.

'വരൂ, വരൂ, രാത്രി നല്ല തണുപ്പാണ്. ചൂടുള്ള സ്ഥലത്തേക്ക് നീങ്ങാം. സ്കീയിങ്ങിനു പറ്റിയ കാലവസ്ഥയാണ് റെനീ"

അവർ അകത്തേക്കു കയറി. റെനി സ്വീകരണമുറിയും ഹാളും നോക്കി. ഞാൻ വിളക്കുകൾ കത്തിച്ചു. ഊൺമേശമേലുള്ള തിരികൾ കൊളുത്തി. എന്റെ ലിനൻ വിരികളാലും അമ്മയുടെ വെള്ളിപ്പാത്രങ്ങളാലും അത് ഒരുക്കിവെച്ചിരുന്നു. മേശമേൽ ഹാലിപ്പൂക്കൾ വച്ചിരുന്നു. ഞങ്ങൾക്കിവിടെ ഹാലിമരം വളരില്ല, അതിനാൽ ഞാൻ അത് പൂക്കാരന്റെ അടുത്തുനിന്നും വലിയ വിലയ്ക്ക് വാങ്ങിയതാണ്.

"എന്താ എല്ലാം അങ്ങനെ തന്നെയില്ലേ?"

അവൻ മറുപടി പറയാതെ തലകുലുക്കി. ഇല്ല, ഇതൊരിക്കലും അതു തന്നെയാവില്ല അവന്, കാരണം അവനും അതല്ല, അവൻ മാറിയിരിക്കുന്നു. അവന്റെ അമ്മയെക്കുറിച്ച് ഹൃദയഭേദകമായ ഒരു ഭയവും അവനുണ്ടെന്ന് ഞാൻ മനസ്സിലാക്കുന്നു. അവൻ മുൻപ് എന്തായിരുന്നോ അതാകാൻ ഞാൻ ശ്രമിക്കും എന്നവൻ ഭയക്കുന്നു. ഒരു പുരുഷനല്ല, ആൺകുട്ടി. അവന് ഒരു ആൺകുട്ടിയാവാൻ പറ്റിയാൽ പോലും അവൻ എന്റെ

മകനാകാൻ തയ്യാറല്ല. ഒരു വേദനയുടെ മിന്നൽ വെളിച്ചത്തിൽ ഞാനതും മനസ്സിലാക്കി.

"നിങ്ങൾ മുറിയിലേക്ക് പോകാനാഗ്രഹിക്കുന്നോ?" ഞാൻ തികച്ചും ഔപചാരികമായി ചോദിച്ചു.

"റെനീ, നിന്റെ റൂം റെഡിയാണ്, നിങ്ങൾക്കുവേണ്ടി ഗസ്റ്റ് റൂമിൽ കുറച്ചു വിരിപ്പുകളും ടവലുകളും വെക്കാനുണ്ട്. സാം, നിങ്ങൾ വന്നതിൽ എനിക്ക് സന്തോഷമുണ്ട്."

ശരിക്കും എനിക്കതിൽ സന്തോഷമുണ്ട്. ഒരു അപരിചിതൻ എന്റെ മകന്റെ ഒപ്പം വന്നു എന്നതിൽ ആദ്യം എനിക്കൽപ്പം നീരസമുണ്ടായിരുന്നു. എന്നാലിപ്പോൾ അയാൾ എന്തുകൊണ്ടാണ് വന്നതെന്ന് എനിക്കറിയാം. റെനി ആവശ്യപ്പെട്ടിട്ടാണ് അയാൾ വന്നത്. അതായത് അവനപ്പോൾ അവന്റെ അമ്മയുടെ അടുത്ത്, എന്റെയടുത്ത് ഒറ്റയ്ക്കാവില്ല. എന്നിൽനിന്നും അവനെ സംരക്ഷിക്കുന്നതിന് അവനു ഒരാളിനെ വേണം. ഞാൻ ശാന്തയായിത്തന്നെ ഇരിക്കണം. ശാന്തനായ നീളമുള്ള ഈ ചെറുപ്പക്കാരനോട് ഞാൻ ഒന്നുംതന്നെ ആവശ്യപ്പെടരുത്. സാം വന്നുവെന്നതിൽ അതിനാൽ ഞാൻ സന്തോഷിക്കുന്നു. ഇവർ രണ്ടുപേരോടും അന്യരെപ്പോലെ പെരുമാറാൻ അപ്പോൾ കഴിയും.

"റെനിക്ക് മുറി അറിയാലോ അല്ലേ?" ഞാൻ കളിയായി പറഞ്ഞു. "നിങ്ങളുടേത് സാം, ഇവിടെനിന്നു തിരിഞ്ഞാൻ നേരെ വലത്."

"എങ്ങനെയുണ്ട് നമ്മുടെ ഓൾഡ് ജെന്റിൽമാൻ?" സാം ഉത്സാഹത്തോടെ ചോദിച്ചു.

"അദ്ദേഹത്തിന് നിങ്ങളെക്കാണുമ്പോൾ സന്തോഷമാകും." ബാബ അയാളെ തിരിച്ചറിയുമെന്ന പ്രതീക്ഷയിൽ ഞാൻ പറഞ്ഞു.

"എവിടെ അദ്ദേഹം?"

"ഇവിടെ.." ഞാൻ ബാബയുടെ മുറിവാതിൽ തുറന്നു. സാം അകത്തുകയറി. റെനി പക്ഷേ, നേരെ നടന്നു അവന്റെ മുറിയിലേക്കു ചെന്ന് കതകടച്ചു.

"കൊള്ളാം.. കൊള്ളാം.."

സാം ഉറക്കെ പറഞ്ഞു. അയാൾ ബാബയുടെ അടുത്തേക്കു ചെന്ന് കൈപിടിച്ചു കുലുക്കി. ബാബ അയാളെ നിസ്സഹായനായി നോക്കി.

"ആഹാ! ഇരിപ്പുകണ്ടാൽ ചൈനയിലെ ചക്രവർത്തിയാണെന്ന് തോന്നുമല്ലോ?" സാം ഉറക്കെപ്പറഞ്ഞു. "എങ്ങനെയുണ്ട് ഡോക്ടർ മാകിലിയോഡ്?"

അയാൾ ബാബയ്ക്ക് മുന്നിലേക്ക് ഒരു കസേര വലിച്ചിട്ട് പുറകുവശം

തിരിഞ്ഞിരുന്നു.

"സുഖമായിരിക്കുന്നു." ബാബ ശ്രദ്ധയോടെ പറഞ്ഞു. അദ്ദേഹം എന്നെ അപേക്ഷാരൂപത്തിൽ നോക്കി, പിന്നെ സാമിനെയും.

"നിങ്ങൾ എന്റെ പേരക്കുട്ടിയാണോ?" അദ്ദേഹം ശാന്തമായി ചോദിച്ചു.

"അയ്യോ അല്ല..." സാം അലറിച്ചിരിച്ചു. റെനി അത്രയൊന്നും മാറിയിട്ടില്ല. "സാർ, നിങ്ങളെന്നെ ഓർക്കുന്നില്ലേ? ഞാനെന്റെ കൃഷിസ്ഥലത്തുള്ള ചെറിയ കുടിലിലേക്ക് അങ്ങയെ കൂട്ടിക്കൊണ്ടുപോയിരുന്നു. ഓർമ്മയില്ലേ? നമ്മൾ രണ്ടുപരും മികച്ച സുഹൃത്തുക്കളായിരുന്നു."

ബാബ പതുക്കെ ഓർത്തെടുത്തു. അദ്ദേഹം തലകുലുക്കി. അദ്ദേഹം തന്റെ ചൂരൽവടി രണ്ടുമൂന്നുവട്ടം കാർപെറ്റിൽ തട്ടി.

"സാം.. അതെ ഇത് സാം ആണ്!" അദ്ദേഹം കരുതലോടെ പറഞ്ഞു.

"അതുതന്നെ!" സാമിന് സന്തോഷംകൊണ്ട് കണ്ണുനിറഞ്ഞു. ബാബ നന്നായിരിക്കുന്നു. നിങ്ങളെ നന്നായി ഇവർ പരിപാലിക്കുന്നു.

ഞാൻ അവരെ അവിടെവിട്ട് റെനിയുടെ മുറിയിലേക്ക് പോകാൻ ആഗ്രഹിച്ചു. ഞാനും എന്റെ മകനും തനിച്ചാകുമ്പോൾ തീർച്ചയായും അവിടെ ഞങ്ങളുടെതായ ഒരു സമയമുണ്ടാകും. അത്രയേ എനിക്കുവേണ്ടൂ. പക്ഷെ, സാം എന്നെ ശ്രദ്ധിക്കുന്നുണ്ടായിരുന്നു. ഞാൻ മുറിയിൽനിന്നും പുറത്തു കടക്കാൻ ശ്രമിക്കവേ സാം എന്നെ തടഞ്ഞു.

"മാഡം, നിങ്ങളെന്നെ തെറ്റിദ്ധരിക്കരുത്. റെനിയെ ഇപ്പോൾ തനിച്ചു വിടുന്നതാണ് നല്ലത്. അവൻ ശരിയായ സമയത്ത് നിങ്ങളുടെ അരികിലേക്ക് തിരിച്ചുവരും. പക്ഷെ, ആ സമയം അവന് തോന്നുമ്പോഴായിരിക്കും."

"എനിക്കത് മനസ്സിലാകുന്നുണ്ട്." ഞാൻ അവിടെ കാത്തിരുന്നു.

ഒടുവിൽ റെനിയുടെ മുറിതുറന്നു. അവൻ വന്നു. അവൻ ബ്രൗൺ നിറത്തിലുള്ള അയഞ്ഞ ഒരു കുപ്പായമാണ് ധരിച്ചിരുന്നത്. ഞാനത് മുൻപ് കണ്ടിട്ടില്ല. മുടി നന്നായി ചീകിയിരിക്കുന്നു. ചുവന്ന ടൈ കെട്ടിയിട്ടുണ്ട്. അവൻ സമുഖനായ ഒരു പുരുഷനായിരിക്കുന്നു എന്ന് ഞാൻ കണ്ടു. ചെറുപ്പമാണെങ്കിലും അവൻ എവിടെയോ അവന്റെ കരുത്ത് ശേഖരിച്ചിരിക്കുന്നു. പഴയ റെനിയെ എനിക്കിനി കാണാൻ പറ്റുമോ? പറ്റുമെങ്കിൽ എങ്ങനെ?

"എങ്ങനെയുണ്ട് മുത്തച്ഛാ?" റെനി ബാബയുടെ അരികിൽ ഒരു ചൈനീസ് പേരക്കുട്ടിയെപ്പോലെ മുട്ടുകുത്തിനിന്ന് ബാബയുടെ കൈപിടിച്ചു. ബാബ അവനെ നോക്കി ഓർത്തെടുക്കാൻ ശ്രമിച്ചു.

"നീ എന്റെ മകൻ ജെറാൾഡാണോ?"

"നിങ്ങളുടെ പേരക്കുട്ടി." റെനി മറുപടി പറഞ്ഞു.

അവർ രണ്ടുപേരും പരസ്പരം മുഖത്തോടുമുഖം നോക്കിനിന്നു. ഞാൻ അവർ തമ്മിലുള്ള സാമ്യം ആദ്യമായി കണ്ടു. ഒരു പുരുഷനായുള്ള റെനിയുടെ രൂപപരിണാമം അവനിൽ സ്കോട്ടിഷ് ചായ്‌വാണ് ഉണ്ടാക്കുന്നത്. ചൈനീസല്ല.

"എന്റെ പേരക്കുട്ടി." ബാബ ആവർത്തിച്ചു.

പെട്ടെന്ന് അദ്ദേഹം മുന്നോട്ടു കുനിഞ്ഞ് അവന്റെ നെറ്റിയിൽ ഉമ്മവച്ചു. ബാബ ഇതുവരെ മറ്റാരെയും ചുംബിക്കുന്നത് ഞാൻ കണ്ടിട്ടേയില്ല. റെനിയിലും അത് ചലനമുണ്ടാക്കി. അവൻ ബാബയുടെ കൈകൾ കവിളിൽ ചേർത്തു.

"വീട്ടിലേക്കു വന്നതിൽ എനിക്ക് സന്തോഷമുണ്ട്." അവൻ പറഞ്ഞു. ഞാനവന്റെ കണ്ണിൽ കണ്ണുനീർ കണ്ടു.

ഞങ്ങൾക്ക് പിന്നീട് സന്തോഷം നിറഞ്ഞ ഒരു വൈകുന്നേരം ഉണ്ടായി. ആ ചെറുപ്പക്കാർ അവരുടെ കൈകളാൽ ഒരു കസേര തന്നെയുണ്ടാക്കി ബാബയെ താഴേക്കു കൊണ്ടുവന്നു. അദ്ദേഹം ഞങ്ങളുടെ കൂടെ മേശയ്ക്കു ചുറ്റുമിരുന്നു. ആ ആഹ്ലാദത്തിൽ ഞാൻ മുകളിലേക്കോടി. എന്റെ വെൽവെറ്റ് ഡിന്നർ ഗൗൺ ധരിച്ചു. ജെറാൾഡും ഞാനും പിരിഞ്ഞതിൽ പിന്നെ ഞാനത് ധരിച്ചിട്ടേയില്ല. ഷാങ്ങായിലെ ആ അവസാനത്തെ രാത്രിയിൽ ഞങ്ങൾ ഭക്ഷണം കഴിക്കാനായി ആസ്റ്റെർ ഹോട്ടലിലേയ്ക്ക് പോയി. അതിനുശേഷം നൃത്തം ചെയ്യാനും. അന്നു ഞാൻ ഈ ഗൗണാണ് ഇട്ടിരുന്നത്. പുറത്തുള്ള ആൾക്കൂട്ടം നിറഞ്ഞ തെരുവിനെയും മറന്ന് ഞങ്ങൾ പരസ്പരം കവിളുചേർത്ത് നൃത്തം ചെയ്തു. അവിടെയുള്ള ശേഷിക്കുന്ന യൂറോപ്യൻ അതിഥികൾക്കൊപ്പം അൽപ്പം സമയം ചെലവഴിക്കാൻ തീരുമാനിച്ചു. അവർ സ്നേഹിക്കുന്ന രാജ്യമാണെങ്കിൽക്കൂടി അവരിൽ പലരും തങ്ങളുടേതല്ലാത്ത ആ രാജ്യം വിട്ടുപോകാൻ തന്നെ തീരുമാനിച്ചു. ഒരിക്കലും പറഞ്ഞില്ലെങ്കിൽക്കൂടിയും ഞങ്ങൾക്ക്, എനിക്കും ജെറാൾഡിനും അറിയാമായിരുന്നു. അദ്ദേഹത്തിന് അവിടെ തങ്ങേണ്ടിവരുമെന്നും എനിക്ക് പോകേണ്ടിവരുമെന്നും. അദ്ദേഹത്തിന് അറിയാമായിരുന്നു എന്ന് എനിക്കുറപ്പാണ്.

ഈ രാത്രി ഒരുവട്ടം ഈ ഗൗൺ മടക്കിവെക്കാൻ ഞാൻ തീരുമാനിച്ചിരുന്നു. എന്നാലതുവേണ്ട. എനിക്കുണ്ടായിരുന്നതും ഞാൻ നേടിയതുമായ എല്ലാം ഈ വീടിന്റെ, ഈ താഴ്‌വരയുടെകൂടെ ഭാഗമാകേണ്ടതുണ്ട്. അതുകൊണ്ട് ഞാൻ അതുമുടുത്ത് താഴേക്ക് പോയി. ആ രണ്ടു ചെറുപ്പക്കാരും എന്നെക്കണ്ട് അതിശയത്തോടെ എഴുന്നേറ്റുനിന്നു. ഞാൻ

പെട്ടെന്ന് അവർക്കുമുന്നിൽ ഒരു സ്ത്രീയായി മാറി. അവർ ഇതുവരെ അതു തിരിച്ചറിയാത്തതുപോലെ. റെനി എന്നെ അമ്മ എന്നതിനുമപ്പുറം മറ്റൊരാളായി കാണുന്നു എന്നതിൽ എനിക്ക് സന്തോഷം തോന്നി. ഒരു പക്ഷേ, അവന് എന്നോട് അത്ര ഭയമുണ്ടാകില്ല. സാമിനെ സംബന്ധിച്ചിടത്തോളം എന്തുകണ്ടു എന്നത് വിഷയമേയല്ല.

ഞാൻ റെനിയെ ടേബിളിന്റെ തലയ്ക്കൽ ഇരുത്തി, ഞാൻ ബാബയോടോപ്പം കാൽഭാഗത്തും. എനിക്കദ്ദേഹത്തെ ഭക്ഷണം കഴിപ്പിക്കാൻ സഹായിക്കാനാകുംവിധത്തിൽ ബാബയെ വലതുഭാഗത്തിരുത്തി. ചൈനീസ് ബൗളിൽ ചൂട് സൂപ്പുണ്ടായിരുന്നു. ഞാൻ ആ പാത്രം ന്യൂയോർക്കിൽനിന്നു വാങ്ങിയതാണ്. അതുപോലൊരെണ്ണം എനിക്ക് പെക്കിങ്ങിലെ വീട്ടിൽ ഉണ്ടായിരുന്നു. ഞങ്ങൾ കഴിക്കാൻ തുടങ്ങി. റെനി ഉത്സാഹത്തോടെ സംസാരിക്കാൻ തുടങ്ങി. സാം പക്ഷേ, പെട്ടെന്ന് ലജ്ജാലുവും മൗനിയുമായി.

"ഞാൻ സാമിനെ സ്കീയിങ്ങ് പഠിപ്പിക്കാൻ പോകുന്നു." റെനി പറഞ്ഞു. "അതുപോലൊരു പരന്ന നാട്ടിൽ ജീവിച്ചതുകാരണം സാമിന് എങ്ങനെയാണ് കുന്നിൻചരിവിലൂടെ സ്കീയിങ്ങ് നടത്തുക എന്നറിയില്ല.

"തട്ടിൻപുറത്ത് വേറെയും സ്കീസ് ഉണ്ട്." ഞാൻ പറഞ്ഞു.

"എനിക്ക് വരാൻ പേടിയുണ്ട്. എനിക്കതു ചെയ്യാൻ പറ്റില്ല എന്നാണ് തോന്നുന്നത്."

നിങ്ങൾക്ക് എന്തും ചെയ്യാൻ പറ്റും. നിങ്ങൾക്ക് മറ്റൊരാളെ ചെയ്യിപ്പിക്കാനും പറ്റും. നിങ്ങളുടെ ആ സിംഗിൾ എഞ്ചിൻ പ്ലെയിനിൽ നിങ്ങൾ ആകാശത്തുനിന്നും ഇറങ്ങിവുന്നതു കണ്ടാൽ നിങ്ങൾക്ക് എവറസ്റ്റിൽ പോലും സ്കീയിങ്ങ് നടത്താനാകുമെന്നു തോന്നും.

"ഞാൻ എഞ്ചൻ എന്റെ കാലിൽ കൊണ്ടുനടക്കാറില്ല." സാം പറഞ്ഞു.

"ഇത് പ്രത്യേകമായി ഉണ്ടാക്കിയതാണ്." ഞാൻ മറുപടിയേകി.

"ഇതുവരെ ഇത്രയും നല്ല ഒരു അത്താഴം ഞാൻ കഴിച്ചിട്ടില്ല." റെനി പ്രഖ്യാപിച്ചു. അവന് ഉണ്ടായിരുന്ന എല്ലാത്തരം ലജ്ജയിൽനിന്നും മോചിതനായി അവൻ അവനായി. മുറുകിയതിനാൽ അവൻ തന്റെ ബെൽറ്റ് ഒന്നോ രണ്ടോ ഹുക്കുകൾ മാറ്റിയിടുന്നത് ഞാൻ കണ്ടു. അവനത് എന്നിൽനിന്നും ഭംഗിയായി മറച്ചുകൊണ്ടാണ് ചെയ്തത്. റെനിയുടെ ഈ നല്ല ശീലങ്ങൾ അവന്റെ ശ്വാസംപോലെ സ്വാഭാവികമാണ്. ലോകത്തിനെ ഏറ്റവും മാന്യരായ ആളുകൾ ഉള്ള പെക്കിങ്ങിൽ നിന്നുമാണ് അവനതു ശീലിച്ചിട്ടുള്ളത്.

ഭക്ഷണം കഴിച്ചു കഴിഞ്ഞപ്പോഴേക്കും വാതിലിൽ വീണ്ടും മുട്ടുകേ

ട്ടു. ഞങ്ങൾ ടേബിളിൽനിന്നു എഴുന്നേറ്റിരുന്നു. പാത്രങ്ങൾ കഴുകിയില്ല. സമയം പിന്നീട് ധാരാളമുണ്ട്. പാത്രങ്ങൾ എടുക്കാൻ നോക്കിയ സാമിനോടും അതു പറഞ്ഞു. ഞാനദ്ദേഹത്തിന് എതിർവശമായി ഇരുന്നു. സാമും റെനിയും ചേർന്ന് ആ മഞ്ഞ സോഫ ചിമ്മിനിക്ക് അഭിമുഖമായി നീക്കിയിട്ടു. അപ്പോഴാണ് ആ ശബ്ദം കേട്ടത്.

"നിങ്ങൾ ആരെയെങ്കിലും പ്രതീക്ഷിക്കുന്നുണ്ടോ?" റെനി എന്റെ നേരെ തിരിഞ്ഞു.

"ഇല്ല, ഈ സമയത്ത് അതാരാണെന്ന് എനിക്ക് മനസ്സിലാകുന്നില്ല." ഞാൻ പറഞ്ഞു.

അവൻ ഹാളിൽചെന്ന് വാതിൽ തുറന്നു. ബ്രൂസ് സ്പോൾഡൻ വാതിൽക്കൽ നിൽക്കുന്നു. അയാളുടെ കയ്യിൽ പിങ്ക് റോസാപ്പൂക്കളുടെ ഒരു കെട്ടുമുണ്ടായിരുന്നു. റെനി അയാളെ തുറിച്ചുനോക്കി. അവർക്ക് പരസ്പരം അറിയാം. ടോൺസിലിറ്റീസ് വന്നപ്പോൾ ബ്രൂസാണ് റെനിയെ ചികിത്സിച്ചിട്ടുള്ളത്. പക്ഷെ അവർ പരസ്പരം അപരിചിതരെപ്പോലെ നോക്കിനിന്നു.

"ഇവിടെ ആർക്കും അസുഖമില്ല." റെനി പറഞ്ഞു.

"ഓ, റെനീ... ദൈവത്തെ ഓർത്ത്..." ഞാൻ ദയനീയമായി പറഞ്ഞു.

ഞാൻ വാതിൽക്കൽ ചെന്നു. ബ്രൂസ് പൂക്കൾ എന്റെ കയ്യിൽ തന്നു.

"വരൂ, ഞങ്ങൾ നെരിപ്പോടിനടുത്താണ്."

അയാൾ അകത്തേക്കു വന്നു. റെനി ശ്രദ്ധയോടെ നിരീക്ഷിച്ചുകൊണ്ട് മിണ്ടാതെ നിന്നു. എന്റെ ചെറുപ്പം മുതലേ ടേബിളിൽ ഉണ്ടായിരുന്ന ഒരു പൂപ്പാത്രത്തിലേക്ക് ഞാൻ പൂക്കൾ വച്ചു. ഇരിക്കാൻ തുടങ്ങുന്നതിനും മുന്നേ ബാബ ഉറങ്ങുന്നത് ഞാൻ കണ്ടു. കഴുത്ത പിറകിലേക്ക് ചാഞ്ഞിരുന്നു. കണ്ണുകൾ അടഞ്ഞിരുന്നു.

"നമ്മൾ ബാബയെ മുകളിലേക്ക് കൊണ്ടുപോകണോ?"

"അദ്ദേഹം കുഴപ്പമില്ലാതിരിക്കുന്നുണ്ട്. ഈ ഉറക്കം എഴുന്നേൽപ്പിച്ചാൽപിന്നെ ഉറക്കം കിട്ടിയെന്നുവരില്ല." ബ്രൂസ് പറഞ്ഞു.

ഞങ്ങൾ അവിടെ ഇരുന്നു. റെനി ആ രണ്ടു ചെറുപ്പക്കാർക്കിടയിൽ നിശ്ശബ്ദനായിരുന്നു. അവനെന്നെ അതിശയത്തോടെ പലവട്ടം നോക്കുന്നത് ഞാൻ കണ്ടുപിടിച്ചു. ഒരുപാടു നാളുകൾക്കുശേഷം എനിക്ക് സന്തോഷം അനുഭവപ്പെട്ടു. പെട്ടെന്നുതന്നെ ഞങ്ങളെല്ലാവരും സംസാരിക്കാൻ തുടങ്ങി. ബ്രൂസ് അടുക്കളയിൽചെന്ന് ഒരു കാപ്പിയുണ്ടാക്കി, അയാൾ മറ്റൊന്നും കഴിക്കില്ല. റെനി ഞാൻ സൂക്ഷിച്ചവെച്ച വൈൻ എടുത്ത് അവനും സാമിനും ഒഴിച്ചു. എനിക്കൊന്നും വേണ്ടായിരുന്നു. അങ്ങനെ ഞങ്ങൾ വീണ്ടുമിരുന്നു. ആ സംഭാഷണം ഞങ്ങൾ മൂന്നുപേ

രിൽ കറങ്ങിനിന്നു. റെനി നിശ്ശബ്ദനായി ശ്രദ്ധിച്ചുകൊണ്ടിരുന്നു.

എന്റെ നാട് ഇതാണ്. ഞാനതുതന്നെ ചിന്തിച്ചുകൊണ്ടിരുന്നു. ഇവിടെയാണ് ഞാൻ ജനിച്ചത്. ഞാൻ ഇത്രയും ഏകാകിയായിരുന്നെങ്കിൽ ഞാൻ പെക്കിങ്ങിനെയും എന്തിന് ചിലപ്പോൾ ജെറാൾഡിനെത്തന്നെയും മറന്നുപോകുമായിരുന്നു. ഞാൻ ഒരുപാടു കാലമായി ചിരിക്കാറില്ലായിരുന്നു. പക്ഷെ, ഇപ്പോൾ, ഈ മൂന്നു പുരുഷന്മാരോടൊപ്പം ചിരിക്കുന്ന എന്നെ ഞാൻ കണ്ടു. മൂന്നേപരും അവനവന്റേതായ രീതിയിൽ എന്റെ ശ്രദ്ധ ആകർഷിക്കാനായി ശ്രമിച്ചുകൊണ്ടിരുന്നു. സാം വളരെ ഊർജ്ജസ്വലനായ പുരുഷന്റെ ശരീരഘടനയുള്ള പാശ്ചാത്യനായ ചെറുപ്പക്കാരനാണ്. ബ്രൂസ് ഇരുണ്ട് കശിണക്കാരനായ യുവാവും, റെനി, കൂട്ടത്തിൽ ഇളയവൻ, ഈ രണ്ടുപേർക്കുമിടയിൽ ഒരു വേലിപോലെ തീ കൂട്ടുന്നതിൽ മുഴുകിയും എന്നാൽ ചുറ്റിലും ശ്രദ്ധയോടെയുമിരുന്നു. സംസാരം പലയിടത്തേക്കും പോയി. പക്ഷെ അവയെല്ലാം എനിക്കു കേൾക്കാൻ വേണ്ടിയായിരുന്നു. വാദങ്ങളുടെ പയറ്റ് എന്റെ കണ്ണുകൾക്ക് മുന്നിൽ കാഴ്ചയായി നിന്നു. പറയാനാവാത്തതും വിലയേറിയതുമായ ഒരു മൃദുത്വവും സന്തോഷവും എനിക്ക് അനുഭവപ്പെട്ടു.

“വിപ്ലവം ഒഴിവാക്കാനാവാത്ത ഒരു പരിണാമപദ്ധതിയാണ്. നമ്മൾ ഉറച്ച കവചമുള്ള കടൽജീവികളെപ്പോലെ ശേഖരണങ്ങൾ കൊണ്ട് വളരുന്നവരല്ല. പാമ്പുകളെനമ്മുടെ തൊലിയൂരിക്കളയുന്നവരാണ്. കൂട്ടിലടച്ചവയെല്ലാം കെട്ടഴിച്ച് വിട്ട് പുതുമയിലേക്ക് കുതിക്കുന്നവരാണ്.” സാം പറഞ്ഞു.

പാശ്ചാത്യരുടെ പ്രാദേശികഭാഷയുടെ കലർപ്പേതുമില്ലാതെ അയാൾ സംസാരിക്കുന്നത് ഞാൻ അതിശയത്തോടെ കേട്ടിരുന്നു. ഒരു ഭൂവുടമയുടെ വലിച്ചുനീട്ടിയുള്ള ആ സംസാരം അയാളിലെ അതുവരെ കാണാത്ത ശരിയായ ഒരു മനുഷ്യനെ കാട്ടിത്തന്നു.

ബ്രൂസ് സാവധാനത്തിലും വളരെ സാമർത്ഥ്യത്തോടെയും പുകവലിച്ചുകൊണ്ടിരുന്നു. അയാളുടെ രണ്ടു മൂക്കിൻകുഴൽ വഴിയും പുക പുറത്തുവന്നു. “മനുഷ്യചരിത്രത്തിൽ എവിടെയും ഒരു വിപ്ലവവും നടന്നിട്ടില്ല. ഒക്കെയ്ക്കും അതിന്റേതായ വില കൊടുത്തിട്ടുണ്ട്. എല്ലാ യുദ്ധങ്ങൾക്കും വിഭ്രാന്തികൾക്കുമൊടുക്കം ആസുരശക്തികൾ അധികാരത്തിലെത്തും.”

“അതുകൊണ്ട് നിങ്ങൾക്ക് വിപ്ലവത്തെ പിടിച്ചുനിർത്താനാവില്ല. സഹനത്തിന് പരിധിയുണ്ട്. വിസ്ഫോടനം അനിവാര്യമാണ്. ചൈനയിലേക്ക് തന്നെ നോക്കൂ.” സാം തർക്കിച്ചു.

അയാൾ എന്റെനേരെ തിരിഞ്ഞു. ഏഷ്യൻ കാറ്റ് ആ അടഞ്ഞ ഇളം

ചൂടുള്ള മുറിയിലേക്ക് തള്ളിക്കയറിവന്നു. ഒരിക്കൽക്കൂടി ഞാൻ കടലിനുമപ്പുറത്തേക്ക് എറിയപ്പെട്ടു. ആത്മസംയമനത്താൽ പിടിച്ചുനിന്ന് ഞാൻ പറഞ്ഞു.

"നമുക്ക് ചൈനയെക്കുറിച്ച് സംസാരിക്കാതിരിക്കാം. നമുക്ക് ചൈനയെക്കുറിച്ച് സംസാരിക്കുകയേ വേണ്ട. ആർക്കറിയാം അവിടെ എന്താണ് സംഭവിക്കുന്നതെന്ന്."

റെനി തീയിൽനിന്നും മുഖമുയർത്തി. അതുവരെ ഇളക്കിക്കൊണ്ടിരുന്ന കോൽ അവന്റെ കയ്യിൽനിന്നും താഴെവീണു. കണ്ണുകൾ എന്റേതുമായി ഇടഞ്ഞു. റെനിയോട് കാര്യങ്ങൾ പറയാനായി എന്ന് ഞാൻ മനസ്സിലാക്കി.

ആ വൈകുന്നേരം പിന്നെയും നീണ്ടു. പക്ഷെ, പിന്നീട് അവരുടെ ആ ചർച്ചയിൽ എനിക്ക് ശ്രദ്ധ കൊടുക്കാനായില്ല. അവർ തുടർന്നു. അവരുടെ കണ്ണുകൾ എനിക്ക് കൊടുക്കാൻ കഴിയാത്ത എന്റെ ശ്രദ്ധയെ ക്ഷണിച്ചുകൊണ്ട് രഹസ്യമായി എന്നിൽ വീണുകൊണ്ടിരുന്നു. റെനിയോട് എങ്ങനെയാണ് അവന്റെ അച്ഛനെപ്പറ്റി പറയേണ്ടത്?

*** ***

"എന്റെ മുറിയിലേക്ക് വരൂ റെനീ.." ഞാനാ വൈകുന്നേരം അവസാനിച്ചപ്പോൾ റെനിയോട് പറഞ്ഞു. ഞാൻ സ്വാഭാവികമായെന്നോണമാണ് പറഞ്ഞത്. എന്റെ വാക്കുകളിൽ സന്തോഷം നിറച്ചിരുന്നു. "നമുക്കു രണ്ടു പേർക്കും സംസാരിക്കാൻ സമയമേ കിട്ടിയില്ല. കുറച്ചുനേരം നമുക്ക് തീകാഞ്ഞിരുന്ന് അത് തീർക്കാം."

ബ്രൂസിനോട് ഞങ്ങൾ മുൻവാതിലിൽ യാത്രപറഞ്ഞു. സാമിനോട് കോണിപ്പണിക്കു മുകളിലും. ബ്രൂസ് എന്റെ കൈപിടിച്ച് കുറച്ചുനേരം നിന്നു. പക്ഷെ, എന്റെ കൈ തണുത്തിരുന്നു." ആ പിങ്കു റോസാപ്പൂക്കൾക്ക് നന്ദി." ഞാൻ വെറുതെ പറഞ്ഞു.

'റോസാപ്പൂക്കളെ കാണുമ്പോൾ ഞാൻ നിങ്ങളെ ഓർക്കുന്നു." അയാൾ നിശ്വാസത്തോടൊപ്പം പതിയെ പറഞ്ഞു. അയാൾക്ക് അതിനുമപ്പുറം പറയാനാവില്ലായിരുന്നു. പക്ഷേ എനിക്ക് ഒരു പുഞ്ചിരിപോലും മറുപടിയായി കൊടുക്കാനായില്ല. എന്റെ ഹൃദയം അപ്പോൾ അതിശക്തമായി മിടിച്ചുകൊണ്ടിരിക്കുകയായിരുന്നു. അവന്റെ അച്ഛനെ വെറുക്കാത്ത രീതിയിൽ ഞാനെങ്ങനെയാണ് റെനിയോട് പറയുക?

"ഇരിക്കൂ റെനീ?"

എന്റെ ബോസ്റ്റൻ മുത്തശ്ശിയുടെ ചുവപ്പു വെൽവെറ്റ് കുഷ്യനിട്ട കസേരയിൽ ഞാനിരുന്നു. റെനി എനിക്കെതിരെയുള്ള മരക്കസേരയിലും. അവൻ എന്റെ മുറിയിലെ നെരിപ്പോടിൽ തീ ചേർത്തു. ഉണങ്ങിയ മര

ത്തടികളിൽ വേഗത്തിൽ തീ പടർന്നു.

"നിന്നെ കാണുമ്പോൾ ഏറെ മാറിയിരിക്കുന്നതുപോലെ." ശരിക്കും എനിക്ക് അങ്ങനെ തോന്നിയിരുന്നു. അവന്റെ മുഖത്തിന് കുട്ടിത്തം നഷ്ടപ്പെട്ടു. അവന്റെ കവിളിൽ എല്ലുകൾ തെളിഞ്ഞ താടിയെല്ലുകൾ ദൃഢമായി. റെനി എവിടെനിന്ന് വരുന്നു എന്നു പറയാൻ പ്രയാസമായിരിക്കുന്നു. എവിടെവച്ചാണ് അവൻ എനിക്ക് അപരിചിതനായത്? സ്പെയിൻ? ഇറ്റലി? അതോ വടക്കേ ഇന്ത്യ? എന്തായാലും അവനെന്റെ മകനാണ്.

"പറയൂ, നിനക്ക് കോളേജിൽ എന്താണ് ഇഷ്ടം?"

"ഗണിതവും സംഗീതവും."

ഞാനതു പറയാൻ മറന്നു. റെനിക്ക് സംഗീതം വലിയ ഇഷ്ടമാണ്. ഒരുപക്ഷേ, അതവന് എന്റെ സമ്മാനമാവാം. താഴെയുള്ള ഞങ്ങളുടെ പിയാനോവിൽ ഞാൻ മണിക്കൂറുകൾ ചെലവിടാറുണ്ട്. പക്ഷേ, തിരികെ വന്നതിനുശേഷം ഞാനത് വായിച്ചിട്ടില്ല. എനിക്കറിയാവുന്നതുപോലും ഞാൻ റെനിക്ക് പറഞ്ഞുകൊടുത്തിട്ടില്ല. സംഗീതം അനുഭവിക്കാവുന്ന അവസ്ഥയിലായിരുന്നില്ല ഞാൻ. പക്ഷേ, ഞാനത് റെനിക്ക് നിഷേധിച്ചില്ല. അവന് തോന്നുമ്പോഴൊക്കെ അവൻ വായിക്കും.

"അതൊരു നല്ല ചേർച്ചയാണ് റെനീ.. ചൈനീസ് ഫിലോഫറായ കൺഫ്യൂഷസ് സംസ്കാരമുള്ള ജനതയ്ക്ക് ചേർന്നത് എന്നു പറഞ്ഞത്. മാന്യനായ, ഉയർന്ന ചിന്തയുള്ള ഒരാൾ ഈ രണ്ടിന്റെയും വ്യവസ്ഥിതി അറിഞ്ഞിരിക്കണം."

"അവ രണ്ടും ബന്ധിതമാണ്. രണ്ടും ഒരേപോലെ കൃത്യതയും അമൂർത്തതയും ആവശ്യപ്പെടുന്നു."

ശരീരംപോലെ അവന്റെ മനസ്സും വളർന്നതുകണ്ട് ഞാൻ അഭിമാനിച്ചു.

"സംഗീതം തൊഴിലായി സ്വീകരിക്കാൻ നീ ഉദ്ദേശിക്കുന്നുണ്ടോ?" ഞാൻ അന്വേഷിച്ചു.

"ഞാനൊരു ശാസ്ത്രജ്ഞനാകാൻ ആഗ്രഹിക്കുന്നു. ശാസ്ത്രം കൃത്യതയുടെയും അമൂർത്തതയുടെയും ചേർച്ചയാണ്."

"നിന്റെ അച്ഛന് സന്തോഷമാകും."

ഇതിന് റെനി മറുപടി പറഞ്ഞില്ല. അവന്റെ അച്ഛനെപ്പറ്റി പറയുമ്പോഴൊന്നും റെനി മറുപടി പറയാറില്ല.

"പിന്നെ, എങ്ങനെയുണ്ട് ബോവന്റെ സഹോദരി?" ഞാൻ പാതി കളിയായി ചോദിച്ചു. അങ്ങനെ ഞാൻ ചോദിക്കില്ലായിരുന്നു. പക്ഷേ, എനിക്കവന്റെ മൗനത്തെ അവഗണിക്കണമായിരുന്നു. അല്ലാതെ ജോർജ് ബോവന്റെ സഹോദരി എന്റെ വിഷയമായിരുന്നില്ല.

റെനി എന്റെ നേരെ നോക്കിയില്ല. അവന്റ കണ്ണുകൾ തീച്ചൂള യിൽതന്നെ ഉറച്ചുനിന്നു.

"അവൾക്കെന്താണ്?"

"അവൾ അഴകുള്ളവളാണോ?"

"അഴകുള്ളവളൊന്നുമല്ല. പക്ഷെ, സൗന്ദര്യമുണ്ട്."

"വെളുത്തിട്ടോ കറുത്തിട്ടോ? നീളമുണ്ടോ?"

"വെളുത്ത് നീണ്ട് ശാന്തയായ പെൺകുട്ടി."

"അപ്പോ എന്നെ പോലല്ല."

അവൻ എന്റെനേരെ ഒന്ന് പാളിനോക്കി. ഞങ്ങളെ പരസ്പരം താര തമ്യപ്പെടുത്തി, അളന്ന് വീണ്ടും തീയിലേക്ക് തന്നെ നോക്കി.

"അല്ല."

"നിനക്കവളെ അത്ര ഇഷ്ടമായോ റെനി?"

"എനിക്കറിയില്ല. എനിക്കറിയുകയും വേണ്ട. ഒരിക്കൽക്കൂടി മുറി വേൽക്കാൻ ഞാനാഗ്രഹിക്കുന്നില്ല."

"ധാരാളം സമയമുണ്ടല്ലോ."

"അതെ."

അടുത്ത നിശ്ശബ്ദത. ഞാനിവിടെ ഒരു ഭീരുവാകാൻ പാടില്ല.

"റെനി, നിന്റെ അച്ഛനെക്കുറിച്ച് പറയണമെന്ന് ഞാൻ കരുതുന്നു."

അവൻ തലയുയർത്തി. മനസ്സില്ലാ മനസ്സോടെ താല്പര്യം കാട്ടി."

"എന്താ, കത്തു വല്ലതും വന്നോ?"

"ഇപ്പോഴൊന്നുമല്ല.. അദ്ദേഹത്തിൽനിന്നുമല്ല. പക്ഷേ എന്റെ കയ്യിൽ വിശേഷപ്പെട്ട ഒരു കത്തുണ്ട്."

"വന്ന സമയത്ത് എന്നോട് പറയാഞ്ഞതെന്ത്?"

"നീ കുഞ്ഞായിരുന്നു. നിനക്ക് മനസ്സിലാവില്ല. നീ അദ്ദേഹത്തെ കുറ്റ പ്പെടുത്തും.

"എന്താണ് അദ്ദേഹം ചെയ്തത്?"

"നിൽക്കൂ, ഞാൻ പറയാം."

അങ്ങനെ ഞാനത് തുടങ്ങുകയാണ്. ഞാനവനോട് ഞങ്ങൾ, ജെറാൾഡും ഞനും എങ്ങനെ കണ്ടുമുട്ടി എന്ന് പറഞ്ഞു. ഞങ്ങൾ എങ്ങനെ പ്രണയത്തിലായി എന്ന് പറഞ്ഞു. ഞങ്ങൾ തമ്മിലുണ്ടായ ആദ്യത്തെ ആ രാത്രിയെപ്പറ്റി ഞാൻ പറഞ്ഞില്ല. അത് എന്റെയും ജെറാൾഡിന്റെയും മാത്രം കാര്യമാണ്. ഓർമ്മയുടെ പേടകത്തിൽ അട ച്ചുസൂക്ഷിക്കുന്ന ഞങ്ങളുടെ നിധി. ഈ വെർമോണ്ട് താഴ്‌വരയിൽനിന്നും തുടങ്ങി ആഴത്തിലും പരപ്പിലും അങ്ങ് പെക്കിങ്ങ് വരെ എത്തി ജീവിതം മുഴുവൻ നീളുന്ന ഒരു പാരസ്പര്യ ബന്ധമുണ്ടായിത്തീർന്ന കഥ പറ

ഞ്ഞു.

"റെനി, അതുപോലെ കുറച്ച് ദാമ്പത്യമേ ഉള്ളൂ. എന്റെ അമ്മ പറഞ്ഞു ജെറാൾഡിന്റെ കൂടെ എനിക്ക് സന്തോഷമുണ്ടാകില്ല എന്ന്. പക്ഷേ അവർക്കു തെറ്റി. ഞാൻ സന്തോഷവതിയായിരുന്നു, അദ്ദേഹ വും. ഞങ്ങൾ പരസ്പരം സന്തോഷം പകർന്നു. പാരമ്പര്യങ്ങൾ ഞങ്ങളെ ബാധിച്ചില്ല. ചിലപ്പോൾ സത്യം തിരിച്ചുമാവാം. അത് നന്നായി ബാധി ച്ചിരിക്കാം. അവയുടെ വ്യത്യസ്തതകളും സവിശേഷതകളും ഞങ്ങളിൽ ചേർന്നിരിക്കാം. ഞാനോർക്കുന്നു, ഞങ്ങളതേപ്പറ്റി ചിലപ്പോഴൊക്കെ സംസാരിക്കാറുണ്ടായിരുന്നു. അദ്ദേഹം പറയാറുണ്ട് നമ്മുടെ വിവാഹം പൂർണ്ണമാവുന്നത്.."

റെനി ഇടയിൽ കയറി, "അമ്മ ശരിക്കും എന്താണ് പറയാൻ പോകു ന്നത്?"

"ഞാൻ പറയാൻ ആഗ്രഹിക്കുന്നത് സംഭവിച്ചതൊന്നും തന്നെ നിന്റെ അച്ഛന്റെയോ എന്റെയോ തെറ്റല്ല. ലോകം നമ്മുടെ കാൽക്കീഴിൽ അങ്ങനെ വിഭജിക്കപ്പെട്ടില്ലായിരുന്നെങ്കിൽ നമ്മളിപ്പോൾ അവിടെ പീക്കി ങ്ങിലാണ് ഉണ്ടാവുക, ഇവിടെയല്ല."

"പിന്നെ എന്തുകൊണ്ടല്ല?" അവൻ തർക്കിച്ചു.

"നിനക്കറിയാം റെനി, നീ അത് ചോദിക്കേണ്ടതില്ല. അത് ഞാൻ കാരണമാണ്. ഞാനൊരു അമേരിക്കക്കാരി ആയതുകൊണ്ടാണ്. നിന്റെ അച്ഛൻ പകുതി അമേരിക്കക്കാരൻ ആയതുകൊണ്ടാണ്. അതൊന്നും ഞങ്ങളുടെ കുറ്റമല്ല. ലോകത്തിലുണ്ടായ വിഭജനമാണ് ഞങ്ങളെ അക റ്റിയത്. അക്കാലത്തുണ്ടായ രാഷ്ട്രീയസാഹചര്യങ്ങളുടെ വലിയൊരു തിരമാല ഞങ്ങളുടെ തീരത്തേക്ക് ആർത്തലച്ച് വരികയും ഞങ്ങൾ വിപ രീതദിശയിലേക്ക് തൂത്തെറിയപ്പെടുകയും ചെയ്തു."

"അദ്ദേഹത്തിന് ചൈന വിട്ട് പോരാമായിരുന്നു."

"അദ്ദേഹത്തിനത് കഴിയില്ല."

"എന്തുകൊണ്ടില്ല?" അവൻ തർക്കിച്ചു.

"എനിക്ക് നിന്റെ അച്ഛന്റെ ഭാഗം പറയേണ്ടതുണ്ട്. അദ്ദേഹത്തിനു വേണ്ടി സംസാരിക്കാൻ അദ്ദേഹം ഇവിടെയില്ല. മാത്രവുമല്ല നിനക്ക് ആരെയെങ്കിലും കുറ്റപ്പെടുത്തണം എന്നാണെങ്കിൽ ബാബയെ കുറ്റപ്പെ ടുത്തൂ. അദ്ദേഹമാണ് നിന്റെ ചൈനാക്കാരിയായ മുത്തശ്ശിയെ അവരോട് ഒരു സ്നേഹവുമില്ലാതെ വിവാഹം ചെയ്തത്. അതാണ് ആദ്യപാപം."

ഇത്രയും പറഞ്ഞ് ഞാനെഴുന്നേറ്റു. അവന്റെ മുത്തശ്ശിയുടെ ചിത്രം എടുത്തുകാട്ടി. ഹാൻ ഐ-ലാൻ എന്ന ആ മുത്തശ്ശിയുടെ ചരിത്രം എങ്ങ

നെയാണ് അവരുടെ രാജ്യത്തിന്റെ ചരിത്രത്തെയും ഉൾക്കൊള്ളുന്ന തെന്നും ഇതുവരെ ജീവിച്ച കാലത്തെക്കുറിച്ചും പറഞ്ഞു.

ഭർത്താവ് തന്നെ സ്നേഹിക്കുന്നില്ലെന്ന് തിരിച്ചറിഞ്ഞ ആ സ്ത്രീ തന്റെ ജീവിതം രാജ്യത്തിനുവേണ്ടി സമർപ്പിക്കുകയായിരുന്നു. അത് തന്റെ കടമയാണെന്നായിരുന്നു അവരുടെ വിശ്വാസം. അവരുടെ മകൻ.. റെനി, നിന്റെ അച്ഛൻ ആ ഫലത്തിന്റെ കയ്പ് കുടിച്ചു. അതിനാൽ നിന്നിലും ആ കറ പുരണ്ടു."

"അവർ ബാബയെ സ്നേഹിച്ചിരുന്നോ?" റെനിയുടെ ശബ്ദം നേർത്തു.

"അവർ സ്നേഹിച്ചുകാണുമെന്ന് എനിക്കുറപ്പുണ്ട്. അല്ലെങ്കിൽ അവർ ഇത്ര തീവ്രതയോടെ അവരെ മറ്റെവിടെയെങ്കിലും കൊടുക്കില്ല. അവർ അദ്ദേഹത്തിൽനിന്ന് സ്നേഹം പ്രതീക്ഷിച്ചിരുന്നില്ലെങ്കിൽ ക്കൂടി അവർ സ്നേഹിച്ചിരുന്നു. പക്ഷേ അദ്ദേഹത്താൽ നിഷേധിക്കപ്പെട്ടു. സ്നേഹം നിഷേധിക്കപ്പെടുന്നതിനേക്കാൾ മാരകമായ സ്ഫോടകവസ്തു ലോകത്തിൽ മറ്റൊന്നില്ല."

"എന്റെ അച്ഛൻ നിങ്ങളെ നിഷേധിച്ചു." റെനി ക്രൂരമായി പറഞ്ഞു.

ഞാനതിനെ തീവ്രമായി ഖണ്ഡിച്ചു. "അദ്ദേഹമെന്നെ നിഷേധിച്ചിട്ടില്ല. ഞങ്ങൾ പരസ്പരം സ്നേഹിക്കുന്നിടത്തോളം അദ്ദേഹത്തിന് എന്നെ നിഷേധിക്കാനോ ഉപേക്ഷിക്കാനോ കഴിയില്ല. പ്രണയം അതിന്റെ എല്ലാ ആർദ്രതയോടെയും ഞങ്ങളിലിപ്പോഴും പ്രവർത്തിക്കുന്നുണ്ട്."

അവനിപ്പോൾ അവന്റെ അമ്മ എന്നതിലുമപ്പുറം മറ്റൊരാളായി എന്നെ കാണുന്നു എന്ന് ഞാൻ വിശ്വസിക്കുന്നു. സ്നേഹിക്കുന്ന ഒരു സ്ത്രീ എന്ന നിലയിൽ. അവൻ മറുപടിയൊന്നും പറഞ്ഞില്ല.

"നിന്നെ ആ കത്തുകൾ കാണിക്കാൻ സമയമായിരിക്കുന്നു." ഞാൻ എഴുന്നേറ്റ് പെട്ടി തുറന്ന് സീലുവെച്ച ആ കത്തുകൾ അവന് കൊടുത്തു. അവൻ സീലുപൊട്ടിച്ച് കത്തുവായിച്ചു. ഞാൻ എന്റെ കസേരയിൽ കാത്തിരുന്നു. അവൻ ശ്രദ്ധാപൂർവ്വം രണ്ടുവട്ടം വായിച്ചു. അതിനുശേഷം മടക്കി കവറിലിട്ട് അവന്റെ അരിരിൽ മേശമേൽ വച്ചു.

"നന്ദി, അമ്മേ" അവൻ പറഞ്ഞു.

"ഞാനാ ചൈനീസ് സ്ത്രീക്ക് അനുവാദം നൽകി. എനിക്ക് മനസ്സിലാക്കാനാകും എന്ന് ഞാൻ പറഞ്ഞു. ആ വീടനകത്ത് അദ്ദേഹം സുരക്ഷിതനായിരിക്കാൻ ഞാൻ ആഗ്രഹിക്കുന്നു എന്നും പറഞ്ഞു. ഇനി നിന്നെ അവളുടെ കത്തുകൾ കൂടെ കാട്ടാം."

ഞാൻ മേശവലിപ്പ് തുറന്ന് മെയ് ലാന്റെ കത്തുകൾ എടുത്തുകൊടു

തതു. അവനത് നിർവ്വികാരനായി വായിച്ചു. അവനത് വേഗം തന്നെ വായിച്ചുതീർത്ത് മടക്കി എനിക്ക് തിരിച്ചുതന്നു.

"അവൾക്ക് എന്നിൽ ഒന്നും ചെയ്യാനില്ല. പക്ഷേ എനിക്ക് മനസ്സിലാകാത്തത് അദ്ദേഹം എന്തിന് അവരെ നമ്മുടെ വീടിനകത്ത് കയറ്റി എന്നാണ്."

എനിക്ക് സഹിക്കാവുന്നതിലും പരുഷമായിരുന്നു അവന്റെ ശബ്ദം. "അദ്ദേഹം എത്രമാത്രം നിർബന്ധിതനായിരിക്കും എന്ന് നമുക്കറിയില്ല. അദ്ദേഹം പെക്കിങ്ങിൽ താമസിക്കാൻ തീരുമാനിച്ചുപോയല്ലോ."

"ആ, അതാണ് ഞാൻ പറഞ്ഞുകൊണ്ടിരിക്കുന്നത്. അദ്ദേഹം നമ്മളെ സ്നേഹിക്കുന്നുവെങ്കിൽ എന്തുകൊണ്ട് അങ്ങനെ ഒരു തീരുമാനമെടുത്തു എന്ന്. ഞാനത് ചോദിച്ചുകൊണ്ടേയിരിക്കും. എന്നെ സംബന്ധിച്ചിടത്തോളം അതിന് ഉത്തരമില്ല."

"നിന്റെ അച്ഛനോട് ക്ഷമിക്കാൻ മാത്രമുള്ള സ്നേഹം നിനക്ക് അദ്ദേഹത്തോടില്ല." ഞാൻ പറഞ്ഞു.

"ചിലപ്പോൾ അത് ശരിയായിരിക്കാം." അവൻ സമ്മതിച്ചു.

അവൻ എഴുന്നേറ്റ് ജനാലയ്ക്കലേക്കുചെന്ന് രാത്രിയെ നോക്കിനിന്നു. പുറത്തുവീഴുന്ന മഞ്ഞിനുമീതെ മുറിയിലെ വെളിച്ചം വീണു തിളങ്ങുന്നുണ്ടായിരുന്നു. നെരിപ്പോടിൽ പെട്ടെന്ന് തീയാളി. ഒരു മരക്കഷണം ചാരത്തിലേക്ക് മുറിഞ്ഞുവീണു.

അവൻ എനിക്ക് അഭിമുഖമായി നിന്നു. "അമ്മേ, എനിക്കും ചിലത് പറയാനുണ്ട്. അലിഗ്രയുടെ കാര്യം തന്നെയാണ്. അത് എന്നെ പീക്കിങ്ങിലേക്കുള്ള വഴിയിൽ എത്തിച്ചിരുന്നു. എന്നെ ചൈനയിലുള്ള ആ മുത്തശ്ശി കാരണമാണ് അവൾ എന്നെ ഉപേക്ഷിച്ചതെങ്കിൽ, ചൈനയിലേക്ക് പോകുന്നതാണ് നല്ലതെന്ന് എനിക്ക് തോന്നി. പക്ഷേ ഞാനിനി ചൈനയിലേക്ക് മടങ്ങിപ്പോകില്ല എന്ന് ഇപ്പോൾ തീരുമാനിക്കുന്നു. ഞാൻ നിങ്ങളോടൊപ്പം ജീവിക്കും. ഇതാണ് എന്റെ രാജ്യം എനിക്ക് മറ്റൊന്നില്ല."

"റെനീ, ഇത്ര പെട്ടെന്ന് തീരുമാനമെടുക്കാതെ. നിന്റെ അച്ഛനെതിരായി ഒരു തീരുമാനമെടുക്കരുത്." ഞാൻ കരഞ്ഞുപോയി.

"ഞാനദ്ദേഹത്തിനെതിരായി തീരുമാനമെടുക്കുകയല്ല. ഞാൻ നിങ്ങൾക്കുവേണ്ടി തീരുമാനമെടുക്കുകയാണ്." അവൻ കുനിഞ്ഞ് എന്റെ കവിളിൽ ചുംബിച്ചു നടന്നുനീങ്ങി.

ഞാനവനെ പിന്തുടരില്ല. എനിക്കെന്റെ മകനെ അറിയാം. ആ തീരുമാനം പെട്ടെന്ന് വന്നതല്ല. ഇവൻ ഈ രണ്ടു രാജ്യങ്ങൾക്കിടയിൽ (എന്റെയും അവന്റെ അച്ഛന്റെയും) ഒരുപാട് അനുഭവിച്ചുകഴിഞ്ഞു. ഒടുവിൽ അവൻ എന്നെയും എന്റെ നാടിനെയും തിരഞ്ഞെടുത്തു. ജെറാൾഡ്,

എന്നോട് ക്ഷമിക്കൂ. നിങ്ങൾക്ക് ഇനിയും കുട്ടികളുണ്ടാവട്ടെ എന്ന് ഞാൻ പ്രാർത്ഥിക്കുന്നു. ഉറപ്പായും ഞാനങ്ങനെ പ്രാർത്ഥിക്കും. നമ്മുടെ മകനെ അങ്ങയിൽനിന്നും ഞാൻ തട്ടിയെടുത്തെങ്കിൽ, എനിക്കെങ്ങനെ സഹായിക്കാനാകും? റെനിയാണ് അവന്റെ ജീവിതം തീരുമാനിക്കുന്നത്. ഞാൻ നിങ്ങളുടെ കൂടെ അന്ന് പീക്കിങ്ങിലേക്കു വന്നതുപോലെ, എന്റെകൂടെ തിരികെ നാട്ടിലേക്ക് വരുന്നില്ല എന്ന് നിങ്ങൾ തീരുമാനമെടുത്തതുപോലെ, അവനും അവന്റെ തീരുമാനങ്ങളെടുക്കാൻ അവകാശമുണ്ട്. ഈ വെർമോണ്ട് താഴ്വരയും, ഈ കുന്നുകളും എന്റെ പൂർവ്വികരുടെ ഈ വീടും ഒടുവിൽ ഞങ്ങളുടെ വീടായിരിക്കുന്നു.

റെനി പോയിക്കഴിഞ്ഞ് വളരെയധികം സമയം ഞാനവിടെത്തന്നെ ഇരുന്നു. എന്നിൽനിന്ന് ഭാരമെല്ലാം അകന്നുപോയി. ഞാനിനി എന്റെ രാജ്യത്ത് തനിച്ചല്ല. എന്റെ മകൻ എനിക്കൊപ്പമുണ്ട്. എന്നെങ്കിലും ഒരിക്കൽക്കൂടി ഞാൻ സന്തോഷവതിയായേക്കാം.

*** ***

അതിനുശേഷവും ജെറാൾഡിൽനിന്നും എന്നെ അടർത്തിമാറ്റുന്ന ചിന്തകളൊന്നും എനിക്ക് ഉണ്ടായില്ല. ആ ക്രിസ്മസ്ദിനത്തിനുശേഷം മാസങ്ങൾ കടന്നുപോയി. റെനി അവന്റെ കോളേജ് കാലത്തിന്റെ അവസാനഘട്ടത്തിലാണ് സാം രണ്ടുതവണ എന്നെ കാണാൻ വന്നു. അയാൾ എന്നെ ജെറാൾഡിൽനിന്ന് വിവാഹമോചനം നേടാൻ നിർബന്ധിക്കുന്നുണ്ട്. ന്യൂയോർക്കിൽനിന്ന് അയാൾ ഒരുമണിക്കൂർ മുമ്പാണ് എത്തിയത്. ഈ രാത്രി എങ്ങനെ അവസാനിക്കും എന്നറിയില്ല. ഇത് രാത്രിയാണ്. പോരാത്തതിന് അയാൾ ഇവിടെ ഉണ്ട്.

"നിങ്ങൾക്ക് ആ പീക്കിങ്ങിലുള്ള അയാളുമായി വിവാഹമോചനം നേടിക്കൂടെ? അയാൾ നിനക്ക് ഒരു ഭർത്താവേ അല്ല എലിസബത്ത്."

"ഞാനൊരിക്കലും ജെറാൾഡിനെ പിരിയില്ല. എനിക്കതിനു കാരണവുമില്ല. അദ്ദേഹം എന്നെ സ്നേഹിക്കുന്നു." ഞാൻ മറുപടി പറഞ്ഞു.

"എന്നാൽ പരിത്യജിക്കപ്പെട്ട സ്നേഹം എന്നു പറയൂ.." സാം പരിഹസിച്ചു.

"അദ്ദേഹം എന്നെ പരിത്യജിച്ചിട്ടില്ല." ഞാനും ഉറക്കെ പറഞ്ഞു.

ഇത് പരിത്യാഗമല്ലെങ്കിൽ പിന്നെ എന്തുപറയണം എന്നെനിക്കറിയില്ല." സാം പിറുപിറുത്തു.

തീർച്ചയായും അയാൾക്ക് മുഴുവൻ കഥയും അറിയില്ല. അയാൾക്ക് ഊഹങ്ങളേയുള്ളൂ. ഞങ്ങൾ തമ്മിൽ ഒന്നും സംസാരിച്ചിട്ടില്ല. കൂടുതൽ പറയാതെ തന്നെ കാര്യങ്ങൾ വിശദമാക്കാൻ ഞാൻ ശ്രമിച്ചു.

"ജെറാൾഡ് എന്നെയോ ഞാൻ അദ്ദേഹത്തെയോ ഉപേക്ഷിച്ചതല്ല.

ഞങ്ങൾ ചരിത്രത്താൽ വിഭജിക്കപ്പെട്ടവരാണ്. ഇന്നലെകളുടെയും ഇന്നിന്റെയും ചരിത്രത്താൽ..."

"അയാളുടെ അച്ഛൻ അമേരിക്കനല്ലെ. അയാൾക്ക് നിങ്ങൾക്കൊപ്പം വരാമായിരുന്നു." സാം ആശങ്കയില്ലാതെ പറഞ്ഞു.

"പക്ഷേ, ഇതും അദ്ദേഹത്തിന്റെ വീടല്ല."

"വിഡ്ഢിത്തം പറയാതിരിക്കൂ. അയാൾ പൊട്ടൻ കളിക്കുവാണോ. അയാൾക്ക് ഇവിടെ ദത്ത് നിൽക്കാമല്ലോ. ഇവിടുത്തെ യൂണിവേർസിറ്റികളിലും പെക്കിങ്ങിലേതുപോലുള്ള ജോലി തന്നെ അയാൾക്ക് കിട്ടും." അയാൾ എന്നെ ഖണ്ഡിച്ചുകൊണ്ട് പറഞ്ഞു.

"വീട് എന്നത് ആത്മാവിന്റെയും ഹൃദയത്തിന്റെയും കൂടെ വിഷയമാണ്. ഇവിടെ അദ്ദേഹം മരിച്ചുപോകും."

"നീ ഇപ്പോഴും അയാളുമായി പ്രണയത്തിലാണ്." അയാൾ എന്റെ നേരെ ക്രൂരമായി നോക്കിക്കൊണ്ട് പറഞ്ഞു.

"ഞാൻ നിന്നെ വിവാഹം ചെയ്യാൻ തീരുമാനിച്ചിരിക്കുകയാണെന്ന് നിനക്ക് കാണാൻ പറ്റുന്നില്ലേ?" സാം പറഞ്ഞു.

"സാം, അതു പാടില്ല."

"അങ്ങനെയാണ്."

ഞങ്ങൾക്ക് രണ്ടുപേർക്കും ശ്വാസം നഷ്ടപ്പെട്ടു. പരസ്പരം തുറിച്ചുനോക്കി. ചുംബിക്കാനെന്നോണം സാം എന്റെ മേലേക്ക് കുനിഞ്ഞുവന്നു. ഞാനയാളെ തള്ളിമാറ്റി.

"പാടില്ല."

"നിനക്ക് എന്നോട് വെറുപ്പാണോ?"

"അല്ല, വെറുപ്പല്ല."

ഈ സമയത്ത് മുകളിലത്തെ മുറിയിൽനിന്നും ബാബ വീഴുന്നതുപോലെ ഒരു ശബ്ദംകേട്ടു. എന്റെ സ്വീകരണമുറി മച്ച് ഇല്ലാത്തതായിരുന്നു. ബാബയുടെ ചൂരൽവടി താഴെവീഴുന്ന ശബ്ദം കേട്ടു. ഒപ്പം മാംസളമല്ലാത്ത ആ മൂത്ത എല്ലുകളുള്ള ദേഹം അമരുന്നതും വിറയോടെയുള്ള ഒരു ഞരക്കവും ഞങ്ങൾ പേടിയോടെ കേട്ടു. ഞാൻ മുകളിലേക്കോടി. പിറകെ സാമും. ബാബ വീണുകിടക്കുന്നു. ഞങ്ങൾ സംസാരിക്കുന്നത് ബാബ കേട്ടിരിക്കുമോ എന്നറിയില്ല. ബാബ എന്താണ് കേട്ടിട്ടുണ്ടാവുക എന്നും അറിയില്ല. ഞങ്ങൾ കരുതുന്നതിലും ഉറക്കെയാണ് സംസാരിച്ചത് എന്ന് തോന്നുന്നു. ഒരുപക്ഷേ, അതുകേട്ട് താഴേക്ക് വരാനോ മറ്റോ ബാബ ശ്രമിച്ചിരിക്കാം. അല്ലെങ്കിൽതന്നെ ഈ ക്രിസ്മസ് നാൾ വരെ ഈ മുറിയിൽപോലും ബാബയ്ക്ക് നടക്കാനാവുമായിരുന്നി

ല്ല. നെരിപ്പോടിന്റെ കല്ലിനുമേൽ തലയടിച്ചിട്ടുണ്ട്. ബാബ പോയി.

*** ***

ബാബയുടെ സംസ്കാര ചടങ്ങുകൾ കഴിഞ്ഞ് ഞങ്ങൾ വീട്ടിലെത്തി. സാം ഇവിടെ താമസിച്ചു. ബ്രൂസും സാമും എന്റെ എല്ലാ കാര്യങ്ങളും നോക്കി ചെയ്തു. പറ്റുമെങ്കിൽ ബാബയുടെ ഭൗതികാവശിഷ്ടം പീക്കിങ്ങിലേക്ക് അയക്കാം എന്ന് തോന്നി. അതിന് പ്രയാസമില്ല. ഇവിടെ ഇംഗ്ലണ്ടിൽ ജീവിച്ച് മരിച്ച, തങ്ങളുടെ നാട്ടിൽനിന്നും ആളുകളിൽനിന്നും മാറി മറ്റൊരു സംസ്കാരത്തിൽ പുലരേണ്ടിവന്ന, ഭൂഗോളത്തിൽ പെക്കിങ്ങിനെക്കാൾ നല്ല ഒരു ഭൂമി മണ്ണുപുതച്ചുറങ്ങാനില്ലെന്ന് കരുതുന്ന ആളുകളുടെ ഇഷ്ടപ്രകാരമാണ് പെക്കിങ്ങ് വിട്ടത്. മാത്രവുമല്ല അദ്ദേഹത്തിന്റെ ഭൗതികാവശിഷ്ടം അവിടെ ഇപ്പോൾ ഒട്ടും സുഖകരമായല്ല സ്വീകരിക്കപ്പെടുക. അദ്ദേഹം ആ പഴയ ചൈനയുടെ ഭാഗമായിരുന്നു. കൺഫ്യൂഷസിന്റെയും ചക്രവർത്തിമാരുടെയും ചൈന.

“നമുക്ക് ബാബയെ നമ്മോടൊപ്പം സൂക്ഷിക്കാം.” ഒടുവിൽ ഞാൻ റെനിയോട് പറഞ്ഞു. “അതെ, നമുക്കദ്ദേഹത്തെ സൂക്ഷിക്കാം.” അവനും പറഞ്ഞു.

അവൻ സംസ്കാരസമയത്തുതന്നെ പ്രയാസപ്പെട്ട് എത്തിയിരുന്നു. തനിച്ചല്ല വന്നത്. നീണ്ടുമെലിഞ്ഞ് ശാന്തയും സൗമ്യയുമായ ഒരു പെൺകുട്ടിയും അവനോടൊപ്പമുണ്ടായിരുന്നു. അവളുടെ ചെറിയ ചലനങ്ങൾ പോലും കാണാൻ അഴകുണ്ടായിരുന്നു.

“അമ്മേ, ഇതാണ് മേരി ബോവൻ...” അവൻ പരിചയപ്പെടുത്തി.

“ആഹാ, അതിശയമായിരിക്കുന്നു. ഞാൻ നിന്റെ പേര് ഇതുവരെ കേട്ടിട്ടേയില്ല.” പെട്ടെന്ന് എനിക്കവളെ ഉമ്മവെക്കണമെന്ന് തോന്നി. ഞാൻ കുനിഞ്ഞ് അവളുടെ മിനുസമുള്ള കവിളിൽ ചുംബിച്ചു.

‘’നിന്നെ കാണാൻ മേരിയെപ്പോലെ തന്നെ ഇരിക്കുന്നു.” ഞാൻ പറഞ്ഞു.

“ഞാൻ സുന്ദരിയായ മാർത്തയും കൂടിയാണ്.” അവൾ ചിരിച്ചുകൊണ്ട് പറഞ്ഞു.

“എങ്കിൽ റെനി ഭാഗ്യവാനാണ്. സാധാരണ സ്ത്രീകൾക്ക് മേരിയും മാർത്തയും രണ്ടുമാവാൻ കഴിയാറില്ല.” ഞാനും ചിരിച്ചു.

അവർ പ്രണയത്തിലാണ്. അവർ പ്രണയത്തിലാണെന്ന് എനിക്ക് കാണാൻ കഴിഞ്ഞു. അതിന്റെ അടയാളങ്ങൾ കൃത്യമായി എനിക്കറിയാൻ പറ്റി. എനിക്ക് സമാധാനമായി. ഞാനവരുടെ രണ്ടുപേരുടെയും കൈപിടിച്ച് മേലെ ബാബ തന്റെ നീല മേൽക്കുപ്പായവുമിട്ട് കിടക്കുന്ന

ഇടത്തിലേക്ക് പോയി. വെളുത്ത ബെഡ്ഷീറ്റിനു മുകളിലാണ് ബാബ കിടന്നത്. അദ്ദേഹത്തിന്റെ കറുത്ത ചൈനീസ് ഷൂസ് അണിയിച്ചിരുന്നു. ജിം സ്റ്റാൻഡ് മാൻ എന്ന സഹായിയാണ് ബാബയെ ഒരുക്കാൻ എന്നെ സഹായിച്ചത്. ബാബയെ മറ്റെവിടെയും കൊണ്ടുപോകുന്നത് എനിക്കിഷ്ടമായിരുന്നില്ല. അതിനാൽ അദ്ദേഹത്തിന്റെ മുറിയിൽവെച്ചുതന്നെ ഞങ്ങൾ അദ്ദേഹത്തെ അണിയിച്ചൊരുക്കി. നെഞ്ചിനുമീതെ കൈകൾ പിണച്ചുവെച്ചു. അതിനുമേൽ 'മാറ്റങ്ങളുടെ പുസ്തകം' എന്ന ബാബ യെപ്പോഴും വായിച്ചുപഴകിയ ആ പുസ്തകം വച്ചു.

ബാബയെത്തന്നെ നോക്കിക്കൊണ്ട് മേരി തനിയെ മുന്നോട്ട് ബാബയുടെ അടുത്തേക്ക് നടന്നു.

"എന്തു ഭംഗിയാണ്!" മേരിയുടെ ചുണ്ടുകൾ പതിയെ പറഞ്ഞു. അവൾ റെനിക്കുനേരെ തിരിഞ്ഞു.

"ഇദ്ദേഹം ഇങ്ങനെയാണിരിക്കുന്നതെന്ന് നീ പറഞ്ഞതേയില്ല."

"അദ്ദേഹം സുന്ദരനാണ്. ജീവിച്ചിരുന്നപ്പോൾ ഇതിനേക്കാൾ സുന്ദരനായിരുന്നു." ഞാൻ മറുപടി പറഞ്ഞു.

"അദ്ദേഹത്തിന്റെ സംസാരം കേൾക്കണമായിരുന്നു." മേരി പറഞ്ഞു.

അതിനുശേഷം അവൾ റെനിയുടെ അരികിലേക്ക് ചെന്നു. അവന്റെ കൈകളെടുത്ത് അവളുടെ കവിളിനോടു ചേർത്തു. ആ നിമിഷം മുതൽ എനിക്ക് അവളോട് എന്റെ മകളോടെന്നവണ്ണം സ്നേഹം തോന്നി.

ഇന്ന് ഞങ്ങളുടെ കുറച്ച് അയൽക്കാരുടെ സാന്നിധ്യത്തിൽ വീടിനരികിലുള്ള കുന്നിൻചാരെ പൈൻമരച്ചുവട്ടിൽ ഞങ്ങൾ ബാബയെ സംസ്കരിച്ചു. മാറ്റാണ് കല്ലറ പണിതത്. അവനത് പൈൻമരക്കമ്പുകളാൽ അലങ്കരിച്ചു. അവന്റെ ഭാര്യ കൂടിയിരിക്കുന്നവർക്കുവേണ്ട ലഘുഭക്ഷണമൊരുക്കി. കല്ലറയ്ക്കൽനിന്നു വരുമ്പോഴേക്കും ഇറച്ചി വേവിച്ചു. പൊരിക്കുന്നതിനേക്കാൾ കഴിക്കാൻ അതാണ് നല്ലതെന്ന് അവൾക്ക് തോന്നി. സാന്റ്വിച്ചും കേക്കും ഒരുക്കി. ചായയും കാപ്പിയും ഉണ്ടാക്കി. ആ ദിവസം വളരെ ശാന്തമായിരുന്നു. ആകാശം തെളിഞ്ഞുനിന്നു. മാഞ്ചെസ്റ്ററിലെ പ്രായംചെന്ന പുരോഹിതൻ ഞങ്ങൾക്കുവേണ്ടി പുതിയനിയമത്തിലെ ചില താളുകൾ വായിച്ചു. ആ ഭാഗങ്ങൾ നേരത്തെ ഞാൻ അടയാളപ്പെടുത്തിക്കൊടുത്തിരുന്നു. ബാബ പറയാറുള്ളത്ആ ഭാഗങ്ങളിൽ ഏഷ്യയിൽനിന്നുള്ള ആർജ്ജിതഅറിവുകളാണ്, ഒരുപക്ഷേ കൺഫ്യൂഷ്യസിന്റേതുതന്നെ. ഇങ്ങനെയാണ് അദ്ദേഹം പറയാറുള്ളത്, "അത്, വളരെ മുമ്പുതന്നെ യേശുക്രിസ്തു കൺഫ്യൂഷസിന്റെയും ബുദ്ധന്റെയുമൊക്കെ വാക്കുകൾ പറഞ്ഞത് ഒട്ടും ആകസ്മികമായല്ല. നാട്ടുമൊഴികൾ വിശ്വസിക്കാമെങ്കിൽ യേശുക്രിസ്തു തന്റെ യൗവനകാലത്ത് നേപ്പാളിലായി

രുന്നു."

അദ്ദേഹം ഇതുപോലെ സംസാരിക്കുമ്പോൾ ഞാൻ കേട്ടിരിക്കും. മനുഷ്യനും അവന്റെ അറിവുകളും പൗരസ്ത്യദേശത്താണ് ഉദയംകൊണ്ടതന്നാണ് ബാബയുടെ വിശ്വാസം. പുരോഹിതന്റെ വാക്കുകൾ ആ സായാഹ്നത്തിന്റെ കാറ്റിനുമീതെ കരുണാപൂർവ്വം ഒഴുകി. എനിക്കും ബാബയ്ക്കും ഞങ്ങളുടേതായ രഹസ്യമുണ്ടായിരുന്നെങ്കിലും അവിടെ കൂടിയിരുന്ന ക്രിസ്തുമതവിശ്വാസികൾക്ക് അതിൽ സംശയമൊന്നുമുണ്ടായില്ല. വെർമോണ്ടിലെ വിശ്വാസികൾക്ക് ആ വാക്കുകൾ ജീസസ് എന്നു അവർ വിളിക്കുന്ന ദൈവത്തിന്റെ വാക്കുകളാണ്. പക്ഷേ, അവ അതിനേക്കാൾ പഴക്കമുള്ള പുരാതനദൈവങ്ങളുടേതാണ്. ഹൊ, എന്നിൽ ഇതുപോലെ എത്ര രഹസ്യങ്ങളാണ്. പക്ഷേ എനിക്കതാരോടും പറയാനാവില്ല. അവയെ എനിക്കും എന്റെ കല്ലറയോളം കൊണ്ടുപോകേണ്ടിവരും. ഇവരോട് അതൊക്കെ പറഞ്ഞാൽ ആവശ്യമില്ലാത്ത സംശയങ്ങളും വിവാദങ്ങളുമാണ് ഉണ്ടാവുക. ഞാൻ ഒരു ഇടുങ്ങിയ താഴ്വരയിലാണ് ജീവിക്കുന്നത്. പക്ഷേ, ഇതെന്റെ വീടാണ്.

ചടങ്ങുകൾ തീരുകയാണ്. ഞാനോ റെനിയോ കരയുകയോ മറ്റോ ചെയ്തില്ല. നീണ്ട ഒരു ജീവിതത്തിനൊടുവിൽ മരണം അത്ര ദുഃഖമേറിയതല്ല. ഞങ്ങൾ വീണ്ടും വീട്ടിലേക്ക് വന്നു. മാറ്റിന്റെ ഭാര്യ ഒരു വലിയ കറുത്ത സിൽക്ക് വസ്ത്രത്തിനുമേൽ വെളുത്ത മേൽവസ്ത്രവും ധരിച്ച് ധൃതിപ്പെട്ട് അകത്തേക്ക് പോയി. ഞങ്ങൾ അതിഥികൾക്കൊപ്പം സ്വീകരണമുറിയിലിരുന്നു. ബാബയെക്കുറിച്ചല്ല, ഇവിടെ വളരെക്കുറച്ചുപേർക്കു മാത്രമേ ബാബയെ അറിയൂ. അല്ലാത്തവർക്ക് അദ്ദേഹം പ്രൗഢിയുള്ള പ്രേതാത്മാവ് മാത്രം. ഞങ്ങൾ താഴ്വാരത്തിലെ മറ്റ് ചർച്ചകളെപ്പറ്റിയും ഗ്രീഷ്മം ഇത്തവണ വൈകുമോ എന്നും കരിമ്പിന്റെ വിളവെടുപ്പ് വളരെ മോശമായിരുന്നെന്നും ശീതകാലം ദൈർഘ്യമേറിയതായിരുന്നു എന്നും വസന്തം വേഗം തീർന്നുപോയി എന്നും മറ്റും പറഞ്ഞുകൊണ്ടിരുന്നു. അൽപ്പസമയം കഴിഞ്ഞ് അവർ പിരിഞ്ഞുപോയി. ബ്രൂസ് അൽപ്പസമയം എന്റെ മുഖത്തേക്ക് സൂക്ഷിച്ചുനോക്കി. ഞാൻ നല്ലതുപോലെ വിളറിയിരിക്കുന്നുവെന്നും വിശ്രമിക്കണമെന്നും ഓർമ്മിപ്പിച്ചു.

"നീ വിഷമിക്കരുത്." അയാൾ പറഞ്ഞു.

"ബാബയെ ഓർത്ത് ഇല്ല."

"നീ ആരെയോർത്തും വിഷമിക്കണ്ട" അയാൾ തിടുക്കത്തിൽ പറഞ്ഞു. ബാബയുടെ മരണത്തോടെ ഞങ്ങളുടെ ഇന്നലെകളുടെ അടയാളമാണ് ഇല്ലാതായത്. കഴിഞ്ഞുപോയ വർഷങ്ങളിലേക്കും ആ മനോഹര നഗരത്തിലേക്കും അവിടെ ഞാൻ എന്റേതെന്ന് കരുതി ജീവിച്ച

ഒരു വീട്ടിലേക്കും മറ്റുമുള്ള പാലമായിരുന്നു ബാബ. പക്ഷെ, ബ്രൂസിന്റെ ആ കരുതൽ എന്നെ സാന്ത്വനപ്പെടുത്തുന്നതായിരുന്നു. അതിനാൽ ഞാൻ പുഞ്ചിരിച്ചുകൊണ്ട് നോക്കിയപ്പോൾ അയാൾ എന്നെ ചുംബിക്കുവാൻ തയ്യാറെടുക്കുകയാണെന്ന് കണ്ടു. ഞാൻ ആ വെർമോണ്ടിയൻ മുഖത്ത് ചാരനിറമുള്ള കണ്ണുകളിൽ വർഷങ്ങളായി അടക്കിവച്ചിട്ടുള്ള ഒരഭിലാഷം ജ്വലിക്കുന്നതു കണ്ടു. ഞാൻ പക്ഷേ തയ്യാറല്ലായിരുന്നു. ഇതുവരെയും മറ്റൊരു പുരുഷന്റെ ചുണ്ടിന്റെ സ്പർശം എനിക്ക് സഹിക്കാൻ പറ്റില്ലായിരുന്നു.

അങ്ങനെ ആ ദിവസം അവസാനിച്ചു. സാമും തിരിച്ചുപോയി. അയാൾ ബ്രൂസിന്റെ മുഖം കണ്ടിരിക്കുമെന്ന് ഞാൻ കരുതുന്നു. അയാൾ ഞങ്ങൾക്ക് പിറകിലുണ്ടായിരുന്നു. പെട്ടെന്ന് തിരിഞ്ഞ് സ്വീകരണമുറിയിലേക്ക് പോകുന്ന കാലടിശബ്ദവും ഞാൻ കേട്ടിരുന്നു. അതിനുശേഷം വേഗം തന്നെ അയാൾ പോയി. ന്യൂയോർക്കിൽ ഏതോ ഇടപാടുകാരനെ കാണാൻ, സർക്കസിലെ കുതിര പരിശീലകനോ മറ്റോ ആണ് അയാൾക്ക് പലോമിനോ കുതിരകളെ വേണമത്രെ. അവയെ കൃഷിയിടങ്ങളിൽനിന്നും സർക്കസ് കമ്പനികളിൽനിന്നും മറ്റും അന്വേഷിക്കുകയായിരുന്നു. ഞാൻ ആദ്യമായിട്ടായിരുന്നു ചെറിയ പലോമിനോ കുതിരകളെക്കുറിച്ചും സർക്കസിനെക്കുറിച്ചുമൊക്കെ കേൾക്കുന്നത്. അയാൾ എന്നെ സൂക്ഷിച്ചുനോക്കിക്കൊണ്ട ഹസ്തദാനം ചെയ്തു.

“നിനക്ക് എന്താവശ്യമുണ്ടെങ്കിലും ഒരു വിളിപ്പുറത്ത് ഞാനുണ്ട്.”

പെട്ടെന്ന് അനുവാദം പോലും ചോദിക്കാതെ അയാൾ കുനിഞ്ഞ് എന്നെ ഉമ്മവച്ചു. ഞാൻ പിറകോട്ട് പോയി ഏകദേശം വീണുപോകുന്ന അവസ്ഥയിലായി.

“നിനക്കിഷ്ടപ്പെട്ടില്ലേ?” അയാൾ പിറുപിറുക്കുന്ന സ്വരത്തിൽ ചോദിച്ചു.

“ഇല്ല.” ഞാൻ സത്യസന്ധമായി മറുപടി പറഞ്ഞു.

“ഇനി ഒരിക്കലും ഞാനത് ചെയ്യില്ല.” അതുംപറഞ്ഞ് അയാൾ നടന്നകന്നു. അയാളെ വേദനിപ്പിച്ചതിൽ എനിക്ക് വിഷമമുണ്ടായിരുന്നു. പക്ഷേ ഞാൻ തയ്യാറല്ലാതിരിക്കുമ്പോൾ എന്നെ ചുംബിക്കുന്നത് എനിക്ക് ഇഷ്ടമല്ല. എന്റെ ചെറുപ്പകാലം കഴിഞ്ഞിരിക്കുന്നു. ഒരു പൂർണ്ണയായ സ്ത്രീയെ സംബന്ധിച്ചിടത്തോളം ചുംബനം എന്നത് എല്ലാമാണ്.. അല്ലെങ്കിൽ ഒന്നുമല്ല.

ഇതെല്ലാം സംഭവിച്ചത് ബാബ മരിച്ചദിവസമാണ് എങ്കിലും ആ ദിവസത്തിന്റെ അവസാനം ഞാൻ സന്തുഷ്ടയായിരുന്നു. ആ രാത്രി അകത്ത് ചൂടു കൂടുതലായിരുന്നു. അതിനാൽ ഞാനും റെനിയും മേരിയും ഞങ്ങ

ളുടെ ടെറസിൽ ഒത്തുകൂടി. ഇവർക്കു രണ്ടുപേർക്കും നാളെ തിരിച്ചു പോകേണ്ടതുണ്ട്. ഞാൻ തനിച്ചാവും. അത് അവർ രണ്ടുപേരെയും ആശങ്കപ്പെടുത്തുന്നുണ്ട്. എനിക്കത് പ്രശ്നമല്ലെന്ന് എങ്ങനെ അവരെ ബോധ്യപ്പെടുത്തണമെന്നറിയില്ല. മാത്രവുമല്ല ഈ പഴയ വലിയ വീട്ടിൽ തനിച്ചാവുന്നത് എനിക്ക് വിഷമമാകുമോ എന്നു അറിയില്ല. എനിക്ക് തൊട്ടടുത്ത് അയൽപക്കമൊന്നും തന്നെയില്ല. താഴ്‌വാര രാത്രിയിൽ അപരിചിതമായി പെരുമാറും.

"എന്റെ പഠിത്തം കഴിയട്ടെ. അത് തീർന്ന ഉടനെ ഞാനും മേരിയും വിവാഹിതരായി ഇവിടെ അമ്മയ്ക്കൊപ്പം കഴിയണമെന്നാണ് എന്റെ ആഗ്രഹം." റെനി പറഞ്ഞു. വിവാഹത്തെക്കുറിച്ച് അവൻ എന്നോട് ആദ്യം പറഞ്ഞ വാക്കുകൾ ഇതാണ്.

"നിങ്ങൾ രണ്ടുപേരുമാണ് വിവാഹിതരാവുന്നതെങ്കിൽ എനിക്കതിൽ സന്തോഷമായിരിക്കാം. എനിക്ക് പിന്നെ പേടിക്കേണ്ടതൊന്നുമില്ല."

മേരിയാണ് റെനിക്കുവേണ്ടി ഞാൻ തിരഞ്ഞെടുക്കുന്നവൾ എന്ന് വേഗംതന്നെ എനിക്ക് മനസ്സിലാക്കാൻ പറ്റി. ഒരുപക്ഷേ അവൻ അവന്റെ അച്ഛന്റെ അരികിലേക്ക്, പെക്കിങ്ങിലേക്ക് മടങ്ങിപ്പോകുമെങ്കിൽക്കൂടി.

ഇല്ല, മേരിക്ക് അവനൊപ്പം പോകാൻ കഴിയുമോ എന്ന് ഞാൻ ചിന്തിച്ചിരുന്നില്ല. നോക്കിക്കോളൂ.. അത് സംഭവിക്കും. അവിടെ ഇപ്പോഴും അമേരിക്കൻ സ്ത്രീകളുണ്ട്. എന്നാൽ ഇപ്പോൾ അവർ അവിടെ സന്തോഷത്തിലായിരിക്കുമോ എന്നെനിക്കറിയില്ല. അതേപ്പറ്റി അവരുടെ രാജ്യം ഒന്നും പറയുന്നില്ല.

"ഞങ്ങൾ ഉറപ്പായും വിവാഹിതരാകും." മേരി പറഞ്ഞു.

"എന്റെ ചോദ്യം എപ്പോൾ എന്നാണ്?" റെനി കൂട്ടിച്ചേർത്തു.

"അവിടെ ഒരു ചോദ്യമെന്തിനാണ്? നിങ്ങൾ വിവാഹം ചെയ്യാനാഗ്രഹിക്കുന്നുവെങ്കിൽ അതു ചെയ്യ്." ഞാനും അതിലിടപെട്ടു.

ഈ സമയത്ത് ഞാൻ അലിഗ്രയെ ഓർത്തു.

"ചിലപ്പോൾ മേരിയുടെ വീട്ടുകാർക്ക് അവരുടേതായ എന്തെങ്കിലും തടസ്സമുണ്ടാവുമായിരിക്കാം, നീ തീരെ ചെറുപ്പമായതിനാൽ, ഇല്ലേ മേരി?"

"എന്റെ ഇരട്ടസഹോദരനല്ലാതെ എനിക്ക് മറ്റ് കുടുംബമൊന്നുമില്ല. ഞങ്ങളുടെ മാതാപിതാക്കൾ ഞങ്ങളുടെ ചെറുപ്പത്തിൽതന്നെ മരിച്ചുപോയിരുന്നു. ഞങ്ങൾ മുത്തശ്ശിയോടൊപ്പമായിരുന്നു താമസിച്ചിരുന്നത്. ഇപ്പോൾ അവരും മരിച്ചുപോയി."

എത്ര ക്രൂരമായാണ് മനുഷ്യന്റെ സ്വത്വം പ്രവർത്തിക്കുന്നത് എന്ന് ആലോചിക്കുന്നത് രസകരമാണ്. എന്റെ മകനുവേണ്ടി മൂന്നു നിഷ്കളങ്കരായ മനുഷ്യരുടെ മരണത്തിൽ ഞാൻ സന്തോഷിക്കുന്നു. ഞാൻ സന്തോ

ഷിക്കുന്നു എന്നു പറയാൻ എനിക്ക് ഭാഗ്യത്തിന് ലജ്ജ തോന്നിയിരുന്നു. എന്നാൽ ഞാൻ ഖേദിക്കുന്നു എന്നു പറയാനുംമാത്രം സത്യസന്ധതയും എനിക്കില്ലായിരുന്നു.

"നിങ്ങൾ ഇഷ്ടമുള്ളപ്പോൾ വിവാഹം ചെയ്യൂ. ഇവിടെവച്ച്, ഞാനും ഇവന്റച്ഛനും വിവാഹം ചെയ്തിടത്തുവച്ച് ആണെങ്കിൽ എനിക്കത് സന്തോഷമാകും. നിങ്ങൾ വിവാഹിതരായിക്കഴിഞ്ഞാൽ തനിച്ച് ജീവിക്കാൻ പോലും എനിക്ക് പ്രയാസമുണ്ടാകില്ല."

"നന്ദി അമ്മേ..." ടെറസിലുള്ള നീണ്ട കസേരയിൽ മുഴുവനായി കിടക്കുകയായിരുന്നു അവൻ. അവൻ എഴുന്നേറ്റ് മേരിയുടെ അരികിലേക്ക് പോയി. ഞാൻ അവർക്കിടയിൽ വട്ടക്കസേരയിൽ ഇരിക്കുകയായിരുന്നു. അവൻ അവൾക്കു മുന്നിൽനിന്നു അവളുടെ കൈപിടിച്ചു.

"വരുന്ന ജൂൺ 18ന്, എനിക്ക് 20 വയസ്സാവുന്ന അന്ന്, നിനക്കെന്നെ വിവാഹം കഴിക്കാമോ?"

"ഉറപ്പായും." അവൾ അവനുനേരെ പിഞ്ചിരിച്ചു.

നിലാവ് അവളുടെ നീണ്ട മുടിയിഴകളിലും റെനിയുടെ മുഖത്തും ഒഴുകിവീണു. ഇവരെ കാണാൻ കഴിയാത്ത ജെറാൾഡിലേക്ക് എന്റെ മനസ്സും. മുഴുവൻ മനസ്സും അർപ്പിച്ചുകൊണ്ട് ജെറാൾഡിനടുത്തേക്ക് പോകാൻ ശ്രമിച്ചെങ്കിലും എനിക്കതിന് കഴിഞ്ഞില്ല. ഞാൻ ഒന്നുകൂടെ ശ്രമിച്ചു. ഞാനെന്റെ മുഴുവൻ ശക്തിയും ഉപയോഗിച്ചു. എല്ലാ ചിന്തയും അങ്ങു ദൂരെ പെക്കിങ്ങിലുള്ള അദ്ദേഹത്തിലേക്ക് കേന്ദ്രീകരിച്ചു. ഈ സമയത്ത് അദ്ദേഹം ചിലപ്പോൾ സ്വീകരണമുറിക്ക് മുന്നിലുള്ള മുറ്റത്ത് ഇരിക്കുകയാവും. ഞാനുണ്ടായിരുന്നെങ്കിൽ ഞങ്ങൾ അവിടെയാകും. മെയ് മാസത്തിൽ ഞങ്ങളുടെ മുറ്റത്ത് നിറയെ ലൈലാക് പൂക്കൾ വിരിയും. ചിനീസ് ലൈലാക്കും വെള്ള ലൈലാക്കും ചേർന്നാൽ നല്ല ഭംഗിയാണ്. ഇവിടത്തെ ലൈലാക്കിനേക്കാൾ നീളമുള്ളതാണവ. അദ്ദേഹത്തിനടുത്ത് മനസ്സുകൊണ്ടൊന്ന് ചെന്നെത്താനും ഞാൻ ഇവിടെ കണ്ട കാര്യം, സുന്ദരനായ ഞങ്ങളുടെ ഈ മകനെക്കുറിച്ചും, മെലിഞ്ഞു സുന്ദരിയായ മേരിയെന്ന ഈ പെൺകുട്ടിയെക്കുറിച്ചും അദ്ദേഹത്തെ അറിയിക്കാനും ഞാൻ ആഗ്രഹിച്ചു. പക്ഷേ, എനിക്ക് എത്താൻ കഴിഞ്ഞില്ല. എന്റെ ഹൃദയത്തിനും മനസ്സിനും എവിടെയോ ഒരു തടസ്സമുണ്ടാകുന്നു. അതിനുമപ്പുറത്തേക്ക് പോകാൻ കഴിഞ്ഞില്ല.

"ജൂൺ 18ന് ഈ വീട് നിങ്ങൾക്കുവേണ്ടി തയ്യാറായിരിക്കും." ഞാൻ അവർക്ക് രണ്ടുപേർക്കും വാക്കു കൊടുത്തു."

ഏകദേശം ഒരുമണിക്കൂറിനുശേഷം അവരെ രണ്ടുപേരെയും മാത്രം അവിടെ തനിച്ചുവിട്ട് ഞാൻ മുറിയിലേക്കു പോയി. ബാബയുടെ ആത്മാ

വുപോലും അവിടെനിന്നും പോയി. മരണത്തിന്റെ ഗന്ധംപോലും അവിടെങ്ങുമുണ്ടായില്ല. ഞാൻ തന്നെ പൈൻമരത്തിനുകീഴെ ആ കല്ലറ കാണുമ്പോഴോ മറ്റോ, വല്ലപ്പോഴുമേ ആ സംസ്കാരത്തെക്കുറിച്ച് ഓർത്തുള്ളൂ. ഒരുപക്ഷേ യഥാർത്ഥ ബാബ ഇവിടെ ഉണ്ടായിരുന്നിരിക്കില്ല. ഒരുകാലത്ത് പണ്ഡിതനായ മിസ്റ്റർ മാകിലിയോഡ് എന്ന ആ മഹാന്റെ നിഴൽ മാത്രമാവും അത്. അതെല്ലാം കഴിഞ്ഞിരിക്കുന്നു. ജെറാൾഡുപോലും ഇല്ല എന്നെനിക്ക് ചിലപ്പോൾ തോന്നാറുണ്ട്. ഒരിക്കലും ഉണ്ടായിട്ടില്ലെന്നും, അദ്ദേഹം തന്റെ മകനെ എനിക്കു തന്നു എന്നതൊഴിച്ചാൽ അദ്ദേഹം തന്നെ ഇല്ലായിരിക്കാം.

*** ***

ഞാൻ അമാനുഷിക ശക്തികളിൽ വിശ്വസിക്കുന്ന ആളൊന്നുമില്ല. തീർത്തും സാധാരണക്കാരിയാണ്. വീടിനെ ഒരുക്കിയെടുക്കുന്നതിൽ അതിശയകരമാംവിധം മിടുക്ക് എനിക്കുണ്ടെന്ന് ജെറാൾഡ് പറയാറുണ്ട്. അതിൽ അല്പം കാര്യവുമുണ്ട്. വീട്ടിനകത്തും തോട്ടത്തിലും ഉള്ള ദൈനംദിന കാര്യങ്ങൾ അനായാസമായി ഞാൻ ചെയ്തുതീർക്കും. വീട്ടിനകത്ത് പഴയ സാധനങ്ങളും മറ്റും ഇടക്കിടെ ഇടംമാറ്റിയൊരുക്കിക്കൊണ്ടിരിക്കും. ഞാനൊരു ബുദ്ധിയില്ലാത്തവളല്ല. സ്വപ്നജീവിയുമല്ല.

ഇന്ന് ഞാനിതു പറയാൻ കാരണമുണ്ട്. ഇന്നലെ രാത്രി ഏകദേശം 2.30 കഴിഞ്ഞുകാണും, ഞാൻ ജെറാൾഡിനെ എന്റെ മുറിയിൽ കണ്ടു. റെനിയും മേരിയും ബാബയുടെ സംസ്കാരം കഴിഞ്ഞ് പിറ്റേദിവസം തന്നെ കോളേജിലേക്ക് മടങ്ങിപ്പോയിരുന്നു. അതിനുശേഷം അഞ്ച് ആഴ്ചയോളമായി ഞാനിവിടെ തനിച്ചായിരുന്നു. എനിക്ക് താഴ്വരയിൽനിന്നും ധാരാളംസന്ദർശകരുണ്ടായിരുന്നു. മാറ്റ് രാവിലെതന്നെ വരും. വൈകിയേ പോകൂ. മാറ്റിന്റെ ഭാര്യ അയാൾക്കുള്ള ഭക്ഷണവുമായി ഒരോട്ടപ്പാച്ചിൽ നടത്തും. അവളങ്ങനെയാണ് പറയുക എങ്കിലും അത് ഞാൻ എന്തുചെയ്യുന്നു എന്ന് കാണാൻ വരുന്നതാണ്. അവൾ പതിവായി വരും. നിർത്താതെ സംസാരിക്കും. കൂടുതലായും മാറ്റിനെക്കുറിച്ചും അയാളുടെ വഴക്കുകൂടലിനെപ്പറ്റിയാവും. മാറ്റിന്റെ ഭാര്യ ഒരു പൊട്ടിപ്പെണ്ണാണ്. അവൾക്കറിയില്ല ജീവിതവും മനുഷ്യരുമൊന്നും മാറാൻ പോകുന്നില്ല. അതുകൊണ്ടാണ് സ്ത്രീകൾ വളഞ്ഞിരിക്കുന്നത്. അല്ലെങ്കിൽ അവരൊടിഞ്ഞുപോകും.

പുരോഹിതനും താഴ്വരയിലെ ഒറ്റമുറിയുള്ള സ്കൂളിലെ അധ്യാപപിക മിസിസ് മോൺറോയുമൊക്കെ എന്നെ കാണാൻ വന്നിരുന്നു. ബ്രൂസ് സ്പോൺസൺ രണ്ടുവട്ടം വന്നു. താമസിക്കാറില്ല. രാവിലെ പ്രഭാ

തഭക്ഷണത്തിനുമുമ്പ് വിളിക്കും. ഞാൻ കരയില്ലെന്ന് ഉറപ്പിക്കും.

"നിനക്ക് സന്തോഷമാണോ?" ഇന്നലെ അയാൾ എന്നോട് ചോദിച്ചു. ഞാനപ്പോൾ സ്ട്രോബറിച്ചെടികളെ പരിപാലിക്കുകയായിരുന്നു.

"ഞാൻ സന്തോഷത്തിലോ സങ്കടത്തിലോ അല്ല. അനുഗ്രഹീതമായ ശാന്തതയിലാണ്."

"എപ്പോഴുമങ്ങനെയാണോ?" അയാളെന്റെ നേർക്ക് പുരികം ചുളിച്ചു.

"മിക്കവാറും അല്ല. എനിക്കറിയില്ല. ഇത് ഭൂതത്തിനും ഭാവിക്കുമിടയിലെ ഒരു പരിവർത്തനത്തിന്റെ കാലമാണ്. പക്ഷേ, ഞാനെന്റെ ഈ അജ്ഞതയെ ആസ്വദിക്കുന്നു."

"തികച്ചും ഒറ്റപ്പെട്ടില്ലെ."

"അതെങ്ങനെ, ജൂണിൽ ഈ വീട്ടിൽ ഒരു കല്യാണം വരികയല്ലേ."

ഇന്നലെ പ്രത്യേകിച്ചൊന്നും ഉണ്ടായിട്ടില്ല. അത്യാവശ്യം ചില പണികൾ മാത്രമേ വീട്ടിൽ ഞാൻ ചെയ്തുള്ളൂ. ഒരാൾക്ക് തനിയെ മേശയും നിലങ്ങളുമൊന്നും ചീത്തയാക്കാനാവില്ല. വല്ലപ്പോഴും മാത്രമേ ഭക്ഷണത്തിനായി ഞാൻ അടുക്കളയെ ബുദ്ധിമുട്ടിക്കാറുള്ളൂ. ഞാൻ ശാന്തമായി ഉറങ്ങുന്നയാളാണ്. അതിനാൽ എന്റെ കിടക്കപോലും വേഗം ശരിയാക്കാൻ പറ്റും. ജെറാൾഡ് തിരിഞ്ഞും മറിഞ്ഞും ഒക്കെ വരും. പക്ഷേ ഞങ്ങളുടെ ചൈനീസ് കിടക്കയിൽ അമേരിക്കൻ പുതപ്പിൽ ഞാനൊരു ഉറങ്ങുന്ന പാവയെപ്പോലെ കിടക്കും എന്നാണ് ജെറാൾഡ് പറയുക. എന്തായാലും ഞാൻ വേഗം എഴുന്നേൽക്കും.

ഇന്നലെ രാത്രിയിലും പതിവുപോലെ ഞാൻ എഴുന്നേറ്റു. ഞാൻ സമയം നോക്കി. അതെപ്പോഴും ഒരേ സമയത്തായിരിക്കും. ഒരു മിനിറ്റോ മറ്റോ മാറിയാലായി. ക്ലോക്കിൽ സമയം 2.30 കഴിഞ്ഞു. എനിക്ക് കഥകളിലോ കവിതയിലോ താല്പര്യമുണ്ടായിട്ടില്ല. ജെറാൾഡിൽനിന്നും പിരിഞ്ഞതിനുശേഷം രാത്രി എഴുന്നേറ്റാൽ ഞാൻ ലൈറ്റിട്ട് വല്ലതും വായിക്കും. റെനി പോയതിനുശേഷം അവന്റെ മുറി ഒരുക്കിവെക്കാൻ പോയപ്പോൾ അവന്റെ അലമാരയിൽ ആപേക്ഷികതാ സിദ്ധാന്തത്തെപ്പറ്റി ഒരു മെലിഞ്ഞ പുസ്തകം കണ്ടു. 'ലളിത വായനക്കാർക്കുവേണ്ടി' എന്നതിലെഴുതിയിരുന്നു. ഒരു ലളിത വായനക്കാരിയായിട്ടുകൂടി ശ്രദ്ധാപൂർവ്വം വായിച്ചെങ്കിലും പുസ്തകത്തിലെ പല കാര്യങ്ങളും എനിക്ക് മനസ്സിലാക്കാൻ പ്രയാസമുണ്ടായി. ഞാനിതെല്ലാം പറയുന്നത് എന്റെ മനസ്സിന്റെയും ശരീരത്തിന്റെയും ഓർമ്മയുടെയും ഉറപ്പിനെക്കുറിച്ച് പറയാനാണ്. ഞാൻ ഒട്ടും മാനസികവിഭ്രാന്തിയിലോ ഭാവനാലോകത്തോ ആയിരുന്നില്ല എന്ന് പറയാനാണ്. നാലാമത്തെ വായനയിൽ എനിക്ക് പെട്ടെന്ന്

വസ്തുവിന്റെയും ഊർജ്ജത്തിന്റെയും ബന്ധത്തെപ്പറ്റിയുള്ള പ്രാഥമികധാരണ പിടികിട്ടി. "ഓ ഇത്' അല്പം ലജ്ജയോടെതന്നെ പറയട്ടെ, ഞാനീയിടെ ഒറ്റക്ക് സംസാരിക്കാൻ തുടങ്ങിയിട്ടുണ്ട്. പിന്നെ ഞാൻ എഴുന്നേറ്റപ്പോൾ നല്ലവണ്ണം വൈകിയിരുന്നു. സൂര്യൻ മുറിക്കു നേരെയെത്തി. പകൽവെളിച്ചം മുറിയിൽ നിറഞ്ഞു. ഞാൻ പെട്ടെന്ന് എഴുന്നേറ്റു. ആ ദിവസം ചെറിയ ചില തിരക്കുകളുണ്ടായി. മാറ്റിന്റെ ഭാര്യ എന്റെ കൂടെ കുറേസമയം ഉണ്ടായിരുന്നു. അന്നത്തേക്ക് ഞാൻ നിശ്ചയിച്ചിരുന്ന പണികൾ കഴിയുംമുന്നെ തന്നെ രാത്രിയായി. ജെറാൾഡും ഞാനും പിരിഞ്ഞതിനുശേഷം റെനി ഒരു പുരുഷനായി വളർന്നതിനുശേഷവും എന്റെ ജീവിതത്തിനും അർത്ഥമുണ്ടാവുന്നതായി എനിക്ക് തോന്നി. ഏത് ദിവസത്തിനും അതിന്റേതായ ചില ചിട്ടകളുണ്ട്. അതിനാൽ ഉറങ്ങുംമുന്നേ ഞാൻ ചെയ്യാൻ തീരുമാനിച്ചവ കഴിഞ്ഞോ എന്ന് ഞാനുറപ്പിക്കണം. അതുപോലെ ചിട്ടയുള്ള ദിവസങ്ങൾ ചേർന്നാണ് ഒരു വർഷമുണ്ടാകുന്നത്. വർഷങ്ങൾ ചേർന്ന് ജീവിതവും.

അന്നാകട്ടെ, രാത്രിയാവുമ്പോഴേക്കും ഞാൻ ക്ഷീണിതയായിരുന്നു. അന്നത്തേക്ക് നിശ്ചയിച്ച പണികൾ പകുതി മാത്രമേ തീർന്നുള്ളൂ എന്നതിൽ ഞാൻ അസ്വസ്ഥയായിരുന്നു. പുസ്തകം തുറന്നു നോക്കുകപോലും ചെയ്യാതെ ഉറക്കത്തിലേക്ക് പോയി. എന്നാൽ 2.30ന് ഉണർന്നപ്പോൾ എന്റെ മനസ്സ് തെളിഞ്ഞതായിരുന്നു. ആ പുതിയ ഗ്രഹണശേഷിയിൽ അത് ഒന്നുകൂടെ വായിക്കാൻ തോന്നിയതിനാൽ ഞാൻ പുസ്തകം തുറന്നു. അപ്പോൾ മുറിയിൽ ഞാൻ തനിച്ചല്ല എന്നുതോന്നി. എനിക്ക് പേടിയല്ല, സ്വാഭാവികമായ ഒരതിശയമായിരുന്നു. ഞാൻ നോക്കിയപ്പോഴുണ്ട് അടഞ്ഞ വാതിലിനകത്ത് ജെറാൾഡ് നിൽക്കുന്നു. ക്ഷീണിതനും ദുഃഖിതനുമായിരുന്നു. കുറച്ചധികം പ്രായം തോന്നുന്നുണ്ടായിരുന്നു. ചെറിയ താടി ഉണ്ട്. മുടി നന്നെ ചെറുതാക്കി മുറിച്ചിട്ടുണ്ട്. ചൈനീസ് വസ്ത്രമാണ് ധരിച്ചിരുന്നത്. മാന്യമായ മുതിർന്നവരുടെ വേഷമല്ല. അവിടങ്ങളിൽ വിദ്യാർത്ഥികൾ ധരിക്കുന്ന യൂണിഫോം പോലുള്ള ഒന്ന് കട്ടികൂടിയ കഴുത്തറ്റംവരെ ബട്ടൺ പിടിപ്പിച്ചത്. അദ്ദേഹത്തിന്റെ രൂപം അത്ര വ്യക്തമായിരുന്നില്ല. പക്ഷേ മുഖം വളരെ വ്യക്തമായിരുന്നു. അദ്ദേഹം എന്നെ നോക്കി പുഞ്ചിരിച്ചു. കുഴിയിലാണ്ട ആ കണ്ണുകൾ പൊടുന്നനെ തിളങ്ങി. അദ്ദേഹം എന്റെ നേരെ കൈനീട്ടുന്നതുപോലെ എനിക്കു തോന്നി. ഞാൻ അദ്ദേഹത്തിനുനേരെ കരഞ്ഞുകൊണ്ട് എഴുന്നേറ്റു ചെന്നു.

"ജെറാൾഡ്, ജെറാൾഡ്... എന്റെ പ്രിയപ്പെട്ടവനേ..."

ആ മുഖത്തെ പ്രാണസങ്കടം കണ്ട് ഞാനവിടെ ഒരുനിമിഷം നിന്നുപോയി. ഒരു നിമിഷം. പിന്നെ ഞാൻ എന്റെ കൈകളിൽ ആദ്ദേഹത്തെ വാരിപ്പുണരാനായി ഓടിച്ചെന്നു. പക്ഷേ അപ്പോഴേക്കും അദ്ദേഹം പോയിരുന്നു. അദ്ദേഹം നിൽക്കുന്നത് കണ്ടയിടത്ത് ഞാൻ നിന്നു. അവിടെ മറ്റാരുമില്ലായിരുന്നു. എന്റെ കാലടികൾക്കു കീഴെ നിലം തണുത്തിരുന്നു. പേടിയോടെയും വിറയലോടെയും ഞാൻ തിരികെ കട്ടിലിലേക്ക് മറിഞ്ഞു. ഞാൻ ജെറാൾഡിനെ കണ്ടിരിക്കുന്നു. അതിലെനിക്ക് ഒരു സംശയവുമുണ്ടായിരുന്നില്ല. അദ്ദേഹം ഇപ്പോൾ എങ്ങനെയുണ്ടായിരിക്കുമോ അതുപോലെ തന്നെ കണ്ടിരിക്കുന്നു. അത് ഒരു സ്വപ്നമോ ഓർമ്മയുടെ മറ്റെന്തെങ്കിലു കളിയോ ഒന്നുമല്ല. ഞങ്ങൾ ഷാങ്കായ് തീരത്ത് അന്ന് പിരിയുമ്പോഴുള്ള മുഖമല്ല അത്.

"എന്റെ എല്ലാം നിന്നിൽനിന്നും വന്നതാണ്." അദ്ദേഹം ഒരിക്കൽ പറഞ്ഞു.

ഇപ്പോൾ അദ്ദേഹത്തിന് താടി വളർന്നിരിക്കുന്നു. മുടി ചെറുതാക്കി വെട്ടിയിരിക്കുന്നു. അദ്ദേഹത്തിന് ഒരിക്കലും ഇഷ്ടമല്ലാതിരുന്ന ആ യൂണിഫോം ധരിച്ചിരിക്കുന്നു. എന്നിരുന്നാലും കുട്ടികൾ വളരെ അഭിമാനത്തോടെയാണ് അത് ധരിച്ചിരുന്നത്. സ്റ്റൈലോ അഴകോ ഇല്ലാത്ത എപ്പോഴും മങ്ങിയ നീലനിറത്തിലോ അഴുക്കുപുരണ്ട ഗ്രേ നിറത്തിലോ ഉള്ള ആ വസ്ത്രത്തെ തടവുപുള്ളികളുടെ യൂണിഫോം എന്നാണ് ജെറാൾഡ് പറഞ്ഞിരുന്നത്. ഞാൻ ഇപ്പോൾ കണ്ട രൂപത്തിൽ ഒരിക്കലും ജെറാൾഡിനെ കണ്ടിട്ടില്ല. അതുകൊണ്ട് ഒരിക്കലും ഇത് ഒരു സ്വപ്നമല്ല. അദ്ദേഹത്തിന്റെ രൂപത്തിലും ആകൃതിയിലും ആ മാറ്റങ്ങൾ എനിക്ക് കാണാമായിരുന്നു.

അതിനുശേഷം എനിക്ക് ഉറങ്ങാനാവുമായിരുന്നില്ല. ഞാൻ വസ്ത്രം ധരിച്ച് താഴെ ചെന്ന് മലകൾക്കു മീതെ വെളിച്ചം വരും വരെ നടന്നു. ആ കാഴ്ച എന്താണ് അർത്ഥമാക്കുന്നതെന്ന് എനിക്ക് മനസ്സിലായില്ല. അത് ജീവിതമോ മരണമോ സൂചിപ്പിക്കുന്നത്? എനിക്കതറിയാൻ മാർഗ്ഗമൊന്നുമില്ല. എന്തുകൊണ്ടാണ് ആ കാഴ്ച ഇത്ര വേദന നിറഞ്ഞതാകുന്നത്? എനിക്ക് അതെങ്ങനെയാണ് അറിയാൻ പറ്റുക?

*** ***

ഞാൻ ജെറാൾഡിനെ കണ്ടതിൽ ഒട്ടും ഭയപ്പെടുന്നില്ല എന്നകാര്യം എന്നെ അതിശയിപ്പിച്ചു. ഞാൻ സങ്കടത്തിൽനിന്നും മുക്തി നേടിയിരിക്കുന്നു. പക്ഷേ, പേടിയിൽ നിന്നല്ല. അദ്ദേഹം എന്റെ അടുത്തുവന്നത് ഏത് രൂപത്തിലായാലും ശരി ജെറാൾഡനെ ഭയക്കാൻ എനിക്ക് കഴിയില്ല. പ്രിയപ്പെട്ടവരെ കാണാൻ വരുന്ന പ്രേതരൂപങ്ങളുടെ കഥകൾ കേട്ട്

ഞാൻ ചിരിക്കാറുണ്ട്. പ്രേതത്തിലോ ആത്മാവിലോ ഞാൻ വിശ്വസിച്ചിരുന്നില്ല. ഇപ്പോഴും വിശ്വസിക്കുന്നില്ല. കാഴ്ചയുടെയോ ബോധത്തിന്റെയോ ഏതോ ചില തന്ത്രങ്ങൾ എന്റെ സാമാന്യബോധത്തെ കബളിപ്പിച്ചതാവാം ആ കാഴ്ചയെന്നാണ് ഞാൻ പറയുക. അവരെപറ്റി ഓർക്കുന്ന സമയത്തുതന്നെ മുന്നിലെത്തുന്ന ചിലരിലേക്ക് ചിന്ത എന്നെ നയിക്കുന്നതുപോലെ തോന്നി. ഞാനാരോടും ജെറാൾഡിനെ കണ്ട കാര്യം പറഞ്ഞില്ല. ശ്രീമതി മാറ്റ് ചിലപ്പോൾ എന്നെ വിശ്വസിച്ചേക്കും. അയർലണ്ടിൽ ജീവിച്ചുമരിച്ച തന്റെ അമ്മയെ മൂന്നുവട്ടം അവർ കണ്ടിരിക്കുന്നുവത്രേ.

"അനുഗ്രഹിക്കപ്പെട്ട ആ സ്ത്രീയെ മൂന്നുവട്ടം ഞാൻ കണ്ടിരിക്കുന്നു. മൂന്നും അവരുടെ മരണശേഷമാണ്."

എന്താണ് കണ്ടതെന്ന് ഞാൻ അന്വേഷിക്കുകയുണ്ടായി.

"അമ്മ മുട്ടുകുത്തി നിൽക്കുകയായിരുന്നു, പ്രാർത്ഥനയിൽ.." അവർ പറഞ്ഞു. അവർ അടുക്കളയിലെ മേശമേൽ ഇരുന്ന് ഒരു കട്ടൻചായ കുടിക്കുകയായിരുന്നു അന്നേരം. ഞാൻ എന്റെ ഉച്ചനേരത്തെ ഭക്ഷണമായി സാന്റ്വിച്ച് കഴിക്കുകയും." അവർ മുട്ടുകുത്തി പ്രാർത്ഥനാപൂർവ്വം കൈകളുയർത്തി കരയുകയായിരുന്നു. അന്നേരത്ത് അവർ ഞായറാഴ്ചകളിൽമാത്രം ധരിക്കാറുള്ള കറുത്ത വസ്ത്രമാണ് ധരിച്ചിരുന്നത്. ഏപ്രൺ കെട്ടിയിട്ടില്ലായിരുന്നു. അങ്ങനെയാണ് അവരെ കണ്ടത് ഞായറാഴ്ചയാണെന്ന് ഞാൻ അറിഞ്ഞത്. ഞായാറാഴ്ച ഒഴികെ അവരെന്നും ഏപ്രൺ കെട്ടാറുണ്ട്. അവസാനമായി പറയട്ടെ, എന്റെ പിതാവ് മരിച്ചത് ഞായറാഴ്ചയാണ്.അവർ പിതാവ് മരണം പൂകുന്നതും നരകത്തിലേക്ക് പോകുന്നതും കണ്ടിരിക്കാം. പിതാവ് അതാണർഹിക്കുന്നത്. പക്ഷെ അനുഗ്രഹിക്കപ്പെട്ട അവർക്ക് അത് സങ്കടമായിരിക്കും. അതായിരിക്കും കരഞ്ഞത്."

"രണ്ടാമത്തെ തവണയോ?"

"രണ്ടാമത്തേത് ഞാൻ മാറ്റിനെ പിരിയാൻ തീരുമാനിച്ച സമയത്താണ്. അതെ", അവരെന്റെ നേരെ തലകുലുക്കിക്കൊണ്ട്പറഞ്ഞു. ഞാനതിനായി മനസ്സിനെ പാകപ്പെടുത്തിയിരുന്നു. അവർ എന്റെ അരികിലേക്കു നീങ്ങി പുറത്ത് വിറകുവെട്ടുന്ന മാറ്റിനെ നോക്കിക്കൊണ്ടു പറഞ്ഞു.

"എന്റെ മൂത്ത കുട്ടിയുടെ അച്ഛൻ അയാളല്ല. അയാളതൊരിക്കലും മറക്കാനും അനുവദിക്കില്ല. എല്ലാ മനുഷ്യരേയും അയാൾക്ക് സംശയമാണ്. ഇക്കഴിഞ്ഞ നാല്പതു വർഷം, എന്റെ ദുരിതമായിരുന്നു അയാൾ."

ഞാനാ പതിവു പരാതിയെ മാറ്റിവച്ചു.

"മൂന്നാമതോ?"

"ആ സമയത്തൊരിക്കൽ പ്രിയപ്പെട്ടവളേ, എന്റെ കുഞ്ഞ് ജനിക്കുന്നതിനു മുന്നേ മാറ്റ് എന്നെ വിവാഹം ചെയ്തിരുന്നു."

'മൂന്നാമത്തെ തവണ നീയെപ്പോഴാ അമ്മയെ കണ്ടത്?"

"ങ്ഹാ, മൂന്നാമത്തേത് നല്ല തെളിച്ചമുള്ള ഒരു ഈസ്റ്റർ ദിവസത്തിലായിരുന്നു. തലേരാത്രി ഞാൻ മാറ്റുമായി ഒരു മുട്ടൻ വഴക്കായിരുന്നു. അതുകൊണ്ട് പള്ളിയിലേക്ക് പോകാനുള്ള ഇഷ്ടം തോന്നിയില്ല. അതിനാൽ പള്ളിയിൽ പോകാതെ പഴയ ഒരു തുണിയെടുത്ത് ഞാൻ അടുക്കളയിലെ നിലം തുടക്കുകയായിരുന്നു. മാറ്റ് എഴുന്നേറ്റ് പള്ളിയിൽ പോ എന്ന് വഴക്കിട്ടുവന്നു. കുട്ടികൾ, അന്നേരത്തേക്ക് ഞങ്ങൾക്ക് ആറ് കുട്ടികളുണ്ടായിരുന്നു. എല്ലാം ചെറുത്. ഏഴാമതൊന്ന് ഒഴിവാക്കാനാണ് അന്നു രാത്രി ഞാൻ വഴക്കിട്ടത്. സോപ്പു പുതഞ്ഞ നിലത്തിരുന്ന എന്നെ മറികടന്ന് അയാൾ പോയത് ഞാൻ പരിഗണിച്ചതേയില്ല. വീട് നിശ്ശബ്ദമായ ആ സമയത്ത്, ഞാൻ എല്ലാ സാമഗ്രികളും മാറ്റിവച്ച് കുളിച്ച് വസ്ത്രങ്ങൾ മാറി അല്പം ഊർജ്ജം സംഭരിക്കാൻ വേണ്ടി വിശ്രമിക്കാൻ പോയി. അന്നാണ് അവസാനമായി അമ്മയുടെ ആത്മാവ് ശരീരിയായി എന്നെ കാണാൻ വന്നത്. അവർ വെളുത്ത വസ്ത്രത്തിൽ ഒരു മാലാഖയെപ്പോലിരുന്നു. അമ്മയുടെ തലമുടി അവരെന്നും രാത്രിയിൽ കുടുക്കിയിടുംപോലെ തന്നെയായിരുന്നു. അമ്മയെന്നോട് പറഞ്ഞു, "പാവം പിടിച്ച ആത്മാവേ, നീ വെറുമൊരു പെണ്ണാണ്. നിനക്കാകും പോലെ നീ അതു പറയണം."

"ശരിയാണ്, എന്റെ അമ്മേ.." അതിനുശേഷം ഒരു കുഞ്ഞിനെപ്പോലെ ഞാനുറങ്ങി. ഞാനെഴുന്നേൽക്കുമ്പോഴേക്കും മാറ്റ് തിരികെ വന്നിരുന്നു. മക്കളേയും ഭക്ഷണം കഴിപ്പിച്ച് മാറ്റും കഴിച്ചിരുന്നു. ഞാൻ ഉന്മേഷവതിയായി.

ഒരു പൊട്ടക്കഥയാണ്. മാറ്റിന്റെ ഭാര്യയാകട്ടെ ഒരു കുന്തവും അറിയാത്ത ചിലപ്പോഴൊക്കെ നല്ല കുസൃതിയുള്ള ഒരു സ്ത്രീയാണ്. പക്ഷേ അവർ കണ്ടകാര്യം വിശ്വസിക്കുന്നു.

വൈകിട്ട് ഞാൻ അടുത്തുള്ള ലൈബ്രേറിയിൽ പോയി. ഞങ്ങളുടെ മിടുക്കിയായ അവിവാഹിതയായ ലൈബ്രേറിയൻ സ്വപ്നത്തെയും കാഴ്ചയെയും കുറിച്ചുള്ള അഞ്ചോ ആറോ പുസ്തകങ്ങൾ കാണിച്ച് ഞെട്ടിച്ചുകളഞ്ഞു. എനിക്കവ വായിക്കാൻ ലജ്ജ തോന്നി. കാരണം, എന്റെ ആ കാഴ്ചയിൽ അവിശ്വാസിയായ ഞാൻ രണ്ടാമതൊരു കാഴ്ചയിൽ വിശ്വസിക്കുന്നില്ലായിരുന്നു.

*** ***

ആ ജിജ്ഞാസയ്ക്ക് ഇന്ന് വൈകിട്ട് ലളിതവും ദാരുണവുമായ ഒര

ന്ത്യമുണ്ടായി. എനിക്കതിൽ കൂടുതൽ അന്വേഷണം വേണ്ടതില്ല. മെയ്ലാനിൽ നിന്നും ഒരു കത്ത് വന്നിരിക്കുന്നു. അതിൽ ജെറാൾഡ് മരിച്ചതായി അറിയിപ്പുണ്ട്. ഇത്തവണ കൽക്കട്ടയിൽ നിന്നാണ് കത്ത് പോസ്റ്റ് ചെയ്തിട്ടുള്ളത്. അവൾ കൽക്കത്തയിലല്ല. ഇപ്പോഴും പീക്കിങ്ങിൽ തന്നെയാണ്. പീക്കിങ്ങിലെ ആ വീട്ടിൽ അവളുടെ ആദ്യത്തെ കുഞ്ഞുമായി, ജെറാൾഡിന്റെ കുഞ്ഞുമായി, കാത്തിരിക്കുന്നു. അവൾ ആ കത്ത് ചൈനയിൽനിന്നും ഇന്ത്യയിലേക്ക് കടത്തിയിരിക്കാം. ഒരുപക്ഷേ ഇന്ത്യയിൽനിന്നുള്ള നയതന്ത്രവിഭാഗത്തിന്റെ പ്രതിനിധിസംഘത്തിൽ ആരെങ്കിലും ജെറാൾഡിന്റെ സുഹൃത്തായിരിക്കാം. അയാൾക്ക് അവൾ കത്ത് ആ കൈമാറിയിരിക്കാം. അയാൾ കുഞ്ഞിനെ തുണികൾക്കിടയിലോ മറ്റോ ഒളിപ്പിച്ച് മറ്റൊരു രാജ്യത്തേക്ക് കൊണ്ടുപോയതാവാം.

ആ കത്ത് ചെറുതും ധൃതിയിലെഴുതിയതുമാണ്. ചില ഭാഗങ്ങൾ കണ്ണീരിനാലോ മറ്റോ മാഞ്ഞിട്ടുണ്ട്. ഞാനാ വാക്കുകൾ ആവർത്തിക്കുന്നില്ല. ഞാനത് മറക്കാനും ആ കത്ത് നശിപ്പിക്കാനും ആഗ്രഹിക്കുന്നു. അതിലെ സന്ദേശം ഇതാണ്. പീക്കിങ്ങിൽനിന്നും രക്ഷപ്പെടാൻ ശ്രമിക്കുന്നതിനിടയിൽ ജെറാൾഡിന് വെടിയേറ്റു. അദ്ദേഹം രക്ഷപ്പെടാൻ ആലോചിച്ചിരുന്നോ എന്ന് അവൾക്കറിയില്ല.

"എനിക്കു തോന്നുന്നു അദദേഹം നിങ്ങളെ കാണാൻ ശ്രമിക്കുകയായിരുന്നു എന്ന്. അദ്ദേഹം ഇന്ത്യക്കാരോടൊപ്പം എങ്ങനെയെങ്കിലും ഇന്ത്യയിലേക്ക് പോകുന്നത് സ്വപ്നം കണ്ടിരിക്കാം."

അദ്ദേഹം എപ്പോഴും നിരീക്ഷണത്തിലായിരുന്നിരിക്കും. അവരൊരിക്കലും അദ്ദേഹത്തെ വിശ്വസിക്കില്ല. ഒരുപക്ഷേ വീട്ടിലെ വേലക്കാരിൽ ആരെങ്കിലും അദ്ദേഹത്തെ ചതിച്ചിരിക്കാം. എവിടെയെങ്കിലും പോകണമെങ്കിൽ വസ്ത്രങ്ങൾ ഒരുക്കിവെക്കുന്ന കാര്യത്തിലൊക്ക ജെറാൾഡ് തീരെ മോശമാണ്. ഞാനാണ് അതൊക്കെ ചെയ്തുകൊടുക്കാറുള്ളത്. ഒരുപക്ഷേ ഇക്കാര്യത്തിൽ തന്റെ ചൈനീസ് ഭാര്യയെപ്പോലും അദ്ദേഹം വിശ്വസിക്കുന്നില്ലെന്നും വരാം.

അദ്ദേഹം എന്നോടൊന്നും പറയാറില്ല. എന്നോട് അടുക്കാത്തതിൽ അദ്ദേഹത്തിന് കുറ്റബോധമൊന്നും തോന്നാറില്ല. എനിക്കൊന്നുമറിയില്ല എന്നുമാത്രമേ എനിക്ക് പറയാനുള്ളൂ.

സ്വന്തം ഗേറ്റിനുമുന്നിൽവെച്ച് ഇടതുചുമലിനു പിൻവശത്ത് ജെറാൾഡിന് വെടിയേറ്റു. അതിനുമപ്പുറത്തേക്കൊന്നും പോകാനായില്ല അദ്ദേഹത്തിന്. സമയം അധികം വൈകുന്നേരമൊന്നും ആയിട്ടില്ല. സൂര്യനപ്പോഴും തിളക്കമുണ്ട്. അദ്ദേഹത്തെ കണ്ടാൽ ക്ലാസുകഴിഞ്ഞ് മടങ്ങിയതേ ഉള്ളൂ എന്ന് തോന്നും. ഗേറ്റ്മാൻ വാതിൽക്കൽ തന്നെ നിൽപ്പു

ണ്ടായിരുന്നു. പക നിറഞ്ഞ മുഖഭാവമുള്ള ഒരാൾ മൂലയിൽ നിൽപ്പുണ്ടായിരുന്നു. ജെറാൾഡ് അടുത്തുവന്നതും വളരെ അടുത്തുനിന്നുതന്നെ അയാൾ വെടിയുതിർക്കാൻ അയാൾക്ക് കഴിഞ്ഞു. പിന്നെ അയാൾ മറഞ്ഞു. ഗേറ്റ്മാൻ മിണ്ടാൻപോലുമാവാതെ സ്തബ്ധനായി. അയാൾ ജെറാൾഡിനെ വാരിയെടുത്ത് വീടിനകത്തേക്കു കൊണ്ടുപോയി. ജെറാൾഡിനെ വലിയ മുറിയുടെ നെരിപ്പോടിനടുത്തുള്ള കല്ലറയിലേക്ക് കൊണ്ടുപോയി കിടത്തി. അതിനുശേഷം അയാൾ ഗേറ്റടച്ചു.

"ഞങ്ങൾ അദ്ദേഹത്തെ രഹസ്യമായി അദ്ദേഹത്തിന്റെ കിടപ്പുമുറിയുടെ പുറത്തുള്ള ചെറിയ മുറ്റത്ത് അടക്കം ചെയ്തു." മെയ്‌ലാൻ എഴുതി.

ഉച്ചകഴിഞ്ഞ് ഉടനെ എന്നാൽ ഇവിടെ ഞങ്ങളുടെ ഈ താഴ്‌വരയിൽ വെളുപ്പിന് ഏകദേശം രണ്ടരമണി രാത്രിയാവും. എനിക്കിതു വിശ്വസിക്കാമോ?

എനിക്കറിയില്ല. എനിക്കൊരിക്കലും അറിയാനാകില്ല. എനിക്ക് ആകെ അറിയാനാകുന്നത് എന്റെ പ്രിയപ്പെട്ടവൻ ഈ ഭൂമിയിലില്ല എന്നുമാത്രമാണ്. ഈ ഭൂമിയിൽ, ഞാൻ ജീവിക്കുകയാണെങ്കിൽ, ഒരിക്കലും അദ്ദേഹത്തിന്റെ മുഖം ഞാനിനി കാണുകയില്ല.

*** ***

ഞാനെന്റെ ദിവസങ്ങളിലെ പതിവു പണികളിലേക്കു പോയി. ആ കത്തിന് മറുപടി അയക്കാൻ മറ്റൊരു വഴിയും ഇല്ലാത്തതിനാൽ ഞാനത് നശിപ്പിച്ചു. ശാന്തമായി എനിക്കെന്നെങ്കിലും എഴുതാനായാൽ അവന്റെ അച്ഛൻ മരിച്ചുപോയി എന്ന് റെനിക്ക് ഞാൻ എഴുതും.

"അദ്ദേഹം നമ്മുടെ അടുത്തേക്ക് വരാൻ ഒരുങ്ങുകയായിരുന്നു എന്ന് തോന്നുന്നു. അവരെങ്കിലും, അദ്ദേഹത്തിന്റെ ചൈനീസ് ഭാര്യ എങ്കിലും അത് വിശ്വസിക്കുന്നുണ്ട്. അദ്ദേഹം നമ്മളെക്കൂടാതെ ജീവിക്കാൻ ശ്രമിച്ചു. പക്ഷേ അദ്ദേഹത്തിന് കഴിഞ്ഞിലല്ല. പ്രണയം ഒടുവിൽ രാജ്യത്തേക്കാൾ, ചരിത്രത്തേക്കാൾ കരുത്തുറ്റതാണെന്ന് തെളിഞ്ഞു. അതാണ് നമ്മുടെ ആശ്വാസം. മരണത്തിലൂടെ ഈ സന്ദേശമാണ് അദ്ദേഹം നമ്മളിലേക്കെത്തിച്ചിരിക്കുന്നത്. അതറിയാൻ നമുക്കിത് ധാരാളമാണ്. റെനീ, അദ്ദേഹത്തോട് പൊറുക്കാൻ നിനക്കിത് ധാരാളമണ്. ദയവായി അദ്ദേഹത്തോട് നീ ക്ഷമിക്കണം. ജീവിതം കുറച്ചുകൂടെ ആയാസരഹിതമായിരിക്കാൻ എന്നെ അത് സഹായിക്കും. നീ നിന്റെ പിതാവിനോട് പൊറുത്തിരിക്കുന്നു എന്നറിയുന്നത് എന്നെ കുറച്ചുകൂടി കൂടുതൽ സന്തോഷവതിയായിരിക്കും."

ഇവിടെ ഞാനൊന്നു നിറുത്തി. ജെറാൾഡ് മരിച്ച ഉടനെ ഞാൻ അദ്ദേഹത്തെ കണ്ടു എന്ന കാര്യം റെനിയോട് ഞാൻ പറയേണ്ടതുണ്ടോ? ശരീരത്തിൽനിന്നും രക്ഷപ്പെട്ട ഉടനെ അദ്ദേഹത്തിന്റെ ആത്മാവ് ഇവിടെ എന്റെ വീട്ടിൽ വന്നു എന്നും ഒരു നിമിഷം എനിക്കുമുന്നിൽ ദൃശ്യനായി എന്നും എന്നന്നേക്കുമായി ഓർക്കാനുള്ള ഒരു നിമിഷമുണ്ടായി എന്നും. പിന്നെ അക്കാര്യം പറയേണ്ടതില്ല എന്ന് ഞാൻ തീരുമാനിച്ചു. റെനി അത് വിശ്വസിക്കാനിടയില്ല. ഞാനെന്റെ വിശ്വാസത്തെ പരീക്ഷിക്കാനും ആഗ്രഹിക്കുന്നില്ല. അതിന്റെയൊന്നും ആവശ്യമില്ല. എന്റെ സമയം വരുംവരെ ഞാൻ കാത്തിരിക്കേണ്ടതുണ്ട്.

റെനിയുടെ മറുപടി വേഗത്തിൽ വന്നു. 'അമ്മേ, എനിക്കദ്ദേഹത്തോട് ക്ഷമിക്കാൻ കഴിയും. ഞാനെന്റെ അച്ഛനോട് സ്നേഹത്തോടെ തന്നെ തീർത്തും ക്ഷമിച്ചിരിക്കുന്നു. എനിക്കു വേണ്ടിത്തന്നെ ഞാനിതു ചെയ്യുന്നു. അമ്മയെ കുറച്ചുകൂടി നന്നായി സന്തോഷിപ്പിക്കുവാൻ കഴിയുമെങ്കിൽ ഞാനത് ചെയ്യും. ഞാനത് മേരിയോടു പറഞ്ഞിരുന്നു.

*** ***

ശൂന്യമായ ഈ താളുകളിൽ ഞാനിനിയൊന്നും എഴുതേണ്ടതില്ല. എനിക്കെന്താണോ പറയാനുള്ളത്, അത് പറഞ്ഞുകഴിഞ്ഞു. മഞ്ഞുകാലം കഴിഞ്ഞു. വേനൽ വന്നിരിക്കുന്നു. ഞാനെന്റെ പണിത്തിരക്കുകളിലാണ് എന്നും. എപ്പോഴും റെനിയുടെ വിവാഹത്തിന്റെ ആലോചനകളിലും. ഇന്ന് വിവാഹത്തലേന്ന് വൈകുന്നേരമാണ്. വിവാഹക്കഥ കൂടി പറയാതെ ഈ പുസ്തകം പൂർണ്ണമാവില്ല. യഥാർത്ഥത്തിൽ ആ ദിവസം തുടങ്ങുന്ന ഒരു കഥ. അന്ന്, ഞാനെന്ന ഉല്ലാസവതിയും ശ്രദ്ധയില്ലാത്തവളുമായ പ്രണയത്തിനിക്കരെ നിൽക്കുന്ന ഒരു പെൺകുട്ടി. ഒറ്റനോട്ടത്തിൽ നീണ്ടുമെലിഞ്ഞ എപ്പോഴും പുസ്തകം നോക്കിയിരിക്കുന്ന പഠിപ്പിൽ മിടുക്കനായ, മിതഭാഷിയായ ചെറുപ്പക്കാരനിൽ ഊന്നുകയും അവനിൽ വിശ്വസ്തനായ ഒരു കാമുകനെ കണ്ടെത്തുകയും ചെയ്തു. തുറന്നുപറയട്ടെ. ആദ്യം കണ്ടപ്പോൾ തന്നെ ജെറാൾഡിന്റെ സൗന്ദര്യമാണ് എന്നെ ആകർഷിച്ചത്. അങ്ങനെയാണ് പ്രണയത്തിലായത്.

വൈകിട്ട്, ഞാനും മേരിയും അത്താഴത്തിനുള്ള പാത്രങ്ങൾ കഴുകിയെടുക്കുകയായിരുന്നു. റെനി മുകളിലെ ടെറസിൽ പുകവലിക്കുന്നു. ഈയിടെ ഇത്തരം ആൺശീലങ്ങളവനുണ്ട്.

"മകളേ, മേരി, റെനി ഒരു നല്ല കാമുകനും ഒരു നല്ല ഭർത്താവുമായിരിക്കും എന്ന് ഞാൻ പ്രതീക്ഷിക്കുന്നു. അവന്റെ അച്ഛൻ എനിക്ക് അത്ര നല്ല കാമുകനും അത്ര നല്ല ഭർത്താവുമായിരുന്നു. അവനും ആ പാരമ്പ

ര്യമുണ്ടാവുമെന്ന് ഞാൻ കരുതുന്നു. അങ്ങനെ തന്നെയോ എന്ന് എനിക്കുറപ്പില്ല."

ആ മെലിഞ്ഞ പെൺകുട്ടി അവളുടെ ശാന്തമായ ആ ചിരി പൊഴിച്ചു. "റെനിക്ക് അവന്റെ അച്ഛന്റെ പാരമ്പര്യം കിട്ടിയിട്ടുണ്ട് എന്ന് എനിക്കുറപ്പുണ്ട്."

"ചിലപ്പോൾ അവന്റെ അച്ഛനോട് ഒന്നോ രണ്ടോ കാര്യങ്ങളെ എനിക്ക് നിർദ്ദേശിക്കേണ്ടി വന്നിട്ടുള്ളൂ."

"ഞാനത് ഓർത്തുകൊള്ളാം അമ്മേ.." അവൾ പറഞ്ഞു.

ആദ്യമായാണ് അവളെന്നെ അമ്മേ എന്ന് വിളിക്കുനനത്. ഒരു കയ്യിൽ തുണിയും മറ്റേ കൈയിൽ പാത്രവുമായി നിറഞ്ഞ സന്തോഷത്തിൽ ഞാനങ്ങു നിന്നുപോയി. അവൾ ചിരിച്ചുകൊണ്ട് എന്നെ ചുറ്റിപ്പിടിച്ചു. നെറുകയിൽ ചുംബിച്ചു. അവൾ എന്നെക്കാൾ അത്ര ഉയരമുള്ളവളാണ്. അവളെന്നെ ചേർത്തുപിടിച്ചപ്പോൾ ആ ശരീരത്തിന്റെ സുഖമുള്ള ഒരു ഗന്ധം എനിക്കനുഭവപ്പെട്ടു. എന്റെ മകനെയോർത്ത് എനിക്ക് സന്തോഷം തോന്നി. നല്ല സുഗന്ധമുള്ള ഒരു പെണ്ണിനെയാണ് അവന് ലഭിച്ചത്. ഒരു സുഗന്ധദ്രവ്യത്തിന്റെയും സഹായമില്ലാതെതന്നെ അവളുടെ ശ്വാസം പൂക്കളുടേതുപോലെ ഉന്മേഷം നിറഞ്ഞതാണ്.

*** ***

വിവാഹദിവസം നല്ല തെളിഞ്ഞതും തിളക്കമുള്ളതുമായിരുന്നു. അല്ലെങ്കിലും ജൂൺമാസത്തിൽ ഞങ്ങൾക്ക് അധികം ചൂടുള്ള ദിവസങ്ങൾ ഉണ്ടാകാറില്ല. ഈ ദിവസം തെളിഞ്ഞ സുഖമുള്ള കാലാവസ്ഥ ആയിരുന്നു. അതിരാവിലെ തന്നെ ജോർജ്ജ് ബോവന്റെ കാർ ഗേറ്റിലെത്തി. ആ വണ്ടി പഴയതും പൊടിപിടിച്ചതുമായിരുന്നു. നീണ്ടുമെലിഞ്ഞ സുന്ദരനായ ആ ചെറുപ്പക്കാരനെ ഞാൻ ആദ്യം കാണുകയാണ്. മേരിയെപ്പോലെ തന്നെ ശാന്തനായ ഒരു ചെറുപ്പക്കാരൻ. അവൻ കാറിൽനിന്നും ഇറങ്ങി വീട്ടിലേക്കു വന്നു. കയ്യിൽ ലെതർ ബാഗ് ഉണ്ടായിരുന്നു. വീട്ടിലേക്ക് വരുന്നതു മുമ്പേ ഇങ്ങോട്ട് വന്നിട്ടുള്ളതുപോലെയാണ്. ആദ്യകാഴ്ചയിൽത്തന്നെ എനിക്കിഷ്ടപ്പെട്ടു. അവൻ റെനിയെ കളിയായി മുഷ്ടി ചുരുട്ടി ഇടിച്ചു. മേരിയുടെ കാത് കിഴുക്കി. എന്നോട് സ്നേഹത്തോടെ പറഞ്ഞു.

"എനിക്ക് നിങ്ങളെ നന്നായി അറിയാം. റെനിയെ ആദ്യം കണ്ടപ്പോൾ തന്നെ എനിക്ക് നിങ്ങളെ കാണാൻ ആഗ്രഹമുണ്ടായി."

"ജോർജ്, ബാഗ് താഴെവച്ച് ഞങ്ങളുടെകൂടെ പ്രഭാതഭക്ഷണം കഴിക്കാൻ വരൂ.."

"ഞാനെന്റെ കൈകൾ ഒന്നു കഴുകട്ടെ." ഒരു സർജൻ ചെയ്യുന്നതു പോലെ ശ്രദ്ധയോടെയും വൃത്തിയോടെയുമാണ് കൈകൾ കഴുകുന്നത്. ഈ ചെറുപ്പക്കാരൻ ഒരു ന്യൂക്ലിയർ ശാസ്ത്രജ്ഞനാണ്. റെനി വനെ കുറിച്ച് പറഞ്ഞപ്പോൾ എനിക്കു ചെറിയ പേടിയുണ്ടായിരുന്നു. ഞാനൊരു ബുദ്ധിമാനായ, കണിശക്കാരനായ ഒരാളെയാണ് പ്രതീക്ഷിച്ചത്. ശാസ്ത്ര ജ്ഞന്മാർ അങ്ങനെയാണെന്നാണ് ഞാൻ കരുതിയത്. എന്നാൽ ഇവനാ കട്ടെ ദയയുള്ള, സ്നേഹസമ്പന്നനായ, നല്ല ചെറുപ്പക്കാരനാണ്. ഏത് ഏകയായ മാതാവിന്റെയും മകന് കൂട്ടാകാനാകുന്നവൻ. റെനി അവന് വളരാൻ പറ്റുന്ന ഒരു കൂട്ടത്തിൽ തന്നെയാണ് ചെന്നുപെട്ടത്.

"മുട്ട വേണോ?" ജോർജിനോട് ഞാൻ ചോദിച്ചു.

"ഒരുഭാഗം മൊരിഞ്ഞത്." അവനാവശ്യപ്പെട്ടു. എന്നിട്ട് അടുക്കളയുടെ മൂലയിലുള്ള മേശമേൽ കാലുകൾ മടക്കിവെച്ചിരുന്നു. സാധാരണ പെണ്ണു ങ്ങളെപ്പോലെ ഒരമ്മയുടെ വികാരവൈവശ്യങ്ങളൊന്നുമുണ്ടാകാതിരിക്കാൻ ഞാൻ ശ്രമിച്ചിരുന്നു. പക്ഷേ ജോർജ്ജ് ആഹ്ലാദത്തോടെ കഴിക്കുന്നതു കണ്ടപ്പോൾ ഹൃദയത്തിൽ ഞാൻ വിജയിച്ചതുപോലെ തോന്നി.

ആ ദിവസത്തെ തീർത്തും ഉപയോഗപ്രദമാക്കാൻ അവന് കഴിഞ്ഞു. വാക്വം ക്ലീനർ ഉപയോഗയോഗ്യമാക്കുകയും കസേരകൾ കൊണ്ടുവ ന്നിടുകയും ഗാരേജ് വൃത്തിയാക്കുകയും ചെയ്തു. ആ പണികൾ മാറ്റ് അഭിനന്ദിച്ചു. അതിനേക്കാളൊക്കെ ഹൃദ്യമായത് അവന് റെനിയോടും മേരിയോടുമുള്ള കരുതലാണ്. ഇവർ രണ്ടും ആർഭാടകരമായ വലിയ വിവാഹം ആഗ്രഹിക്കുന്നില്ല. അതിനാൽ ഏകദേശം നാലുമണിയോടെ യാണ് ഫോറസ്റ്റിൽ കറങ്ങി നടന്ന് അവരെത്തിയത്. അതിനുശേഷം അവർ കുളിച്ച് വിവാഹവസ്ത്രം മാറാനായി മുകളിലേക്ക് പോയി. മാറ്റിന്റെ ഭാര്യ അടുക്കളയിൽ അയൽക്കാരായ രണ്ട് സ്ത്രീകളോടൊപ്പം ഭക്ഷണം ഒരുക്കുന്നതിനിടയിൽ എനിക്കൊരു തള്ളുതന്നു.

"പോയി വസ്ത്രം മാറി വാ.." അവൾ കല്പിക്കുംപോലെ പറഞ്ഞു.

"എനിക്കതിന് പതിനഞ്ചു മിനിട്ടുപോലും വേണ്ട." ഞാനും പറഞ്ഞു.

"എന്നാൽ കല്യാണപ്പെണ്ണിന് പിന്നോ മറ്റോ വേണമോ എന്ന് നോക്ക്. ഞാനോർക്കുന്നുണ്ട് എനിക്കന്ന് എന്റെ നെഞ്ചിന്റെ ഭാഗത്ത് ഒരു പിന്ന് വേണമായിരുന്നു. ഞാനന്ന് ശ്വാസം വിടാൻ അത്ര ബുദ്ധിമുട്ടി."

വിളറിയ ഗ്രേ നിറത്തിലുള്ള എന്റെ ഗൗൺ ധരിച്ച് കഴിഞ്ഞ് ഞാൻ മേരിയുടെ വാതിലിൽ മുട്ടി. അവൾ അകത്തേക്ക് വിളിച്ചു. ഞാൻ ചെല്ലു മ്പോൾ അവൾ വിവാഹവസ്ത്രം ധരിച്ച് ജനാലയ്ക്കൽ നിന്ന് പുറത്തേക്ക് നോക്കി നിൽക്കുകയായിരുന്നു. നേരിയ എംബ്രോയിഡറിയുള്ള വെളുത്ത ഓർഗാണ്ടി സിൽക്ക് വസ്ത്രമാണ് അവൾ അണിഞ്ഞിരിക്കുന്നത്. അത്

അവൾ തന്നെ തയ്യാറാക്കിയ വസ്ത്രമാണ്. അത് അത്രയും പാകമായിരുന്നു. അവളുടെ കഴുത്തിൽ നേരിയ ഒരു സ്വർണ്ണ ചെയിനാണ് ഉണ്ടായിരുന്നത്.

"നിന്റെ ബൊക്കെ താഴെ തയ്യാറായിരിക്കുന്നു. ഞാനത് കൊണ്ടുവരട്ടെ."

വിരുന്നുകാർ വന്നുതുടങ്ങി. പുരോഹിതൻ താഴെ ഹാളിലുണ്ട്. ഇന്നു രാവിലെ പൂക്കളിറുത്ത് ചെടികളുടെ ലോലമായ ഇലകൾ ചേർത്ത് ബൊക്കെ ഉണ്ടാക്കിയിരുന്നു. മേരിയുടെ ബൊക്കെയിലേക്കായി എന്റെ വിലപിടിപ്പുള്ള കുറച്ച് റോസാപ്പൂക്കൾ കൂടി ഞാൻ കരുതിയിട്ടുണ്ട്. ഞങ്ങളുടെ ഈ തണുപ്പുള്ള താഴ്‌വരയിൽ മുറ്റത്ത് അധികം റോസാപ്പൂക്കൾ ഉണ്ടാവില്ല. അതിനാൽ ഞാൻ എന്റെ റോസാച്ചെടികളെ ശരത്കാലത്ത് നിലവറയിൽ സൂക്ഷിക്കും. വസന്തത്തിൽ പുറത്തെടുക്കും. ഈ വർഷം മേരിക്കുവേണ്ടി കുറച്ച് പൂക്കൾ ഉണ്ടാക്കാൻ കൂടി നിർബന്ധിതയായിരുന്നു. നേരിയ പിങ്കും മഞ്ഞയും നിറത്തിലുള്ളതായിരുന്നു ആ പൂക്കൾ. രാവിലെ പാതി വിരിഞ്ഞ അഞ്ചാറ് പൂക്കൾ മുറിച്ചെടുത്ത് ഒരുക്കിയതിനുശേഷം കൂടുതൽ വിരിയാതിരിക്കാനായി തണുത്ത വെള്ളത്തിൽ ഇട്ടുവച്ചിരിക്കുകയാണ്.

"ശരി അമ്മേ."

ഞാൻ പുറത്തേക്കിറങ്ങുമ്പോൾ റെനി അവന്റെ മുറിയിൽനിന്നും ഇറങ്ങുന്ന ശബ്ദം കേട്ടു. പൂക്കളുമായി ഞാൻ തിരികെ വരുമ്പോൾ റെനി മേരിയുടെ മുമ്പിൽ നിൽക്കുകയായിരുന്നു. അവളുടെ കൈകളെ അവൻ അവന്റെ കയ്യിൽ പിടിച്ചിരിക്കുന്നു. ഇങ്ങിനി വരാത്തവണ്ണം എന്റെ സങ്കടങ്ങൾ അകന്നുപോയിരിക്കുന്നു. എനിക്കതുറപ്പായിരിക്കുന്നു. തന്റെ വധുവിനെ നോക്കുന്ന എന്റെ മകന്റെ ആ നോട്ടം, അത് വർഷങ്ങൾക്കുമുമ്പ് അവന്റെ അച്ഛന്റെ കണ്ണിൽ ഞാൻ കണ്ടതുതന്നെയാണ്.

ലളിതവും നല്ലതുമായ രീതിയിൽ വിവാഹം കഴിഞ്ഞു. താഴ്‌വരയിലെ ആളുകൾ ഞങ്ങളുടെ ഹാളിൽ നിറഞ്ഞു. മൊത്തത്തിൽ ഒരു ഇരുപതു പേരേ വരൂ. ഞങ്ങൾ സീസണിൽ വന്നു താമസിക്കുന്ന വാടകക്കാരെ വിളിച്ചിട്ടില്ല. അവരുടെ ഇടയിലൂടെ റെനിയും മേരിയും കൈകൾ കോർത്ത്, അധികം സംസാരിക്കാതെ, ഊർജ്ജസ്വലരായി പുഞ്ചിരിയോടെ നടക്കുന്നുണ്ട്. അവർ കൈകൾ കൂപ്പി പുരോഹിതനു മുന്നിൽ നിന്നു. വലിയ ബഹളങ്ങളൊന്നുമില്ലാതെ പുരോഹിതൻ തന്റെ ഇരിപ്പിടത്തിൽനിന്നും എഴുന്നേറ്റു. തന്റെ വലിയ കുപ്പായക്കീശയിൽനിന്നും അദ്ദേഹത്തിന്റെ കൊച്ചു പ്രാർത്ഥനാ പുസ്തകമെടുത്ത് കുറച്ചു വാക്കു

കളാൽ അവരെ ഭാര്യയും ഭർത്താവുമാക്കി. ഞങ്ങൾക്ക് പാട്ടുകാരൊന്നുമുണ്ടായില്ല. ഞങ്ങളുടെ കൂട്ടത്തിൽ മേരിക്കുമാത്രമേ മധുരമുള്ള ശബ്ദം ഉണ്ടായിരുന്നുള്ളൂ. ചടങ്ങുകൾ കഴിഞ്ഞതോടെ അതിഥികൾ വധൂവരന്മാരുടെ ചുറ്റും കൂടി. ഞാൻ ഒരു ഭാഗത്തുനിന്ന് നിശ്ശബ്ദമായി കണ്ണീർ വാർത്തുകൊണ്ടിരുന്നു. അവരത്രമാത്രം അഴകുള്ളവരായിരുന്നു.

ബ്രൂസ് സ്പോൾഡൻ ഒരു കപ്പ് ജ്യൂസുമായി എന്നെ പിടികൂടി.

"ഇത് കഴിക്ക് പ്രിയപ്പെട്ടവളെ.." അയാളെന്റെ അരികിൽ മാറാതെ നിന്നു.

മാറ്റിന്റെ ഭാര്യ അവരുണ്ടാക്കിയ കല്യാണക്കേക്ക് ഒരുക്കി. മൂന്നു നിലകളുണ്ടായിരുന്നു ആ കേക്കിന്. മൂന്നിനും മൂന്ന് രുചികൾ. മേരി റെനിയുമായി ചേർന്ന് കേക്ക് മുറിച്ചു. വെള്ളിക്കപ്പുകളിൽ ബ്ലാക്ബെറിയിൽ ഞാനുണ്ടാക്കിയ വൈൻ കൈമാറി. അതിഥികൾ ആ കാഴ്ച കണ്ടു നിറഞ്ഞു.

ഭക്ഷണത്തിനിടയിൽ അവർ രണ്ടുപേരും മുകളിലേക്ക് പോയി വസ്ത്രം മാറിവന്നു. എല്ലാവരോടും ധൃതിയിൽ യാത്ര പറഞ്ഞ് കാറിനടുത്ത് എന്നെ കാത്തുനിന്നു. അവിടെവച്ച് എന്റെ മകൻ എന്നെ കൈകളിൽ വാരിയെടുത്ത് കവിളത്ത് ഉമ്മവച്ചു. മേരി ഞങ്ങൾ രണ്ടുപേരിലും കൈകൾവച്ചു നിന്നു. ഞാനവരെ പോകാനനുവദിച്ചു. അതിഥികൾ ഞാൻ തനിച്ചല്ലെന്ന് ഉറപ്പുവരുത്താനെന്നവണ്ണം കാത്തുനിന്നു. ഓരോരുത്തരായി പിരിഞ്ഞുപോയി. ജോർജ്ജ് ബോവനായിരുന്നു ഏറ്റവും അവസാനത്തെ ഊഴം. അയാൾ കസേരകൾ അടുക്കിയിടാനും മാറ്റിന്റെ ഭാര്യയെ പാത്രങ്ങൾ അടുക്കളയിലേക്ക് മാറ്റാനും സഹായിച്ചു.

പോകാൻനേരം എന്റെ കവിളിൽ ഉമ്മവച്ചു.

"ഗുഡ്ബൈ.." അയാൾ പറഞ്ഞു.

"ഗുഡ്ബൈ ജോർജ്ജ്, ഇടയ്ക്ക് വരൂ.."

"ഉറപ്പായും." അതിനുശേഷം അല്പം വികാരാധീനനായി ചോദിച്ചു. "ഞാനും നിങ്ങളെ അമ്മേ എന്നു വിളിച്ചോട്ടെ. നിങ്ങളിപ്പോൾ മേരിയുടെ അമ്മയാണല്ലോ."

"വിളിച്ചോളൂ.." ഞാൻ സന്തോഷത്തോടെ പറഞ്ഞു.

"മൂന്നു വലിയ വിഡ്ഢികളുടെ അമ്മയാകാൻ പ്രായമില്ലെങ്കിലും.." അവൻ എന്റെ നേരെ ഇടതു കണ്ണിറുക്കി.

"പോടാ.." ഞാനും കളിയായി.

അവൻ ചിരിച്ചുകൊണ്ട് കാറിനടുത്തേക്ക് പോയി. വണ്ടി പൊടിപാറ്റി കടന്നുപോയി.

ഇപ്പോൾ ബ്രൂസ് മാത്രമാണ് ബാക്കി. അയാൾ ആ വൈകുന്നേരം

എന്നോടൊപ്പം നിന്നു. റെനിയുടെ അച്ഛൻ മരിച്ചുപോയി എന്ന കാര്യം അയാൾ അറിഞ്ഞിട്ടുണ്ട്. റെനി അയാളോട് പറഞ്ഞു. എന്താണവൻ ചെയ്തത് എന്ന് എന്നോടും പറഞ്ഞു.

"നിനക്കെങ്ങനെ പറയാൻ കഴിഞ്ഞു." അവൻ പറഞ്ഞിട്ടുണ്ടാവില്ല എന്ന് കേൾക്കാൻ ആഗ്രഹിച്ചുകൊണ്ട് ഞാൻ ചോദിച്ചു.

"ഞാൻ പറഞ്ഞു. എന്റെ അച്ഛൻ പെക്കിങ്ങിൽ വെച്ച് മരണപ്പെട്ടു. ഞാനും എന്റെ അമ്മയും ഇനിയൊരിക്കലും ചൈനയിലേക്ക് മടങ്ങിപ്പോവില്ല. അവർ ഈ താഴ്വരയിൽ ജീവിക്കും. പക്ഷേ മേരിക്കും എനിക്കും പരീക്ഷണശാലകളില്ലാത്തതിനാൽ ഇവിടെ ജീവിക്കാനാകില്ല."

"ഒരാൾ താൻ ജോലി ചെയ്യുന്ന സ്ഥലത്തേക്ക് പോകേണ്ടതുണ്ട്." ബ്രൂസ് സമ്മതിച്ചു.

"അതെ. പക്ഷേ, നിങ്ങളുടെ ജോലി ഇവിടെയാണ്. നിങ്ങൾ എന്റെ അമ്മയുടെ സുഹൃത്തായിരിക്കണം." റെനി തുറന്നുപറഞ്ഞു.

"ഞാൻ അതായിരിക്കും. അതിനേക്കാൾ കൂടുതൽ അവരാഗ്രഹിച്ചാൽ അതും." ബ്രൂസ് മറുപടി പറഞ്ഞു.

കുറച്ചു ദിവസങ്ങൾക്കു മുന്നെ ഇതു പറഞ്ഞപ്പോൾ റെനി എന്റെ കണ്ണുകളിലേക്ക് തന്നെ നോക്കുന്നുണ്ടായിരുന്നു. "അമ്മേ, അമ്മ ബ്രൂസിനെ വിവാഹം ചെയ്താൽ എനിക്കത് വളരെ സന്തോഷമായിരിക്കും."

"ഓ, റെനീ, ഇല്ല... അത് വേണമെന്ന് പറയരുത്."

"ഞാനത് വേണമെന്ന് പറയില്ല. അമ്മയതു ചെയ്താൽ എനിക്കു സന്തോഷമാകുമെന്ന് മാത്രമാണ് ഞാൻ പറഞ്ഞത്."

അതിന് ഞാനൊന്നും മറുപടി പറഞ്ഞില്ല. ഒരുപക്ഷേ ഒരിക്കലും ഞാനതിനൊന്നും പറയില്ല. എനിക്കറിയില്ല. ഇപ്പോൾ അതിന് മറുപടി പറയേണ്ട സമയമല്ല. എപ്പോഴും അതിന് മറുപടി പറയേണ്ട സമയമല്ല.

എന്തായാലും എല്ലാവരും പോയിക്കഴിഞ്ഞ് ആ വൈകുന്നേരം ബ്രൂസിന്റെ സാന്നിധ്യം എനിക്ക് ആശ്വാസം തരുന്നുണ്ടായിരുന്നു. ഞാൻ എന്റെ നീണ്ട കസേരയിൽ കിടന്നു. ബ്രൂസ് എന്റെ അരികിലിരുന്നു. ഞങ്ങൾക്കിടയിൽ ഒരു ചെറിയ മേശ മാത്രമേ ഉള്ളൂ. അയാൾ പൈപ്പിൽ പുകയൂതി ഇരുന്നു. കൂടുതലൊന്നും സംസാരിച്ചില്ല. ഈ മൗനവും ആശ്വാസകരമായിരുന്നു. ജെറാൾഡിനെക്കുറിച്ചും പെക്കിങ്ങിലുള്ള ആ വീടിനെക്കുറിച്ചും ഞങ്ങൾക്കിടയിൽ സംഭവിച്ചതിനെക്കുറിച്ചും പറയാവുന്നതിന് അടുത്തെത്തിയിരുന്നു. പൈൻമരങ്ങൾക്കിടയിൽ കാറ്റ് മനോഹരമായ ഒരു സംഗീതം പൊഴിക്കുമ്പോൾ, മലകൾ നിഴലിലാണ്ടു നില്ക്കുമ്പോൾ ഞാനത് ആലോചിച്ചിരുന്നു. ഞാൻ റെനിയെക്കുറിച്ചും ആലോ

ചിച്ചു. അവൻ എങ്ങനെ ജനിച്ചു എന്നും, അപ്പോൾ ഞാൻ മെയ്ലാനെക്കുറിച്ചും ഈ ദിവസങ്ങളിൽ ജനിച്ച അവളുടെ കുഞ്ഞിനെക്കുറിച്ചും. പക്ഷേ, ഒടുവിൽ ഞാനൊന്നും പറഞ്ഞില്ല. മൗനം സംസാരത്തേക്കാൾ മധുരമായി കൂടെനിന്നു. അയാൾ ശുഭരാത്രി പറഞ്ഞ് എഴുന്നേൽക്കുമ്പോഴും എന്റെ പ്രണയവും ജീവിതവും എന്നിൽത്തന്നെ രഹസ്യമായി നിന്നു.

"നന്ദി ബ്രൂസ്. നിങ്ങളിപ്പോൾ എന്റെ അടുത്ത സുഹൃത്തായിരിക്കുന്നു."

അയാൾ എന്റെ കൈകൾ കുറേ നിമിഷം പിടിച്ചുനിന്നു. "ഞാനിപ്പോൾ പോകുന്നു. ഇപ്പോൾ മാത്രം." ഇതുപറഞ്ഞ് അയാൾ എന്റെ കൈകളെടുത്ത് കവിളിൽ ചേർത്തു. ഷേവ് ചെയ്ത, മിനുസവും തണുപ്പുമുള്ള ഒരു സ്പർശം ഞാനറിഞ്ഞു. അതെന്നെ വെറുപ്പിച്ചില്ല എന്നത് എന്നെ അതിശയിപ്പിച്ചു. പക്ഷേ, അയാൾ കൂടുതലൊന്നും പറഞ്ഞില്ല. പോയി. അതിനുശേഷം പെട്ടെന്ന് ഞാൻ വല്ലാതെ തളർന്നുപോയി. പക്ഷേ അതിനൊരു വേദനയില്ലാത്ത സുഖമുണ്ടായിരുന്നു. ഞാൻ മുകളിൽ എന്റെ മുറിയിലേക്ക് പോയി.

*** ***

ദിവസങ്ങൾ കടന്നുപോയി. റെനിയേയും മേരിയേയും ഈ വേനലിൽ ഞാൻ വീട്ടിൽ പ്രതീക്ഷിക്കുന്നുണ്ട്. എനിക്ക് പെക്കിങ്ങിൽനിന്ന് ഒരു കത്തുകൂടെ വന്നു.

"ഇതെന്റെ കടമയാണ്. എനിക്കൊരു മകൻ ഉണ്ടായി എന്നത് നിങ്ങളെ അറിയിക്കേണ്ടതുണ്ട്. അവൻ അവന്റെ അച്ഛനെപ്പോലിരിക്കുന്നു. അവന്റെ തൊലി വെളുത്തിട്ടാണ്. മുടി കറുത്തതും മിനുസമുള്ളതുമാണ്. ശരീരം വലുതാണ്. അവൻ നീളമുള്ളവനായിരിക്കുമെന്ന് എന്റെ അമ്മ പറയുന്നു. ഇങ്ങനെ ഒരു കുഞ്ഞുണ്ടായതിൽ ഞാനതിശയപ്പെടുന്നു. ഞങ്ങൾ രണ്ടു സ്ത്രീകൾ, ഞാനും എന്റെ അമ്മയും ഈ കുഞ്ഞിനുവണ്ടി ഞങ്ങളെ ഉഴിഞ്ഞുവെക്കുന്നു. ഞങ്ങളവനെ നന്നായി വളർത്തും. അവന്റെ അച്ഛനുവേണ്ടിയും നിങ്ങൾക്കു വേണ്ടിയും.' മെയ്ലാൻ എഴുതി.

എനിക്കുവേണ്ടി? ഞാനാ കുഞ്ഞിന് എന്തെങ്കിലുമാണോ? ഒരു അസാധാരണമായ ചോദ്യമാണ്.അതിനെന്ത് ഉത്തരം കൊടുക്കണമെന്ന് എനിക്കറിയില്ല. അപ്പോഴാണ് ഞാനോർത്തത്. അവൻ റെനിയുടെ അർദ്ധസഹോദരനാണ്. അവർ എന്നെങ്കിലുമൊരിക്കൽ കണ്ടുമുട്ടാൻ സാധ്യതയുണ്ട്. അവർ തമ്മിൽ എന്തെല്ലാം വ്യത്യാസങ്ങളുണ്ടായിരിക്കും? എന്തെല്ലാം സാമ്യങ്ങളുണ്ടായിരിക്കും?

പ്രകൃതിയുടെയും ജീവിതത്തിന്റെയും വഴികൾ അപരിചിതവും ആഴമേറിയതുമാണ്. അത് നമുക്കൊരിക്കലും മനസ്സിലാവില്ല. പകയുടേയും യുദ്ധത്തിന്റെയും ഇടയിലും പ്രണയം അതിന്റെ രഹസ്യമായ പണികൾ ചെയ്യും. രക്തബന്ധത്താൽ നമ്മെ കെട്ടിയിടും. പ്രണയം നിഷേധിച്ചാലും അനുവദിച്ചാലും.

*** ***

ബാബ, നിങ്ങളാണിത് തുടങ്ങിയത്. നിങ്ങൾക്കറിയാം നിങ്ങളാണെന്ന്. നിങ്ങൾ സ്നേഹിച്ച അമേരിക്കക്കാരിയായ ആ പെൺകുട്ടി, നിങ്ങൾക്കുവേണ്ടി പെക്കിങ്ങിലേക്ക് വരാൻ തയ്യാറാകാത്തതിനാൽ, നിങ്ങൾ, തിരസ്കരിക്കപ്പെട്ട കാമുകൻ, ഒരു പ്രശ്നവുമില്ലെന്ന് പറഞ്ഞ് നിങ്ങൾ സ്നേഹിക്കാത്ത മറ്റൊരു പെണ്ണിനെ സ്വീകരിക്കാൻ തയ്യാറായി. പക്ഷേ, അവൾ നിങ്ങളെ സ്നേഹിച്ചു. നിങ്ങളുടെ മകനെ പ്രസവിച്ചു. ഒരുദിവസം ഞാനവനെ കണ്ടു. പൂർണ്ണമായും സ്നേഹിച്ചു. അവനോടൊപ്പം പെക്കിങ്ങിലേക്ക് പോയി. എന്നെ തിരികെ, തനിയെ എന്റെ പ്രണയത്തിൽനിന്നും എന്നേക്കുമായി പറഞ്ഞുവിടുന്നതുവരെ അവന്റെ നഗരം എന്റേതുമായി. ഇപ്പോഴിതാ രണ്ടു പേരക്കുട്ടികൾ, രണ്ടും നിങ്ങളുടേത്. അവർക്കിടയിൽ ഭൂഗോളം, എന്നാലും അവർ രണ്ടുപേരും നിങ്ങളുടേതാണ്. അവർ നിങ്ങളുടേതാകയാൽ അവർ എങ്ങനെയോ ഒരുമിക്കുന്നവരാണ്, ഒരിക്കൽ അവരതറിയും.

ബാബ, നിങ്ങൾക്ക് എന്താണ് അതേപ്പറ്റി പറയാനുള്ളത്? പൈൻമരച്ചുവട്ടിൽ, മണ്ണിനടിയിൽ കിടക്കുന്ന ബാബ, നിങ്ങൾക്ക് അതേപ്പറ്റി എന്താണ് പറയാനുള്ളത്?

ഠഠഠ